വിജ്ഞാനവർഷം

പുസ്തകം 24

നിയമം സമൂഹം നീതിവ്യവസ്ഥ

Niyamam Samooham Neethivyavastha

A Suhruthkumar

CHINTHA PUBLISHERS
Thiruvananthapuram

First Edition
December 2007

Second Edition
December 2018

Second Impression
November 2021

Published & Typesetting
Chintha Publishers, Thiruvananthapuram

Cover Design
Vinod Mangoes

ISBN - 978-81-26204-79-3

CR - VV.24 / 3014/ 5618

₹ 210

Email: chinthapublishers@gmail.com
Website: www.chinthapublishers.com

Distribution
DESHABHIMANI BOOKHOUSE
H O Thiruvananthapuram 695035

Branch
Head Office Kunnukuzhi • Statue Thiruvananthapuram •
KSRTC Bus Station Thiruvananthapuram
KSRTC Bus Station Alappuzha • KSRTC Bus Station Ernakulam •
Machingal Lane Thrissur • IG Road Kozhikode •
Mavoor Road Kozhikode • NGO Union Building Kannur •
Central Bus Terminal Complex Thavakkara Kannur

നിയമം സമൂഹം നീതിവ്യവസ്ഥ

എ സുഹൃത്കുമാർ

ചിന്ത പബ്ലിഷേഴ്സ്
തിരുവനന്തപുരം-695 035
വില : ₹ 210

എ സുഹൃത്കുമാർ

11.07.1963-ൽ തിരുവല്ല താലൂക്കിൽ പരുമലയിൽ തോപ്പിൽ വീട്ടിൽ കെ അപ്പുക്കുട്ടനാദിശ്ശരുടെയും ജി ഭാർഗവിയമ്മയുടെയും മകനായി ജനിച്ചു. കേരളസർവ്വകലാശാലയിൽ നിന്നും ബിരുദം, നിയമബിരുദം, ബിരുദാനന്തരബിരുദം, നിയമത്തിൽ എം ഫിൽ ബിരുദം എന്നിവ നേടി. മഹാരാഷ്ട്രയിലെ ചന്ദ്രപ്പൂർ, കേരളത്തിലെ കോഴിക്കോട്, എറണാകുളം, തൃശൂർ എന്നിവടങ്ങളിൽ നിയമാദ്ധ്യാപകനായി പ്രവർത്തിച്ചു. വിവിധ പഠന-ഗവേഷണ സ്ഥാപനങ്ങളിൽ നിയമശാസ്ത്രഫാക്കൽറ്റി അംഗമായും തിരുവനന്തപുരം ഗവൺമെന്റ് കോളേജ് ഓഫ് ലോയിൽ സെലക്ഷൻ ഗ്രേഡ് അദ്ധ്യാപകനായും പ്രവർത്തിച്ചിരുന്നു. 2021ൽ അന്തരിച്ചു

പ്രസിദ്ധീകൃതമായ കൃതികൾ: *പരിസ്ഥിതിയും നിയമവും* (ഭാഷാ ഇൻസ്റ്റിറ്റ്യൂട്ട്), *കുട്ടികളും നിയമവും* (ശാസ്ത്ര സാഹിത്യ പരിഷത്ത്), *അറിവിന്റെ അവകാശികൾ* (ഭാഷാ ഇൻസ്റ്റിറ്റ്യൂട്ട്) ,*പഞ്ചായത്ത്രാജ് നിയമവും ഭരണവും*(ഭാഷാ ഇൻസ്റ്റിറ്റ്യൂട്ട്), *അധികാരവികേന്ദ്രീകരണം പ്രശ്നങ്ങളും സാധ്യതകളും* (കെ ജി ഒ എ), *സ്ത്രീകളും നിയമവും* (വനിതാ കമ്മീഷൻ), *നിയമപ്രകാരം*(ജനനീതി), *നിയമം കുട്ടികളുടെയും കൗമാരപ്രായക്കാരുടെയും രക്ഷയ്ക്ക്* (തിരുവനന്തപുരം നഗരസഭ), *സ്ത്രീപദവി-നിലവിലുള്ള സങ്കൽപനവും വരുത്തേണ്ട മാറ്റങ്ങളും* (തിരുവനന്തപുരം നഗരസഭ), *വിവേചനത്തിന്റെ ഭിന്നമുഖങ്ങൾ* (ശാസ്ത്രസാഹിത്യപരിഷത്), *ഇ എം എസ് സ്മൃതി സമാഹാരം* (എഡി. കോസ്റ്റ് ഫോർഡ്), *ഹാന്റ്ബുക് ഓൺ ലീഗൽ ലാംഗേജ് & ലീഗൽ റൈറ്റിംഗ്* (ഇംഗ്ലീഷ് - ലൈഫ് ബുക്സ്).

ഭാര്യ	:	ഡോ: കെ ഡി ശ്രീലത
മക്കൾ	:	അശ്വിനി, അനന്യ
വിലാസം	:	സൗഹൃദ, ടി സി 6/1016(2) പി ആർ എ 136, പടയണി ലെയ്ൻ വട്ടിയൂർക്കാവ് പി ഒ, തിരുവനന്തപുരം - 13

ഉള്ളടക്കം

1

നിയമം – അർത്ഥം അനർത്ഥം

നിത്യവും നാം കേൾക്കുന്നതും പറയുന്നതും എഴുതുന്നതുമായ ഒരു പദമാണ് നിയമം. നൊടിയിടയിൽ *നിയമം* എന്ന പ്രയോഗത്തിന്റെ ആശയവും നാം സ്വാംശീകരിക്കും. പക്ഷേ *നിയമം* എന്ന പദത്തിന്റെ അർത്ഥം എന്താണ്? നിയമം എന്നാൽ എന്ത്? നിയമത്തിന്റെ ഉപയോഗം എന്ത്? നാം നിയമം പാലിക്കുന്നത് എന്തിന്? നിയമം അനുസരിക്കാതിരുന്നാൽ എന്താവും ഫലം? നിയമലംഘനം എന്നാൽ എന്ത്? ഇത്തരം നിരവധി ചോദ്യങ്ങൾ ഉന്നയിക്കപ്പെടാം. സാധാരണക്കാർക്കെന്നല്ല നിയമശാസ്ത്രജ്ഞർക്കും നീതിപാലകർക്കും ഈ ചോദ്യങ്ങളുടെ ഉത്തരം നൽകുക എളുപ്പമല്ല. എന്തുകൊണ്ട്?

ഈ ചോദ്യത്തിന്റെ ഉത്തരംതന്നെ പലതരത്തിലാകാം. ഒന്ന്, *നിയമം* എന്നത് അമൂർത്തമായൊരു പ്രയോഗമാണ്. നിയതമായ നിർവ്വചനത്തിന് വഴങ്ങുന്നതല്ല ആ വാക്ക്. രണ്ട്, നിയമം കാലദേശാതിവർത്തിയാണ്. അത് സമൂഹം, കാലം, പ്രദേശം എന്നിവയ്ക്ക് വിധേയമായി നിരന്തരം മാറിക്കൊണ്ടിരിക്കുന്നു. മൂന്നാമതായി, നിയമത്തിന്റെ വ്യാപ്തി അനുദിനം വികസിക്കുന്നു, ഇന്നലെ കണ്ടതാകില്ല ഇന്നത്തെ നിയമം. അത് നാളേക്ക് വീണ്ടും പരിഷ്കരിക്കപ്പെടാം. തിരുത്തിയെഴുതപ്പെടാം. പ്രാദേശികം, സംസ്ഥാനം, ദേശീയം, സാർവ്വദേശീയം തുടങ്ങി വിവിധ തലങ്ങളിൽ രൂപപ്പെടുന്നതും ബാധകമാക്കപ്പെടുന്നതും പാലിക്കപ്പെടുന്നതുമായ നിയമങ്ങൾ ഉണ്ടാകും. ഇതിനെല്ലാം ഉപരി ഉൽപ്പത്തി, സ്വഭാവം, പ്രയോഗം, ഫലം എന്നിവയെ ആശ്രയിച്ചും നിയമങ്ങൾ വ്യാപരിക്കപ്പെടാം. അതുകൊണ്ട് മേൽച്ചേർത്ത ചോദ്യങ്ങളുടെ ഉത്തരം തേടിക്കൊണ്ടാകാം നിയമപാഠത്തിന്റെ അടിസ്ഥാന ധാരണ നേടുന്നത്.

നിയമം: അർത്ഥം

സംസ്കൃത ഉൽപ്പത്തി ആരോപിക്കാവുന്നതും മലയാളപദമായി ഭാഷയിൽ പ്രയോഗിക്കുന്നതുമായ പദമാണ് നിയമം. ഉൽപ്പത്തിപ്രകാരം നിയമം എന്നത് അർത്ഥമാക്കുന്നത് യമം + നിബദ്ധം എന്നാണ്. *യമം* എന്നതിന്റെ ഭാഷാർത്ഥം നിയന്ത്രണം, യമനം, കടിഞ്ഞാൺ എന്നെല്ലാം ആണ്. *നിബദ്ധം* എന്നതിന്റെ അർത്ഥമാകട്ടെ നിബന്ധനം ചെയ്യപ്പെട്ടത് അഥവാ സമാഹൃതം, കൂട്ടിച്ചേർക്കപ്പെട്ടത്, ബന്ധിതമായത് എന്നെല്ലാമാണ്. അതായത് നിയന്ത്രണങ്ങളുടെ സമാഹരണമാണ് നിയമം. വ്യക്തിയുടെ സ്വഭാവം, പെരുമാറ്റം, പ്രവൃത്തി, സ്വാതന്ത്ര്യം, അവകാശം എന്നിവയുടെ മേൽ ബാധകമാക്കപ്പെടുന്ന നിയന്ത്രണം, അതിര്, അരുത്, വിലക്ക് എന്നിവയുടെ സംഹിതയോ സമാഹരണമോ കൂട്ടായ്മയോ ആണ് *നിയമം* എന്ന് അർത്ഥമെടുക്കാം.

നിയമം എന്നാൽ മനുഷ്യർ തങ്ങളുടെ സ്വഭാവത്തെ അംഗീകൃതമാക്കുന്നതിനായി അനുഷ്ഠിക്കേണ്ടുന്നതോ പാലിക്കേണ്ടുന്നതോ ആയ ക്രിയാപരവും പ്രവൃത്തിപരവും ആയ നിയന്ത്രണവ്യവസ്ഥയെന്നോ ചട്ടം എന്നോ ആണിതിന്റെ വാച്യാർത്ഥം. വ്യക്തി എന്നതിന് ഉപരി ഒന്നിലേറെ വ്യക്തികളുടെ കൂട്ടായ്മയായ സമൂഹം അതിലെ അംഗങ്ങൾക്കിടയിൽ സമൂഹത്തിന്റെ ആധികാരികതയാൽ പ്രാബല്യത്തിലാക്കുന്ന മുറ, ആചാരം, അടക്കം, നിയന്ത്രണം എന്നെല്ലാം അർത്ഥം ലഭിക്കുന്നു.

നിയമം എന്നാൽ എന്ത്?

നിയതമായ വാക്യത്തിൽ ഈ ചോദ്യത്തിന്റെ ഉത്തരം നല്കാനാവില്ല. വീക്ഷണം, സമീപനം, ലക്ഷ്യം എന്നിവയെ ആശ്രയിച്ച് വ്യത്യസ്ത ഉത്തരങ്ങൾ നല്കാനാകും. വ്യക്തിയുടെ സ്വഭാവം, പ്രവൃത്തി, പെരുമാറ്റം എന്നിവയിൽ ബാധകമാക്കുന്ന വ്യക്തിഗതവും സാമൂഹ്യവും ആയ നിയന്ത്രണങ്ങളുടെ സമാഹാരമാണ് നിയമം. ഓരോരുത്തരുടെയും അവകാശങ്ങളുടെയും അരുതുകളുടെയും സമാഹാരത്തെയും നിയമം എന്ന് പറയാനാകും. വ്യക്തി, സ്ഥാപനം, സമൂഹം എന്നിവയുടെ അവകാശം സംരക്ഷിക്കപ്പെടണം. അതേസമയം മറ്റുള്ളവരുടെ അവകാശസ്വാതന്ത്ര്യങ്ങൾ ഹനിക്കപ്പെടാതിരിക്കണം. ഓരോരുത്തരുടെയും അവകാശങ്ങൾ സംരക്ഷിക്കുന്നതിനും മറ്റൊരാളുടെ അവകാശങ്ങൾക്കുമേൽ കടന്നുകയറാതെ നിയന്ത്രിക്കുന്നതിനും മെച്ചപ്പെട്ട സാമൂഹ്യക്രമം പാലിക്കുന്നതിനുമുള്ള വ്യവസ്ഥകളുടെ സംഹിതയാണ് നിയമം.

അമൂർത്തതലത്തിൽ നിയമം എന്നാൽ നീതി നിർവ്വഹിക്കപ്പെടുന്നതിനായി പ്രയോഗിക്കപ്പെടുന്ന ചട്ടവ്യവസ്ഥകളുടെ സംഹിത എന്ന് അർത്ഥമാകുന്നു. നിയതവും പരിമിതവുമായ തലത്തിൽ നിയമം എന്നത് നിശ്ചിത നിയമ-ചട്ട-വ്യവസ്ഥയെന്നോ തത്ത്വമെന്നോ വിധിയെന്നോ അർത്ഥമാകുന്നു. വിപുലവും വിശാലവുമായ തലത്തിൽ ഭൗതികവും ധാർമ്മികവും സാങ്കേതികവും ജൈവികവും നിയാമകവുമായ ഏതൊരു

തത്ത്വത്തെയും സമവാക്യത്തെയും സമീകരണത്തെയും നിയമം എന്ന് അർത്ഥമാക്കുന്നു. അതായത് സമാഹൃതനിയമസംഹിത, പ്രത്യേക നിയമശാഖാ വ്യവസ്ഥകൾ, മനുഷ്യവ്യവഹാരത്തിലെ ഏതൊരു വ്യവസ്ഥകളും എന്നീ നിലകളിൽ ഒരേസമയം നിയമം എന്നവാക്ക് പ്രയോഗിക്കപ്പെടാം.

നിയമത്തിന്റെ ഉപയോഗം എന്ത്?

ഉന്നതാധികാരകേന്ദ്രം അതിന് വിധേയരായവർക്ക് പരിപാലിക്കപ്പെടുന്നതിലേക്ക് പ്രഖ്യാപിക്കുന്നതും അനുസരിക്കപ്പെടേണ്ടുന്നതും ലംഘിക്കപ്പെട്ടാൽ ശിക്ഷ ബാധകമാക്കപ്പെടുന്നതുമായ വ്യവസ്ഥകൾ അഥവാ തത്ത്വങ്ങളാണ് നിയമം. വിധേയരായവർ അനുസരിക്കേണ്ടതും പരമാധികാരസ്ഥർ പ്രഖ്യാപിക്കുന്നതും നിഷേധത്തിന് ശിക്ഷിക്കപ്പെടുന്നതുമായ ഉപാധിയാണ് നിയമം.

പാരമ്പര്യമായി ആചരിച്ചുപോരുന്നതും തടസ്സംകൂടാതെ നിലനിൽക്കുന്നതും മുറതെറ്റാതെ തുടരുന്നതും ഇതരവ്യവസ്ഥകൾക്ക് അനുപൂരകമായിട്ടുള്ളതുമായ ആചാരക്രമത്തെയും നിയമം എന്ന് കരുതാനാകും. നീതിയുടെ പരിപാലനത്തിനും അനീതി പ്രതിരോധിക്കുന്നതിനും ഉള്ള ഉപാധികൂടിയാണ് നിയമം. സമൂഹത്തിലെ അംഗങ്ങളുടെ ഒറ്റയ്ക്കും കൂട്ടായുമുള്ള താൽപ്പര്യസംരക്ഷണത്തിനുള്ള ഉപകരണമാണ് നിയമം. വ്യക്തി, സമൂഹം, രാഷ്ട്രം എന്നിവ തമ്മിലും അവയ്ക്കിടയിലും ഉണ്ടാകാവുന്ന താൽപ്പര്യവൈരുദ്ധ്യങ്ങളെയും സംഘർഷങ്ങളെയും സമീകരിക്കുന്നതിനും സമരസപ്പെടുത്തുന്നതിനും പരിഹരിക്കുന്നതിനുമുള്ള ഉപകരണവുമാണ് നിയമം. സാർവ്വദേശീയ പ്രമാണങ്ങളും പ്രഖ്യാപനങ്ങളും ഉടമ്പടികളും ചരിത്രപരമായിട്ടും സാമൂഹ്യമായിട്ടും വികസിച്ചുവന്നതും പുലരുന്നതുമായ ആചാരങ്ങളും വഴക്കങ്ങളും നിയമങ്ങളാണ്. സാമൂഹ്യ നിർമ്മിതിക്കും പുനർനിർമാണത്തിനും ഉള്ള ഉപകരണംകൂടിയാണത്.

ഓരോരുത്തർക്കും അവകാശപ്പെട്ടത് അർഹതയ്ക്ക് അനുസരിച്ച് ഉറപ്പാക്കാനും നീതി പരിപാലിക്കാനും അനീതിയില്ലാതാക്കാനും അതിലൂടെ സുസ്ഥിര സാമൂഹ്യക്രമം ഉറപ്പാക്കാനും ഇന്നുള്ള സമൂഹത്തെ ഉയർന്ന സാമൂഹ്യക്രമത്തിലേക്ക് പരിവർത്തനം ചെയ്യിക്കാനും ഉള്ള ഉപാധിയാണ് നിയമം. അതിന്റെ വ്യവസ്ഥകൾ അനുസരിക്കാനും പാലിക്കാനും സമൂഹത്തിലെ അംഗങ്ങൾ ബാധ്യസ്ഥരാണ്. അത് അവരുടെ കടമയാണ്. അല്ലാത്തപക്ഷം നിയമലംഘനമാവും ഫലം. നിയമങ്ങൾ ലംഘിക്കപ്പെടുന്നത് സമൂഹത്തെ അരാജകത്വത്തിലേക്ക് നയിക്കും. രാഷ്ട്രവും സമൂഹവും വ്യക്തിയും തകർച്ച നേരിടുകയാവും ഇതിന്റെ പ്രത്യാഘാതം. ഏതൊരു വർഗ്ഗഘടനയിലും അധിഷ്ഠിതമായ സമൂഹത്തിന് അതാതിന്റേതായ നിയമക്രമവും അനിവാര്യമാണ്. അതുകൊണ്ടുതന്നെയാണ് വർഗ്ഗവൈരുദ്ധ്യം മറികടന്ന് അന്തരാളാവസ്ഥയിലൂടെ

മുന്നേറി തൊഴിലാളിവർഗ്ഗ സർവ്വാധിപത്യഘട്ടത്തിലെത്തുമ്പോഴേക്കും എല്ലാവർക്കും സമാനവും സമശീർഷകവുമായി ബാധകമാക്കപ്പെടുന്ന നിയമ-നീതി വ്യവസ്ഥ സംജാതമാകും എന്ന് വിഭാവനം ചെയ്യപ്പെടുന്നത്. അത്തരമൊരു സ്ഥിതിയിലാണ് രാഷ്ട്ര പരമാധികാരസ്ഥതതന്നെ അപ്രത്യക്ഷമാകുന്നതും അതിരുകളും അരുതുകളും നിർണ്ണയിക്കപ്പെടുന്ന നിലയ്ക്കുള്ള നിയമ വ്യവസ്ഥയ്ക്കു പകരം സാർവ്വലൗകികവും സർവ്വവ്യാപിയുമായ നിയമക്രമം രൂപപ്പെടുകയും ചെയ്യും എന്ന് കരുതാനിടയാകുന്നതും.

2

നിയമ സ്രോതസ്സുകൾ

ഇന്ന് അറിയുന്നതും പ്രയോഗിക്കുന്നതുമായ വിവിധ നിയമങ്ങളുണ്ട്. എവിടെയാണ് ഈ നിയമങ്ങളുടെ ഉത്ഭവസ്ഥാനം? നിയമങ്ങളുടെ ഉൽപ്പത്തി എന്നാണ്? നിയമശാസ്ത്ര ചിന്തകർക്ക് കൃത്യവും സർവ്വസ്വീകാര്യവും ആയ ഉത്തരം നൽകുന്നതിന് ഇപ്പോഴും കഴിയാത്ത ചോദ്യങ്ങളാണിവ. വിവിധ നിയമ-നീതിശാസ്ത്രചിന്താപദ്ധതികൾ അവരവരുടേതായ അഭിപ്രായങ്ങൾ ഉന്നയിച്ചിട്ടുണ്ട്. നിയമത്തെ സമഗ്രമായി നിർവ്വചിക്കുന്നതിലെന്നപോലെ നിയമത്തിന്റെ പ്രഭവകേന്ദ്രം നിർണ്ണയിക്കുന്നതിലും യോജിപ്പിലെത്താൻ ഇന്നും കഴിഞ്ഞിട്ടില്ല.

ഇംഗ്ലീഷ് നീതിശാസ്ത്രചിന്താധാരയുടെ പ്രതിഷ്ഠാപകനായ ജോൺ ഓസ്റ്റിൻ 1832 ൽ തന്റെ പ്രമാദമായ പ്രബന്ധങ്ങളിലൂടെ അന്നുവരെ നിലനിന്നുപോന്ന ധാരണകളെ തിരുത്തിക്കുറിക്കുകതന്നെ ചെയ്തു. ഓസ്റ്റിന്റെ ചിന്തകൾ പിൽക്കാലത്ത് ഖണ്ഡിക്കപ്പെടുകയും ചിലതെല്ലാം നിരാകരിക്കപ്പെടുകയോ പരിഷ്കരിക്കപ്പെടുകയോപോലും ചെയ്തിട്ടുണ്ട്. ഒട്ടേറെ നിയമ-നീതിശാസ്ത്രകാരന്മാരുടെ നേരിട്ടും അല്ലാതെയുമുള്ള അന്വേഷണങ്ങളിലും പഠനങ്ങളിലും അന്തർലീനമായ ഒരു ഘടകം നിയമവും സമൂഹവും തമ്മിലുള്ള ബന്ധമാണ്.

ഗ്രീക്ക് തത്ത്വചിന്തകനായ അരിസ്റ്റോട്ടിൽ അഭിപ്രായപ്പെട്ട പ്രകാരം മനുഷ്യൻ ഒരു സാമൂഹ്യമൃഗമാണ് (സോഷ്യൽ ആനിമൽ). ഓരോ മനുഷ്യർക്കും തന്റെ സഹജീവി സമൂഹത്തോട് പ്രതിപ്രവർത്തിച്ചുമാത്രമേ നിലനിൽക്കാനും സ്വയം നിർമ്മിക്കാനും വികസിക്കാനും സാധിക്കുകയുള്ളു. മനുഷ്യന്റെ ധാർമ്മികവും നൈതികവും സാമൂഹ്യവും സംഘടിതവുമായ പാരസ്പര്യത്തിൽ നിന്നും പ്രതിപ്രവർത്തനത്തിൽനിന്നുമാണ് നിയമം ഉറവെടുത്തതെന്നു കരുതാം.

പ്രാചീന മനുഷ്യന് കേവല വ്യക്തിഗത കൃത്യത്തിനപ്പുറം ജീവി

തവൃത്തി ഉണ്ടായിരുന്നില്ലെന്നതിനാൽ നിയമ-നിയന്ത്രണ-വ്യവസ്ഥകൾ ഉണ്ടായിരുന്നില്ലെന്ന് കാണാം. എന്നാൽ വേട്ടക്കാരുടെ കാലത്തേക്ക് പരിണമിക്കുമ്പോൾ നായാട്ടിന്റെ അഥവാ വേട്ടയുടെ വ്യവസ്ഥകൾ ഉടലെടുക്കുന്നതായി കാണാം. വേട്ടക്കാർക്കും അഥവാ നായാടിക്കും ഇരകൾക്കും ഇടയിലുള്ള ബന്ധവ്യതിയാനങ്ങളെ ഈ വ്യവസ്ഥകൾ നിയന്ത്രിക്കുന്നതായി കാണാം. വിശപ്പകറ്റാനായല്ലാതെ ഇരയെ കൊല്ലരുത്, നേരിട്ട് കീഴ്പ്പെടുത്തിയാകണം ഇരപിടിക്കേണ്ടത്, തനിക്കാവശ്യമുള്ളതിലേറെ ഭോഗിക്കരുത് എന്നിവയെല്ലാം ഇത്തരം നിയമങ്ങൾക്ക് ഉദാഹരണമാണ്. മനുഷ്യപ്രതികരണങ്ങൾ ഓരോന്നും മറ്റൊരു സംഭവത്തിന് ഇടയാക്കുന്നു. ഓരോ സംഭവവും അതിന് പിന്നിലുള്ള സാമൂഹ്യ ഉപാധിയും ആവശ്യകതയും ചേർന്നാണ് ഓരോ നിയമതത്ത്വത്തിനും രൂപംനല്കുന്നത്. ഓരോ സന്ദർഭത്തിലും സാഹചര്യത്തിലും, നിലവിലുള്ള സാമൂഹ്യ രാഷ്ട്രീയ ചുറ്റുപാടുകൾ മനുഷ്യസ്വഭാവത്തിലും പെരുമാറ്റത്തിലും ചെലുത്തുന്ന പ്രഭാവമാണ് നിയമത്തിന്റെ ഉൽപ്പത്തികേന്ദ്രം. അതുകൊണ്ടുതന്നെ സാമൂഹ്യശാസ്ത്രം, തത്ത്വശാസ്ത്രം, മനശ്ശാസ്ത്രം, രാഷ്ട്രമീമാംസ, സാമ്പത്തികശാസ്ത്രം, മതമൂല്യബോധം എന്നിവയോടെല്ലാം ബന്ധപ്പെടുത്തിമാത്രമേ നിയമത്തിന്റെ സ്രോതസ്സുകൾ വിശദീകരിക്കുവാൻ കഴിയൂ.

പ്രാചീന ഗ്രീക്ക് ചിന്തകളിൽനിന്ന് ഉരുത്തിരിഞ്ഞുവന്നിട്ടുള്ള അഭിപ്രായമാണ് പ്രകൃതിനിയമസ്രോതസ് സംബന്ധിച്ച ചിന്താധാര. നിയമം മനുഷ്യന്റെ യുക്തിബോധചിന്തയിൽ അധിഷ്ഠിതവും പ്രപഞ്ചപ്രകൃതിയുടെ മൗലികപ്രഭാവത്തിന് വിധേയമായി വെളിപ്പെടുന്നതുമായ പ്രത്യക്ഷതത്ത്വങ്ങളാണെന്നവർ ഉപന്യസിക്കുന്നു. ആത്യന്തിക പ്രകൃതിവ്യവസ്ഥയുമായി പൊരുത്തപ്പെടുന്നതും സ്ഥായിഭാവം പ്രകടമാക്കുന്നതുമായ മാനുഷികവൃത്തി ആണ് നിയമം. ഇതാകട്ടെ സർവ്വവ്യാപകവും സാർവ്വലൗകികവും സാർവ്വജനീനവുമായി കരുതാം. അവ അലിഖിതവും അചഞ്ചലവും അഭംഗുരവും അനാദിയും ആയ മൂല്യാവബോധവും ധാർമികതത്ത്വവും നൈതിക വ്യവസ്ഥയുമായിരിക്കുന്നു. അതുകൊണ്ടുതന്നെ അവ അലംഘനീയവുമായി കരുതപ്പെട്ടു. സർവ്വലോകബാധകമായ മനുഷ്യാവബോധത്തിൽ സന്നിവേശിപ്പിക്കപ്പെട്ട അപ്രമാദിത്വം അവകാശപ്പെടുന്ന തത്ത്വങ്ങളാണ് പിന്നീട് ഇങ്ങോട്ടുള്ള കാലമെല്ലാം നിയമം എന്ന് വ്യവഹരിക്കപ്പെട്ടുപോന്നത്. ശ്രുതികൾ, സ്മൃതികൾ, വേദോപനിഷത്തുക്കൾ, സൂക്തങ്ങൾ എന്നിവ ഉദാഹരണം.

എന്നാൽ ആധുനികകാല നിയമങ്ങളെ പരാമർശിക്കാനും വ്യവഹരിക്കാനും മേൽക്കൊടുത്ത വിശദീകരണംകൊണ്ടു മാത്രം കഴിയില്ലെന്നു വന്നു. ആ സ്ഥിതിയിലാണ് ഓസ്റ്റിൻ നിയമത്തെ രണ്ട് തരത്തിൽ വ്യവഹരിക്കാൻ ശ്രമിച്ചത്. യഥാർത്ഥനിയമം എന്നും അയഥാർത്ഥ നിയമം എന്നും അതിന് ഓസ്റ്റിൻ പേരു നല്കി. യഥാർത്ഥ നിയമങ്ങൾ ഒരു രാഷ്ട്രീയപരമാധികാരസ്ഥകേന്ദ്രം വിധേയരായ പ്രജകൾക്കായി രൂപപ്പെടുത്തി വ്യവസ്ഥാപിതമാക്കുന്ന തത്ത്വങ്ങളാണ്. അയഥാർത്ഥനിയമ

ങ്ങളാകട്ടെ പ്രത്യക്ഷമായോ പരോക്ഷമായോ പരമാധികാര രാഷ്ട്രീയ കേന്ദ്രത്തിൽനിന്നല്ലാതെ ഉറവെടുക്കുന്നതും എന്നാൽ ബന്ധപ്പെട്ട വ്യക്തികൾ പരിപാലിക്കുന്നതുമായ വ്യവസ്ഥകളാണ്. പ്രജകൾക്കുമേൽ നീതി നടത്തിപ്പിന്റെ പരമാധികാരി എന്ന നിലയ്ക്ക് ഭരണാധിപരുടെ തീർപ്പുകൾ, അവയുടെ ലിഖിതവും സമാഹൃതവും ആയ വ്യാഖ്യാനങ്ങൾ, ഔപചാരിക കല്പനകൾ, തിട്ടൂരങ്ങൾ, തത്ത്വസംഹിതകൾ എന്നിവയെല്ലാം നിയമത്തിന്റെ പ്രഭവകേന്ദ്രമായി പരിഗണിക്കപ്പെടുന്നു.

പത്തൊമ്പതാം നൂറ്റാണ്ടിലെ പ്രഗത്ഭ നിയമ-നീതി ശാസ്ത്രകാരനായ ജോൺസാമൺ നിയമം എന്നത് കേവലം അവകാശമോ അപ്രമാദിത്വമോ അല്ല മറിച്ച് രണ്ടിന്റെയും സമഞ്ജസമായ സമ്മേളനമാണെന്ന് ചൂണ്ടിക്കാണിച്ചിട്ടുണ്ട്. രാഷ്ട്രസമൂഹത്തിന്റെ ജീവാത്മാവാണ് നീതിയെങ്കിൽ അത് നിലനിർത്തുന്നതിനുള്ള പ്രാണവായുവാണ് നിയമം എന്ന് സാമൺ അഭിപ്രായപ്പെടുന്നു. അതുകൊണ്ടുതന്നെ ക്ലാസിക്കൽ നിയമശാസ്ത്രജ്ഞനായ സാമൺ നിയമത്തിന്റെ സ്രോതസിനെ രണ്ടായി വർഗ്ഗീകരിക്കുന്നു. ഒന്നാമത്തേത് നിയമത്തിന് മൂല്യവും ബലവും പവിത്രതയും ലഭ്യമാക്കുന്ന പ്രാമാണികസ്രോതസ്സ്. പ്രൊഫ. അല്ലൻ രാഷ്ട്രപരമാധികാരത്തിൽനിന്നും അതിന്റെ ഫലമായ അംഗീകരണത്തിൽനിന്നും ഉടലെടുക്കുന്ന സ്രോതസ്സായി ഇതിനെ വിശദീകരിക്കുന്നു. ചുരുക്കത്തിൽ പരമാധികാര രാഷ്ട്രംതന്നെയാണ് നിയമത്തിന്റെ പ്രാമാണികസ്രോതസ് എന്ന് വരുന്നു. രണ്ടാമത്തെ സ്രോതസ്സാകട്ടെ നിയമത്തിന്റെ ഭൗതികസ്വഭാവം നിർണ്ണയിക്കുന്നവയാണ്. ഓരോ നിയമത്തിനും സവിശേഷ രൂപവും ഭാവവും ഫലവും പ്രദാനം ചെയ്യുന്നവയാണ് ഭൗതികസ്രോതസ്സുകൾ.

ഭൗതിക സ്രോതസ്സുകളെത്തന്നെ അവയുടെ ആധികാരികതയെ ആശ്രയിച്ച് രണ്ടായി തിരിക്കാം. സ്വയംസിദ്ധമായവ അഥവാ ജന്മനാ നിയാമകസ്വഭാവം ആർജ്ജിക്കുന്ന സ്രോതസ്സുകളാണ് ഒന്നാമത്തേത്. അവയെ നിയാമക ഭൗതിക സ്രോതസ്സുകൾ എന്ന് വിളിക്കാം. ഉദാഹരണത്തിന് നിയനിർമ്മാണസഭ രൂപപ്പെടുത്തുന്ന നിയമസംഹിത സ്വയംസിദ്ധമായ പാലനശേഷിയുള്ളതാകയാൽ നിയാമകഭൗതിക സ്രോതസ്സായി പരിഗണിക്കാം. രണ്ടാമത്തെ വിഭാഗമാകട്ടെ പ്രേരകസ്വഭാവത്തോടുകൂടിയവയാണ്. ചരിത്രപരമായ ഭൗതികസ്രോതസ്സുകൾ എന്ന് ഇവയെ പരാമർശിക്കാം. ഉദാഹരണമായി നീതിന്യായ അധികാരസ്ഥരുടെ നിഗമനം, അഭിപ്രായം, ഉദ്ധരണി തുടങ്ങിയവ പ്രേരകാത്മക ഭൗതികസ്രോതസ്സുകളാണ്. ഇവയെ മൂല്യവത്തായ സ്രോതസ്സുകളായിത്തന്നെ കരുതാമെങ്കിലും നിയമസംഹിതകൾക്ക് സമാനമായ സ്വയംസിദ്ധ പാലനശേഷി ഈ സ്രോതസ്സുകൾക്ക് ഇല്ല എന്ന് കാണാം. എന്നാൽ അവ നിയമസംഹിതയിൽ ഉൾച്ചേർക്കപ്പെടുന്ന പക്ഷം സ്വമേധയാ ബാധകമായി വർത്തിക്കപ്പെടാനും കഴിയും.

മൂലസ്രോതസ്സുകളായ നിയാമക ഭൗതിക സ്രോതസ്സുകൾക്ക്

മജ്ജയും മാംസവും നല്കി ജീവത്തായ നിയമ പ്രക്രിയ ഉറപ്പാക്കുന്നത് പ്രേരകാത്മക സ്രോതസ്സുകളായിരിക്കും. മറിച്ച് സ്വയം നിർവ്വാഹകശേഷിയില്ലാത്ത പ്രേരകാത്മക സ്രോതസ്സുകൾക്ക് ഊർജ്ജം പകർന്ന് ഓജസ്സുറ്റതാക്കി പരിപാലിക്കുന്നത് മൗലിക നിയാമകസ്രോതസ്സുകളായിരിക്കും. അതായത് ചരിത്രപരവും പ്രേരകാത്മകവുമായ സ്രോതസ്സുകൾക്ക് മൗലികവും നിയാമകവുമായ സ്രോതസ്സുകളുടെ പിൻബലവും അംഗീകരണവും ഉണ്ടെങ്കിൽ മാത്രമേ അവയ്ക്ക് പ്രാബല്യവും പ്രയോഗശേഷിയും ആധികാരികതയും ഉണ്ടാവുകയുള്ളു. അല്ലാത്തപക്ഷം അവ കേവലം താത്ത്വികാഭിപ്രായങ്ങൾ മാത്രമായിട്ടേ പരിഗണിക്കപ്പെടുകയുള്ളു.

പ്രേരകാത്മക ഭൗതികസ്രോതസ്സുകൾക്ക് ഉദാഹരണമാണ് സ്മൃതികൾ (മനു, യാജ്ഞവൽക്യൻ, വാത്സ്യായനൻ) സൂക്തങ്ങൾ (പതഞ്ജലി, വ്യാസൻ) മതഗ്രന്ഥങ്ങൾ, ആഖ്യായികൾ, പുരാണ ഇതിഹാസത്ത്വങ്ങൾ, പ്രവചനങ്ങൾ എന്നിവ. ഖുർ–ആൻ ഹാദിസുകൾ, ഫത്വവകൾ മതപണ്ഡിതാഭിപ്രായങ്ങളായ ഖ്യാസ്, ഇജ്മ എന്നിവയും ഉദാഹരണമാണ്. കാനൻനിയമങ്ങൾ, പൗരോഹിത്യതീർപ്പുകൾ, മാർപ്പാപ്പയുടെ ഉദ്ഘോഷണങ്ങൾ എന്നിവയും ഉദാഹരണമായി കരുതാം. അതാത് രാജ്യത്ത്, അതാത് കാലത്ത് നിലവിലുള്ള നിയാമക ഭൗതികസ്രോതസ്സുകളുടെ അംഗീകരണം ഉണ്ടെങ്കിൽ മാത്രമേ മേൽ വിശദീകരിച്ച സ്രോതസ്സുകൾക്ക് ആധികാരികത ലഭിക്കുകയുള്ളു. എങ്കിൽമാത്രമേ പൗരർക്കുമേൽ അവ ബാധകമായതായി കരുതാനും കഴിയൂ. അപ്രകാരം അംഗീകാരം ഇല്ലാത്തതോ അംഗീകാരത്തിന് വിധേയമാകാത്തതോ ആയ ഏതൊരു വ്യവസ്ഥയും പ്രാബല്യമോ സാധുതയോ ഉള്ളതായി കരുതാൻ കഴിയില്ല. അവയ്ക്ക് കേവലം ആത്മനിഷ്ഠവും വ്യക്തിനിഷ്ഠവും ആയ സാധുതയും പ്രാബല്യവും മാത്രമായിരിക്കും ഉണ്ടായിരിക്കുക.

നിയാമക ഭൗതിക സ്രോതസ്സുകൾ

ഇന്ന് നാം സാധാരണമായിട്ടും സ്വാഭാവികമായിട്ടും വ്യവഹരിക്കുന്ന നിയമ സ്രോതസ്സുകൾ എന്ന നിലയിൽ നിയാമക ഭൗതിക സ്രോതസ്സുകൾ കുറച്ചു വിശദമായി അറിഞ്ഞിരിക്കണം. താഴെ ചേർത്തിരിക്കുന്നവയാണ് പ്രധാനപ്പെട്ട നിയാമക ഭൗതികസ്രോതസ്സുകൾ.

1. ആചാര പാരമ്പര്യങ്ങൾ
2. നീതി–ന്യായ വഴക്കങ്ങൾ
3. നിർമ്മിത നിയമ സംഹിതകൾ
4. പരസ്പര സമവായ കരാറുകൾ
5. ഏകമുഖശാസനങ്ങൾ

ആധുനികകാല സമൂഹക്രമത്തിൽ നിയമസ്രോതസ്സ് എന്നനിലയിൽ നിർമ്മിതനിയമങ്ങളെ അപേക്ഷിച്ച് ആചാരപാരമ്പര്യങ്ങൾക്ക് പ്രസക്തി കുറവാണ്. ആധുനികതയുടെ പാരമ്യത്തിൽ ആചാരങ്ങൾ പുനഃപ്രതിഷ്ഠനേടുന്നതായും സംശയിക്കാൻ തരമുണ്ട്. നവോത്ഥാന

ചരിത്രഘട്ടത്തിൽ ദുരാചാരങ്ങളോ അനാചാരങ്ങളോ ഹത്യാചാരങ്ങളോ ആയി കരുതി നിരാകരിക്കപ്പെട്ട ചില ഘടകങ്ങളെങ്കിലും സമകാലിക സമൂഹചര്യയിൽ തിരികെ സ്ഥാനംപിടിക്കുന്നത് ഇതിന്റെ സൂചനയാകാം. നിയമദൃഷ്ടിയിൽ നോക്കുമ്പോൾ നിർമ്മിത നിയമങ്ങൾ രാഷ്ട്രഘടനയ്ക്കും ആചാരപാരമ്പര്യങ്ങൾ സമൂഹഘടനയ്ക്കും നിർണ്ണായകപ്രധാനമാണെന്ന് കാണാം. നിർമ്മിത നിയമങ്ങൾ രാഷ്ട്രപരമാധികാരത്തിൽ നിന്ന് ഉറവയെടുക്കുമ്പോൾ ആചാരപാരമ്പര്യങ്ങൾ പൊതുസമൂഹാഭിപ്രായത്തിൽനിന്ന് പിറവിയെടുക്കുന്നു എന്നും കാണാം. വ്യക്തി നിയമങ്ങൾ രൂപംകൊണ്ടിരിക്കുന്നത് പ്രധാനമായും ആചാരപാരമ്പര്യങ്ങളിൽനിന്നാണ്.

ആചാരപാരമ്പര്യങ്ങളെ പൊതുവിൽ നിയാമകമെന്നും നിർവ്വാഹകമെന്നും രണ്ടായി തിരിക്കാം. നിയാമക അസ്തിത്വം അപ്രമാദിതമായിട്ടുള്ള ആചാരങ്ങളാണ് ആദ്യത്തേത്. രണ്ടാമത്തേതാകട്ടെ വ്യവസ്ഥാപിതമായിട്ടും ഉപാധിവിധേയമായിട്ടും അംഗീകരിച്ചും സ്വാംശീകരിച്ചും നിർവ്വഹിക്കപ്പെടുകവഴി സാധുത ലഭിക്കുന്ന ആചാരങ്ങളാണ്. നിയാമക ആചാരങ്ങൾതന്നെ പ്രാദേശിക ആചാരങ്ങളെന്നും പൊതുആചാരങ്ങളെന്നും രണ്ടായി വ്യവഹരിക്കപ്പെടുന്നു. സ്വീകാര്യത, പ്രാബല്യം, പ്രയോഗം എന്നിവയാണീ വേർതിരിവിന് ആധാരം.

ആചാരപാരമ്പര്യത്തിന് നിയമസ്രോതസ്സിന്റെ സാധുത ലഭിക്കണമെങ്കിൽ നിയമപരമായ ചില മുന്നുപാധികൾ പാലിക്കപ്പെടണം.

- യുക്തിഭദ്രത, നീതിപൂർവ്വകത, പ്രയോഗക്ഷമത, അവകാശപാലനം എന്നിവ സാധ്യമാകണം.
- നിർമ്മിത നിയമ സംഹിതകളുമായും വ്യവസ്ഥകളുമായും അനുരോധവും അനുപൂരകവുമായിരിക്കണം.
- കടമയായും നിർണ്ണായകമായും നിർബന്ധമോ പരപ്രേരണയോ കൂടാതെയും സ്വമേധയാ സ്വീകാര്യമായും ബാധകമാക്കപ്പെടണം
- ചരിത്രാതീതകാലംമുതൽ സാധുതയോടെ പ്രാബല്യമുള്ളതായിരിക്കണം.
- തടസ്സമോ വിഘ്നമോ എതിർപ്പോകൂടാതെ തുടരുന്നതായിരിക്കണം.
- സമാധാനപൂർണ്ണമായ പാലനത്തിന് കഴിയുന്നതാകണം.
- കൃത്യതയും വ്യക്തതയും പാലനക്ഷമതയും ഉള്ളതായിരിക്കണം.
- അനിശ്ചിതമോ അവ്യക്തമോ അസ്ഥിരമോ ആയ ആചാരങ്ങൾ നിയമ സ്രോതസ്സുകളായി കരുതാനാകില്ല.
- പരസ്പരപൂരകമായിരിക്കണം ആചാരങ്ങൾ. നിലവിലുള്ള ഒന്നിന് വിരുദ്ധമായ മറ്റൊരു ആചാരത്തെ നിയമസ്രോതസ്സായി കരുതാനാകില്ല.

വിപുലവും വ്യാപകവുമായ അർത്ഥത്തിൽ ഗതകാല വിധിതീർപ്പുകൾ വഴക്കങ്ങൾ എന്ന നിലയിൽ നിയമത്തിന്റെ സ്രോതസ്സായി കരുതാം. നിയമ-നീതിന്യായ വിധിതീർപ്പുകൾ നല്കാൻ ബാധ്യസ്ഥമായ ഏതൊരു ഘടകവും സ്ഥാപനവും അതിന് മേലധികാരസ്ഥതയുള്ള ഘടകത്തിന്റെയോ സ്ഥാപനത്തിന്റെയോ തീർപ്പുകൾ സമാനമായ വിഷയങ്ങ

ളിൽ സാധുവായി പാലിക്കാൻ ചുമതലയുണ്ട്. എന്നാൽ അലംഘനീയമായ വിധം കീഴ്വഴക്കങ്ങൾ പരിപാലിക്കുന്നത് നിയമവ്യവസ്ഥയുടെ തന്നെ കാലോചിതമായ വികാസപരിഷ്കരണങ്ങൾക്ക് വിഘാതമായേക്കാം. യുക്തവും നീതിപൂർവ്വകവുമായ കാരണങ്ങളാൽ വഴക്കത്തിൽനിന്ന് വ്യതിചലിച്ചും സ്വതന്ത്രമായിട്ടുള്ളതുമായ വിധിതീർപ്പിന് നിയമവ്യവസ്ഥ ഇടംനല്കുന്നുണ്ട് എന്നു സാരം. അതിനുള്ള ആർജ്ജവം തീരുമാനം എടുക്കുന്നവർ പ്രകടമാക്കണം എന്നുമാത്രം.

പൊതുവായി പറഞ്ഞാൽ വഴക്കങ്ങൾ രണ്ടു തരമുണ്ട്; മൗലികവും പ്രഖ്യാതവും. മൗലികവഴക്കങ്ങൾ സ്വയം നിലനില്ക്കുന്നതും നവീന നിയമതത്ത്വത്തിന് ജന്മംനല്കുന്നതുമായിരിക്കും. പ്രഖ്യാതവഴക്കമാകട്ടെ നൂതനമായതെങ്കിലും തത്ത്വം രൂപപ്പെടുത്തുകയല്ല പകരം നിലവിലിരിക്കുന്ന തത്ത്വത്തിന്റെ ആവർത്തിച്ചുള്ള പ്രഖ്യാപനം മാത്രമായിരിക്കും ഉൾക്കൊള്ളുക. ഇപ്രകാരം ഉന്നത നീതിന്യായവിധിതീർപ്പുകളിലൂടെ വ്യവസ്ഥാപിതമാക്കപ്പെട്ട ചോദ്യം ചെയ്യപ്പെടാനാകാത്ത വഴക്കങ്ങളാണ് നിയമത്തിന്റെ സ്രോതസ്സുകളായി മാറുന്ന സ്ഥാപിത കീഴ്വഴക്കങ്ങൾ. ഏതൊരു വിധിപ്രസ്താവത്തിന്റെയും കാതലായ അന്തസ്സത്തയാണ് ഇങ്ങനെ വഴക്കങ്ങളായി ഗണിക്കപ്പെടുക. വിധികർത്താക്കൾ സാന്ദർഭികമായി നടത്തുന്ന പരാമർശങ്ങൾക്ക് വഴക്കങ്ങളുടെ കേവലസാധുത ഉണ്ടായിരിക്കില്ല.

ഇന്ത്യയിൽ കീഴ്കോടതികൾക്ക് അതത് ഹൈക്കോടതികളുടെ തീർപ്പുകളും, പരമോന്നത നീതിപീഠത്തിന്റെ തീർപ്പുകളും പരാമർശങ്ങളും, നിർണ്ണായകനിയമസ്രോതസ്സുകളാണ്. ഇവയുടെ അഭാവത്തിൽ ബ്രിട്ടീഷ് പ്രഭുസഭയുടെയും ചക്രവർത്തിസഭയുടെയും തീർപ്പുകളോ, വിദേശ നീതിന്യായവിധി പ്രസ്താവങ്ങളോ പ്രേരകാത്മക വഴക്കങ്ങളായി പരിഗണിക്കാവുന്നതാണ്. സാധുതയുടെ അടിസ്ഥാനത്തിൽ മൗലിക വഴക്കങ്ങളെത്തന്നെ പരമമായതെന്നും നിർദ്ദിഷ്ടമായതെന്നും രണ്ടായി തിരിക്കാവുന്നതാണ്. ശരിതെറ്റുകൾ അന്വേഷിക്കാനിടയില്ലാത്തവിധം ബാധകമാകുന്ന വഴക്കങ്ങളാണ് പരമമായവ. വ്യവസ്ഥാപിത കാരണമോ ഉപാധിയോ മൂലം മറികടക്കപ്പെടാവുന്നവയാണ് നിർദ്ദിഷ്ട വഴക്കങ്ങൾ. ഉദാഹരണത്തിന് കേരളഹൈക്കോടതിയിലെ ഒരു ഏകാംഗബഞ്ചിന്റെ തീർപ്പ് സമാനസ്വഭാവമുള്ള തർക്കത്തിൽ കീഴ്ക്കോടതിക്ക് പരമമായ മൗലിക വഴക്കമാണ്. എന്നാൽ അത്തരമൊരു വിധിതീർപ്പ് ഹൈക്കോടതിയുടെ തന്നെ മറ്റൊരു ഏകാംഗബഞ്ചിലോ ഡിവിഷൻബഞ്ചിലോ കേവലം നിർദ്ദിഷ്ട വഴക്കം മാത്രമാകയാൽ അവ സ്വീകാര്യമാണെങ്കിൽ മാത്രമേ സാധുത കൈവരുകയുള്ളൂ. നീതിന്യായപ്രക്രിയയ്ക്കുപുറമേ കാര്യനിർവ്വഹണ വിഭാഗത്തിലും വഴക്കത്തിന് നിയാമക സ്രോതസ്സിന്റെ സ്ഥാനമാണുള്ളത്.

വിപുലമായ അർത്ഥത്തിൽ നിയമനിർവ്വഹണസഭ, നീതിന്യായവഴക്കം, കാര്യനിർവ്വഹണ വിഭാഗം എന്നിവയിലൂടെ രൂപപ്പെടുന്ന ഏതൊരു നിയമതത്ത്വത്തെയും നിർമ്മിത നിയമം എന്ന് വിളിക്കാം. പരിമിത അർത്ഥത്തിൽ നിയമനിർവ്വഹണസഭയോ അവ നിയോഗിക്കുന്ന പ്രകാരം

കാര്യനിർവ്വഹണകർത്താക്കളോ രൂപപ്പെടുത്തുന്ന തത്ത്വങ്ങൾ മാത്രമാണ് നിർമിതനിയമങ്ങൾ. നിഷ്കൃഷ്ടമായി പറഞ്ഞാൽ നിയമനിർമ്മാണസഭകൾ രൂപപ്പെടുത്തുന്ന നിയമങ്ങളും ഉപനിയമങ്ങളും ഉൾപ്പെടുന്നവയാണ് നിർമ്മിത നിയമസ്രോതസ്സുകൾ. ചരിത്രപരവും പ്രായോഗികവുമായി നോക്കുമ്പോൾ കൊളോണിയൽ നിയമങ്ങൾ, സാർവ്വദേശീയ നിയമങ്ങൾ, ദേശീയ നിയമങ്ങൾ, സ്വയംഭരണനിയമങ്ങൾ, തദ്ദേശഭരണ നിയമങ്ങൾ എന്നിവ നിർമ്മിതനിയമഘടകങ്ങളായി കരുതാനാകും. ആക്ടുകൾ, സ്റ്റാറ്റ്യൂട്ടുകൾ, ചട്ടങ്ങൾ, ഉത്തരവുകൾ, വിജ്ഞാപനങ്ങൾ, പട്ടികകൾ (ഷെഡ്യൂൾ) എന്നിവ നിർമ്മിതനിയമങ്ങളിൽ ഉൾപ്പെടും. നിയമസഭാസാമാജികരുടെയും പൊതുസമൂഹത്തിന്റെയും അഭിപ്രായങ്ങൾ പ്രതിഫലിപ്പിക്കുന്ന, മാറ്റങ്ങൾക്കും പരിഷ്കരണങ്ങൾക്കും സന്നദ്ധതയുള്ള, ഭാവിസാധ്യതകൾക്കനുസൃതമായ പരീക്ഷണക്ഷമതയുള്ള സാമാന്യനീതിയും സമത്വാവസരവും ഉറപ്പാക്കാൻ കഴിയുന്ന, നിർമ്മിതനിയമസ്രോതസ്സാണ് ഇന്ന് പൊതു സ്വീകാര്യതയും അംഗീകാരവും പ്രസക്തിയുമുള്ള നിയമ ഉറവിടം. അതനുസരിച്ചുള്ള ഗൗരവം നിയമനിർമ്മാണപ്രക്രിയയിൽ പുലർത്താൻ കഴിയണം. ഇതര സ്രോതസ്സുകളെക്കാൾ ഉയർന്ന പരിഗണനന ഏതു തലത്തിലും നിർമ്മിത നിയമങ്ങൾക്ക് ലഭ്യമാക്കുകയും ചെയ്യണം. കുറവുകളോ പിഴവുകളോ സംഭവിച്ചതായി കണ്ടാൽ തിരുത്താനും കഴിയണം. കുറ്റമറ്റ നിയമവാഴ്ച ഉറപ്പാക്കാൻ നിർമ്മിത നിയമസ്രോതസ്സ് കൂടിയേ കഴിയൂ. ഭരണഘടന ഉൾപ്പെടെയുള്ളവ നിർമ്മിത സ്രോതസ്സുകൾക്ക് ഉദാഹരണമാണ്.

ദേശീയവും അന്തർദ്ദേശീയവുമായ ബഹുകക്ഷിസമവായങ്ങളിലൂടെ ഉരുത്തിരിയുന്ന കരാർസ്വഭാവമുള്ളതോ ഉടമ്പടിയെ ആശ്രയിച്ചിട്ടുള്ളതോ ആയ സ്രോതസ്സുകളും ഇന്ന് നിലവിലുണ്ട്. രാഷ്ട്രങ്ങൾ, പൗരജനങ്ങൾ, സ്ഥാപനങ്ങൾ, സംഘടനകൾ, രാഷ്ട്ര സമുച്ചയങ്ങൾ എന്നിവയ്ക്കിടയിൽ ഇത്തരം പരസ്പരാംഗീകൃത തത്ത്വങ്ങൾ നിയമസ്രോതസ്സായി കണക്കാക്കപ്പെടുന്നുണ്ട്. പ്രഖ്യാപനങ്ങൾ, പ്രസ്താവങ്ങൾ, ഉടമ്പടികൾ, കരാറുകൾ, പ്രമാണങ്ങൾ, താത്വികരേഖകൾ, സമ്മതപത്രങ്ങൾ, സന്ധികൾ എന്നിവ ഇപ്രകാരം നിയമസ്രോതസ്സുകളായി വർത്തിക്കുന്നു. രാഷ്ട്രാന്തര-അന്താരാഷ്ട്ര പ്രവർത്തനബന്ധങ്ങളിലും സംസ്ഥാനാന്തര-അന്തർസംസ്ഥാനവിഷയങ്ങളിലും ഇടപാടുകളിലും ഈ നിയമസ്രോതസ്സുകൾ ഉപയോഗിക്കപ്പെടുന്നുണ്ട്. ഇന്ന് ബദൽ തർക്കപരിഹാരഉപാധികളിൽ സജീവമായി ഉപയോഗിക്കപ്പെടുന്നത് ഈ നിയമസ്രോതസ്സാണ് ഐക്യരാഷ്ട്രസംഘടന ഉദാഹരണം.

ഇവയ്ക്കെല്ലാം പുറമേ ഏകാധികാരവാഴ്ച പുലരുന്ന രാജ്യങ്ങളിൽ ഭരണാധികാരിയുടെ വ്യക്തിഗത തീർപ്പുകൾ, പ്രഖ്യാപനങ്ങൾ, പ്രസ്താവങ്ങൾ എന്നിവ പ്രസ്തുത ജനതയ്ക്കു ബാധകമാകുന്ന നിയമസ്രോതസ്സായി പരിണമിക്കപ്പെടുന്നുണ്ട്. രാജശാസനങ്ങൾ, മതമേധാവിയുടെയും പട്ടാളമേധാവിയുടെയും ഉത്തരവുകൾ തുടങ്ങിയവ ഇതിൽപ്പെടുന്നു. നേപ്പാൾ, ഇറാൻ തുടങ്ങിയവ ഉദാഹരണം.

3

നിയമ ശാസ്ത്രശാഖകൾ

ഉത്ഭവം, ഉപയോഗം, സ്വഭാവം തുടങ്ങിയ സവിശേഷതകൾ കണക്കിലെടുത്ത് നിയമത്തെ വ്യത്യസ്തശാഖകളായി തരംതിരിക്കാറുണ്ട്. പഠനത്തിനും പ്രയോഗത്തിനുമുള്ള കേവല സൗകര്യം മുൻനിർത്തി മാത്രമാണ് ഈ തരംതിരിവ്. അത് നിയമത്തിന്റെ മൗലിക ഘടകങ്ങളെ സ്വാധീനിക്കുന്നില്ല.

തോമസ് അക്വിനാസിന്റെ അഭിപ്രായത്തിൽ നിയമത്തിന് പരമമായ പ്രാപഞ്ചികനിയമം എന്നും സവിശേഷമായ മനുഷ്യനിർമ്മാണാത്മകനിയമം എന്നും രണ്ട് ശാഖകൾ ഉണ്ട്. മനുഷ്യാതീതവും പ്രാപഞ്ചികവുമായ മൗലികസ്രോതസ്സിൽനിന്നും ഉദ്ഭവിക്കുന്നതും ഉദാത്തവുമായ നിയമതത്ത്വങ്ങളാണ് ആദ്യ ശാഖയിൽ പെടുക. യുക്തിബോധവും കാര്യകാരണ വിവേചനവും അടിസ്ഥാനമാക്കി ഈ പരമമായ ഉദാത്ത നിയമങ്ങളെ മനുഷ്യർ തങ്ങളുടെ ജീവിതവ്യാപാരത്തിന് പ്രയോഗിക്കുമ്പോൾ ഉണ്ടാകുന്നതാണ് പോസിറ്റീവ് നിയമങ്ങൾ എന്നറിയപ്പെടുന്ന മനുഷ്യനിർമ്മിത ശാഖ രൂപംകൊള്ളുന്നത്.

താരതമ്യ നിയമശാസ്ത്രകാരന്മാർ നല്കുന്ന തരംതിരിവ് പ്രകാരം രാഷ്ട്രാന്തര വ്യവഹാരങ്ങളെ സംബന്ധിക്കുന്നതായ അന്തർദ്ദേശീയ നിയമതത്ത്വങ്ങൾ ഒരു ശാഖയും അതത് രാഷ്ട്രങ്ങൾക്കുള്ളിലെ നിയമവ്യവഹാരങ്ങൾ സംബന്ധിച്ചുള്ള സിവിൽ നിയമങ്ങൾ അഥവാ രാഷ്ട്രനിയമങ്ങളുടെതായ മറ്റൊരു ശാഖയും നിയമരംഗത്തുള്ളതായി കാണാം.

മറ്റൊരു തരംതിരിവ് പൊതുനിയമങ്ങൾ എന്നും സ്വകാര്യനിയമങ്ങൾ എന്നും ഉള്ളതാണ്. വ്യക്തിഗത അവകാശാധികാരങ്ങൾ, അരുതുകൾ, നിയന്ത്രണങ്ങൾ, ഒഴിവുകഴിവുകൾ, ഉപാധികൾ, പരിഹാരനിർദ്ദേശങ്ങൾ എന്നിവ ഉൾക്കൊള്ളുന്ന നിയമശാഖയാണ് സ്വകാര്യനിയമങ്ങൾ. എന്നാൽ സമൂഹം, രാഷ്ട്രം, സംഘടന, സ്ഥാപനം എന്നിങ്ങനെ സംയു

ക്തസ്വഭാവമുള്ള സംവിധാനങ്ങൾ, അവയുടെ അവകാശാധികാരങ്ങൾ, അവയ്ക്ക് സ്വകാര്യനിയമവുമായുള്ള ബന്ധവ്യത്യാസങ്ങൾ, അപവാദങ്ങൾ, ഒഴിവുകഴിവുകൾ, പരിഹാരവ്യവസ്ഥകൾ എന്നിവയെല്ലാം പരാമർശിക്കുന്ന ശാഖയാണ് പൊതുനിയമങ്ങൾ. വ്യക്തിഗതാവകാശം, സ്വാതന്ത്ര്യം, നിയന്ത്രണം, കുടുംബം, സ്വത്ത്, ദത്ത്, രക്ഷാകർതൃത്വം മുതലായവ സംബന്ധിച്ച നിയമങ്ങൾ സ്വകാര്യനിയമശാസ്ത്ര ശാഖയെന്നു കരുതപ്പെടുന്നു. ഭരണഘടന, സംഹിതകൾ, നടപടിക്രമ നിയമങ്ങൾ, സിദ്ധാന്തപരമായ നിയമങ്ങൾ എന്നിവ പൊതുനിയമശാസ്ത്രശാഖയിൽ ഉൾപ്പെടുന്നു.

പഠനം, പ്രയോഗം എന്നിവയ്ക്കുള്ള സൗകര്യാർത്ഥം പൊതുനിയമങ്ങളെത്തന്നെ വിവിധ ശാഖകളായി വേർതിരിക്കാം.

സിദ്ധാന്തപരമായ നിയമങ്ങൾ അഥവാ താത്ത്വിക നിയമങ്ങൾ. കേവല നിയമശാസ്ത്രതത്ത്വങ്ങളുടെ സമാഹാരങ്ങളാണിവ. അതിന്റെ പ്രയോഗത്തിന് സഹായകമായ മറ്റു നിയമങ്ങൾ രൂപപ്പെടുത്തേണ്ടതായുണ്ട്. സിദ്ധാന്തനിയമങ്ങളോ താത്വികവ്യവസ്ഥകളോ സ്വയമേവ നിർവ്വഹണക്ഷമം ആകില്ല. ഭരണഘടന, നഷ്ടപരിഹാരനിയമം, ശിക്ഷാനിയമം, തെളിവുനിയമം തുടങ്ങിയവ ഉദാഹരണം.

നടപടിക്രമ നിയമം. സിദ്ധാന്തപരമായ നിയമങ്ങളുടെ പ്രായോഗിക നടത്തിപ്പിനുള്ള നടപടിക്രമങ്ങൾ അനുശാസിക്കുന്ന നിയമശാഖയാണ്. ഇവ പാലിച്ചുകൊണ്ടു മാത്രമേ നിയമനീതി പരിപാലിക്കുന്നതിന് സാധിക്കുകയുള്ളു. നടപടിക്രമത്തിന്റെ നിഷേധമോ ലംഘനമോ നിയമാവകാശങ്ങളുടെ സാധുതതന്നെ നഷ്ടപ്പെടുത്താൻ ഇടയാക്കും. സിവിൽ നടപടിക്രമം, ക്രിമിനൽ നടപടിക്രമം, കോടതികളുടെ പ്രവർത്തനക്രമം, ബദൽ തർക്കപരിഹാരക്രമം, കാര്യനിർവ്വഹണക്രമം, ഇതിന് ഉദാഹരണങ്ങളാണ്.

ക്ഷേമകാര്യ നിയമങ്ങളാണ് മറ്റൊരു പൊതുനിയമശാഖ. വ്യത്യസ്ത വിഭാഗം ജനങ്ങളുടെ ക്ഷേമം, സുരക്ഷ, പുരോഗതി എന്നിവ ലക്ഷ്യംവച്ച് നിയമനിർമ്മാണ-കാര്യനിർവ്വഹണ വിഭാഗങ്ങൾ രൂപംകൊടുക്കുന്നതോ നീതിന്യായ വഴക്കങ്ങളിലൂടെ രൂപപ്പെടുന്നതോ അന്തർദ്ദേശീയ ഉടമ്പടികളുടെയോ കരാറുകളുടെയോ തുടർച്ചയായോ പിൻബലത്തോടെയോ രൂപപ്പെടുന്നതോ ആയ നിയമതത്ത്വ സമാഹാരങ്ങളാണിവ. ഇവയിൽ ഉൾക്കൊള്ളുന്ന തത്ത്വവ്യവസ്ഥകളുടെ നിർവ്വഹണത്തിനുള്ള ഉപാധികൾ നടപടിക്രമ നിയമങ്ങളുടെ സഹായത്തോടെയാണ് പ്രയോഗത്തിൽ വരുത്തുക. തൊഴിൽനിയമങ്ങൾ, സാമൂഹ്യസുരക്ഷാനിയമങ്ങൾ, സ്ത്രീപദവിപരിരക്ഷാനിയമങ്ങൾ, ബാലനീതി നിയമങ്ങൾ, മനുഷ്യാവകാശ നിയമങ്ങൾ എന്നിവയെല്ലാം ഇതിന് ഉദാഹരണങ്ങളാണ്.

ഭരണനിർവ്വഹണനിയമം പ്രയോഗകക്ഷമത അടിസ്ഥാനമാക്കിയുള്ള മറ്റൊരു നിയമശാഖയാണ്. രാഷ്ട്രം അതിന്റെ ഘടന, വ്യവസ്ഥാപനം, പ്രവർത്തനം, അധികാരാവകാശങ്ങൾ, ഉത്തരവാദിത്വങ്ങൾ, ചുമതലകൾ എന്നിവയെല്ലാം സിദ്ധാന്തപരമായി വ്യവഹരിക്കുന്നത് ഭരണഘടനാനിയമത്തിലാണ്. എന്നാൽ പ്രസ്തുത തത്ത്വങ്ങളുടെ നടത്തിപ്പ് വ്യവഹരിക്കപ്പെടുന്നത് ഭരണനിർവ്വഹണനിയമത്തിലാണ്. നിയമശാസ്ത്രചരിത്രത്തിൽ ഇരുപതാം നൂറ്റാണ്ടിന്റെ സംഭാവനയാണ് ഭരണനിർവ്വഹണ നിയമം എന്നു പറയാം. ഭരണഘടനാ വ്യവസ്ഥകൾക്ക് അനുപൂരകമായ അധികാരവിഭജനം, പ്രവൃത്തിവിഭജനം, ഉത്തരവാദിത്വവിഭജനം, ചുമതലാനിർവ്വഹണം, നിരീക്ഷണം, തിരുത്തൽ, പരാതിപരിഹാരക്രമം, അപ്പീലധികാരക്രമം, നഷ്ടോത്തരവാദിത്വം എന്നിവയെല്ലാം വ്യവസ്ഥപ്പെടുത്തുന്നത് ഭരണനിർവ്വഹണശാഖയിലാണ്. ഭരണകൂടത്തിന്റെ കാര്യനിർവ്വഹണവിഭാഗം രൂപപ്പെടുത്തുന്ന ചട്ടങ്ങൾ, ഉത്തരവുകൾ, പട്ടികകൾ, വിജ്ഞാപനങ്ങൾ, മാമൂലുകൾ എന്നിവയെല്ലാം ഈ ശാഖയിൽ ഉൾക്കൊള്ളിക്കപ്പെട്ടിരിക്കുന്നു. കൃത്യനിർവഹണത്തിനും പ്രശ്നപരിഹാരത്തിനുംവേണ്ടിയുള്ള നിയാമകനടപടിക്രമം, തീർപ്പുകൾ കല്പിക്കുന്നതിൽ പാലിക്കപ്പെടേണ്ടുന്ന സാമാന്യനീതി തത്ത്വങ്ങൾ, തീരുമാനം എടുക്കുന്നതിനുള്ള വിവേചനാധികാരം, വിവിധ തലങ്ങളിലെ തിരശ്ചീനവും ലംബമാനവുമായുള്ള പാരസ്പര്യം, ഭരണനടത്തിപ്പിന്റെ അവലോകനം, പുനരറിവ്, തിരുത്തൽ, പരിഷ്കരണം, പരാതിപരിഹാരം എന്നിവയെല്ലാം ഇതിൽ പെടുന്നു. ആധുനിക രാഷ്ട്രഘടകങ്ങൾ എല്ലാം ഈ നിയമശാഖയെ ആശ്രയിച്ചാണ് വർത്തിക്കുന്നത്.

അന്തർദ്ദേശീയ നിയമം എന്ന ബൃഹത്ശാഖയാണ് മറ്റൊന്ന്. ഒന്നിലേറെ രാഷ്ട്രങ്ങളോ, വിവിധ രാഷ്ട്രങ്ങളിലെ വ്യക്തികളോ, സംഘങ്ങളോ സ്ഥാപനങ്ങളോ ഒന്നിലേറെ രാഷ്ട്രങ്ങളുടെ സമുച്ചയങ്ങളോ ഘടകങ്ങളായി ബാധിക്കപ്പെടുന്ന ശാഖയാണ് അന്തർദ്ദേശീയ നിയമശാഖ. ജോൺ ഓസ്റ്റിൻ ഈ ശാഖയെ കപടശാസ്ത്രം എന്നാണ് ചൂണ്ടിക്കാട്ടിയത്. കാരണം ഏതെങ്കിലും പരമാധികാരസ്ഥ കേന്ദ്രത്തിൽനിന്നും ഉറവയെടുക്കുന്നതല്ല അന്തർദ്ദേശീയ നിയമം എന്നതായിരുന്നു. എന്നാൽ പിൽക്കാലത്ത് രാഷ്ട്രാന്തരവ്യവഹാരങ്ങൾ വർദ്ധിച്ച സാഹചര്യത്തിൽ ഈ ശാസ്ത്രശാഖ വളരെയേറെ വികസിക്കുകയും അംഗീകാരം നേടുകയുമാണ് ചെയ്തത്. വാണിജ്യ-വ്യാപാരനിയമങ്ങൾ, താരിഫ് നിയമങ്ങൾ, പൗരത്വവ്യവസ്ഥകൾ, യുദ്ധതന്ത്രനിയമങ്ങൾ, തടവുകാരുടെയും കുറ്റവാളികളുടെയും കൈമാറ്റ വ്യവസ്ഥകൾ, രാഷ്ട്രാന്തര കരാർ, ഉടമ്പടി വ്യവസ്ഥകൾ, സഞ്ചാരാവകാശവ്യവസ്ഥകൾ, മനുഷ്യാവകാശ വ്യവസ്ഥകൾ എന്നിവയെല്ലാം ഈ ശാഖയിൽ

ഉൾപ്പെട്ട് വികസിച്ചു വരുന്നതാണ്. സമീപകാല നിയമശാസ്ത്ര ചരിത്രത്തിൽ പരിസ്ഥിതിപരിരക്ഷ, ബദൽ തർക്കപരിഹാര ഉപാധികൾ, ഭൗമാന്തരീക്ഷസംബന്ധിയായ നിയമങ്ങൾ തുടങ്ങിയ അന്തർദ്ദേശീയ നിയമശാഖയിൽ വികസിച്ചുവന്ന ഘടകങ്ങളാണ്.

മതാനുഷ്ഠാന നിയമശാഖയാണ് എടുത്തുപറയേണ്ട മറ്റൊരു മേഖല. തികച്ചും സ്വകാര്യവും വ്യക്തിനിഷ്ഠവും ആയി കണക്കാക്കാവുന്നതും മത-ആത്മീയ പ്രമാണങ്ങൾ, വഴക്കങ്ങൾ എന്നിവയെ ആശ്രയിച്ച് പുലരുന്നതുമായ ശാഖയാണിത്. വിശ്വാസം, ആരാധന, നിഷ്ഠ, ആചാരം എന്നിവ ഇത്തരം മതശാസനാശാഖയിൽ ഉള്ളടങ്ങിയിരിക്കുന്നു. ആധുനിക സമൂഹക്രമത്തിൽ ഇതിൽ പലതും പൊതുസാമ്പ്രദായികക്രമത്തിന് വിധേയമാക്കപ്പെടുന്നതായോ അവലംബിക്കപ്പെടുന്നതായോ കാണാം. മതസ്ഥാപനങ്ങളിലെ അധികാരത്തർക്കങ്ങൾ, ആരാധനാ സ്വാതന്ത്ര്യത്തെ സംബന്ധിച്ച തർക്കങ്ങൾ മുതലയാവ സാധാരണ പൊതു നീതിന്യായ പരിഗണനയ്ക്ക് വിധേയമാക്കപ്പെടുന്നത് ശ്രദ്ധിക്കുക.

ഇപ്രകാരം നിയമങ്ങളെ വർഗ്ഗീകരിക്കുന്നതും കള്ളികളിൽ ഒതുക്കുന്നതും ശ്രമകരമായ കാര്യമാണ്. ചിലപ്പോൾ നാം ഏർപ്പെടുത്തുന്ന കള്ളികളും കളങ്ങളും നിയമങ്ങൾ മറികടന്നെന്നും വരാം. അത് നിയമത്തിന്റെ സാധുതയെയോ നിലനില്പിനെയോ പ്രയോഗത്തെയോ ബാധിക്കുന്നില്ല. ഇതിന്റെ ഉദാഹരണമാണ് ഭരണഘടനാനിയമവും ഭരണനിർവ്വഹണനിയമവും രൂപഭാവപ്രകടനങ്ങളിലും പ്രയോഗത്തിലും ഉൾക്കൊള്ളുന്ന സമാനതകൾ. വ്യക്തിനിയമങ്ങൾ ബാധകമാക്കപ്പെടുന്ന ഘടകങ്ങളിൽ മതാനുഷ്ഠാനവ്യവസ്ഥകൾ ഇടപെടുന്നതും ഉദാഹരണമായി ചൂണ്ടിക്കാട്ടാനാകും. വിവാഹം, കുടുംബം, വിവാഹമോചനം, സ്വത്ത്, പാരമ്പര്യം, ദത്ത്, രക്ഷാകർതൃത്വം തുടങ്ങി തികച്ചും ലൗകികവും ഭൗതികവുമായ അടിത്തറയിലുള്ള കാര്യങ്ങളിൽ ആത്മീയാനുഷ്ഠാനാചാരക്രമം സ്വാധീനിക്കപ്പെടുന്നതിലെ വൈരുദ്ധ്യവും വൈഷമ്യവും ഇന്നും മറികടക്കാനോ പരിഹരിക്കാനോ കഴിയുന്നില്ലെന്നതും കാണാം.

ഈ സ്ഥിതി പരിഹരിക്കപ്പെടുക സാമൂഹ്യപരിഷ്കരണത്തിനുവേണ്ടിയുള്ള ഉപാധിയായും സാമൂഹ്യമാറ്റത്തിന്റെ ഉല്പന്നമായും ഒരേ സാഹചര്യത്തിൽ നിയമം വർത്തിക്കുമ്പോഴായിരിക്കും. അത് സാധ്യമാകണമെങ്കിൽ സമൂഹവും രാഷ്ട്രവും വ്യക്തിയും സമൂഹ-രാഷ്ട്രഘടകങ്ങളും നിയമത്തെ സ്വാംശീകരിക്കുകയും അതിന്റെ ഘടനയിലും ഉള്ളടക്കത്തിലും പ്രയോഗത്തിലും സംഭവിക്കുന്ന കാലികമാറ്റങ്ങളെ ആന്തരികവൽക്കരിച്ച് പാലിക്കുകയും പ്രാവർത്തികമാക്കുകയും ചെയ്യണം. മറിച്ച് സാമൂഹ്യമാറ്റത്തിന്റെ ഗതിവിഗതികൾ ഉൾക്കൊള്ളാനും തദനുസരണ പരിവർത്തനവിധേയമാകാനും കാലികപരിഷ്കരണങ്ങൾ അനുവർത്തിക്കാനും നിയമ ശാസ്ത്രശാഖകൾക്കും കഴിയണം. ഇത്തരമൊ

രു പാരസ്പര്യത്തിന്റെ ഘട്ടത്തിൽ മാത്രമേ പരമാധികാരസ്ഥരുടെ അധീനതയിലും സ്വാധീനത്തിലും ഉള്ള ഒരു മർദ്ദനോപാധി എന്നതിൽനിന്ന് നീതിനിഷ്ഠവും സമത്വാധിഷ്ഠിതവുമായ ഒരു നവസമൂഹക്രമം സാധ്യമാക്കുന്നതിനുള്ള ജീവത്തായ ഉപാധിയോ ഉപകരണമോ ആയി നിയമം വിനിയോഗിക്കപ്പെടുകയുള്ളു. ഇതിനാകട്ടെ പ്രചണ്ഡമായ പ്രത്യയശാസ്ത്ര പരിണാമവും ശക്തമായ പ്രായോഗികസമീപനവും ഉപയോഗപ്പെടുത്തേണ്ടതായി വരും. ജനകീയവും സുസംഘടിതവുമായ ഒരു തുടർപ്രക്രിയയിലൂടെ മാത്രമേ അത് സാധിതമാകുകയുള്ളു.

4

നിയമവും നീതിയും

നിയമം എന്തിന്? നിയമം ഇല്ലാതിരുന്നാൽ എന്ത്? എന്നീ ചോദ്യങ്ങളെ എങ്ങനെ അഭിമുഖീകരിക്കാം.

പ്രാചീന സാമൂഹ്യവ്യവസ്ഥയിൽ വ്യക്തിനിഷ്ഠതാല്പര്യമോ തർക്കമോ ഉന്നയിക്കപ്പെട്ടിരുന്നില്ല. ആയതിനാൽ അക്കാലത്ത് നിയമത്തിന്റെ സങ്കല്പനമോ പ്രയോഗമോ നിരീക്ഷിക്കാനാവില്ല. ഓരോരുത്തരും സ്വയം നിഷ്ഠമായ പ്രവൃത്തികളുടെ പരിധിക്കുള്ളിൽ വ്യാപൃതമായിരുന്ന ആ കാലം പിന്നിട്ട് മനുഷ്യൻ കൂട്ടായ്മയും സംയുക്തവുമായ ഇടപെടലുകളാരംഭിച്ചതുമുതൽ നിയമത്തിന്റേയും തുടക്കമായി എന്ന് പറയാം. മനുഷ്യരുടെ സാമൂഹ്യവൃത്തിയുടെ ഉപാധിയും ഉല്പന്നവുമാണ് ഒരേസമയം നിയമം. മനുഷ്യരുടെ ഇടപഴകലുകളുടെ നിയന്ത്രണം, മാർഗ്ഗനിർണ്ണയം, ഫലപ്രാപ്തി, ഗുണാത്മകഉപഭോഗം എന്നിവ വ്യവസ്ഥപ്പെടുത്തുകയും അപ്രകാരമുള്ള ഇടപഴകൽ വഴി രൂപംകൊള്ളുന്ന പുതിയ ഘടകങ്ങളുടെ അടിത്തറയായും ഉപകരണമായും പ്രവർത്തിക്കുകയും ചെയ്യുന്നു. അതുകൊണ്ടുതന്നെ നിയമരഹിതമായൊരു സാമൂഹ്യസ്ഥിതി അവ്യവസ്ഥാപിതവും അരാജകവും ആയിത്തീരും. ഇന്നത്തേതുപോലെയുള്ള കേന്ദ്രീകൃതാധികാരസ്ഥതയുള്ള രാഷ്ട്രഘടന അപ്രത്യക്ഷമാകാമെങ്കിലും വിപ്ലവാനന്തരസമൂഹത്തിലും വർഗ്ഗാധിഷ്ഠിതവും സമത്വപൂർണ്ണവും നീതിപൂർവ്വകവും ആയ വ്യവസ്ഥിതി രൂപപ്പെടുത്താനും നിലനിർത്താനും പരിപോഷിപ്പിക്കാനും ശക്തിപ്പെടുത്താനും അതിന്റേതായ നിയമ ഉപാധികൾ അനിവാര്യമായിരിക്കും. അല്ലാത്തപക്ഷം സമൂഹത്തിൽ അന്തർലീനമായ ദൗർബല്യങ്ങളും, ഗതകാലാവശിഷ്ടമായ അനുചിതപ്രവണതകളും വീണ്ടെടുക്കപ്പെടുകയും പുനഃസ്ഥാപിക്കപ്പെടുകയും പ്രസ്തുത സമൂഹത്തെത്തന്നെ അസ്ഥിരീകരിക്കുകയും ചെയ്യുന്നതിനിടയാകാം. സമീപകാല ലോകചരിത്രത്തിൽ

സോവിയറ്റ് രാഷ്ട്രസമുച്ചയം നേരിട്ട വിപര്യയം ഈ വിശകലന രീതിയിൽ അപഗ്രഥിക്കുന്നത് മേൽ ചോദ്യങ്ങളുടെ ഉത്തരം മനസ്സിലാക്കുന്നതിന് സഹായകമാകും.

നിലവിലുള്ള സമൂഹക്രമത്തിൽ വ്യക്തിയാണ് അടിസ്ഥാനകണ്ണി. വ്യക്തി എന്നത് ഒരു സൂചകസംജ്ഞയാണ്. അത് ഒരേസമയം മനുഷ്യനെന്ന ജൈവിക വ്യക്തിത്വത്തെയും സ്ഥാപനങ്ങൾ, സംഘടനകൾ, രാഷ്ട്രങ്ങൾ എന്നിങ്ങനെയുള്ള സംയുക്ത വ്യക്തിത്വത്തെയും പ്രതിനിധീകരിക്കുന്നു. വ്യക്തികൾക്ക് തനതായ താല്പര്യങ്ങൾ ഉണ്ടാകാം. പലപ്പോഴും വ്യക്തിതാല്പര്യങ്ങൾ പരസ്പരവിരുദ്ധമാകാനിടയുണ്ട്. വിരുദ്ധ താല്പര്യങ്ങൾ തമ്മിൽ സംഘർഷം ഉണ്ടാകാനും ഇത്തരം സംഘർഷങ്ങൾ ആണ് നിയമതർക്കങ്ങൾക്കും അവകാശ തർക്കങ്ങൾക്കും അടിസ്ഥാനമാകുന്നത്. തർക്കങ്ങൾ പരിഹരിക്കപ്പെടാത്തപക്ഷം അത് സമൂഹത്തിന്റെ സുഗമവും സുസ്ഥിരവുമായ നിലനില്പിനെയും പുരോഗതിയെത്തന്നെയും പ്രതികൂലമായി ബാധിക്കും. ക്രമേണ സമൂഹത്തിന്റെ തകർച്ചയിലേക്കും വ്യക്തികളുടെ അകൽച്ചയിലേക്കും നയിക്കപ്പെടാം.

അതുകൊണ്ട് വ്യക്തിയുടെയും സമൂഹത്തിന്റെയും സുസ്ഥിരനിലനില്പിനും പുരോഗതിക്കുംവേണ്ടി ഓരോരുത്തരും അനുഷ്ഠിക്കേണ്ട കടമകളും കർത്തവ്യങ്ങളും ആയതിനുള്ള ഉത്തരവാദിത്വവും ചുമതലയും നിർണ്ണയിക്കുകയും അനുശാസിക്കുകയും പ്രയോഗത്തിൽ വരുത്തുകയും ചെയ്യുകയാണ് നിയമത്തിന്റെ സുപ്രധാനമായ ഒരു ധർമ്മം.

വിരുദ്ധ താൽപ്പര്യങ്ങളുടെ സുഗമമായ പരിരക്ഷ ഉറപ്പാക്കുകയും അവയ്ക്കിടയിൽ ഉടലെടുക്കാവുന്ന സംഘർഷത്തെ ലഘൂകരിക്കുകയും സമീകരിക്കുകയും പരിഹരിക്കുകയും ചെയ്ത് തർക്കങ്ങൾ തീർപ്പാക്കി സുസ്ഥിര സാമൂഹ്യാവസ്ഥ പരിപാലിക്കുക എന്നതാണ് മറ്റൊരു ധർമ്മം.

മാനുഷിക പദവിയും അന്തസ്സും അവസരതുല്യതയും ഉറപ്പാക്കുന്നതും നീതിപൂർവ്വകവുമായ പൗരസമൂഹസൃഷ്ടിക്ക് ഉള്ള ഉപാധിയായും നിലവിലുള്ള സമൂഹക്രമത്തിലെ ഗുണപരമായ മാറ്റങ്ങളുടെ ഉല്പന്നമായും സമകാലികസാഹചര്യത്തിൽ വർത്തിക്കുക എന്ന ധർമ്മവും നിയമത്തിൽ നിക്ഷിപ്തമാണ്. സങ്കീർണ്ണവും കലുഷിതവും ആയ സാമൂഹ്യപ്രശ്നങ്ങൾ പരിഹരിച്ച് സമീകൃതമായൊരു സുസ്ഥിര സാമൂഹ്യക്രമം ഉറപ്പുവരുത്തുന്നതിനുള്ള ഉപകരണമായാണ് നിയമം കരുതപ്പെടുന്നത്.

സംഘടിത രാഷ്ട്ര സംവിധാനത്തിൽ രാഷ്ട്രത്തിന്റെ ഭൂമിശാസ്ത്രഘടനയ്ക്ക് സമാനമായാണ് നിയമത്തിന്റെയും നിർവ്വഹണതലം നിർണ്ണയിക്കപ്പെടുക. ആ നിലയ്ക്ക് രാഷ്ട്രസംവിധാനം അംഗീകരിച്ച് പ്രാബല്യത്തിൽ വരുത്തുന്നതും പരിപാലിച്ച് പുലർത്തുന്നതുമായ നീതിയുടെ നിർവ്വഹണത്തിനുള്ള വ്യവസ്ഥാപിത ഉപകരണമോ ഉപാധിയോ ആയാണ് നിയമം പരിഗണിക്കപ്പെടുന്നത്. ജോൺസാമൺ അഭിപ്രായപ്പെട്ടതുപോലെ നിയമം കേവലമായ അർത്ഥത്തിൽ അന്തിമലക്ഷ്യമല്ല. നീതിയെന്ന ആത്യന്തിക ലക്ഷ്യത്തിലേക്കുള്ള മാർഗ്ഗമാണ്.

സൈദ്ധാന്തികമായി നീതിയും നിയമവും സഹവർത്തകമായ പ്രയോഗങ്ങളാണ്. നീതി പരിപാലിക്കാനും നിലനിർത്താനും നടപ്പാക്കാനുമുള്ള ഉപകരണമാണ് നിയമം. നീതി ഉറപ്പാക്കാനും അനീതി നിരോധിക്കാനുമുള്ള ഭൗതിക ബലതന്ത്രമാണ് നിയമം. നീതിയെന്നത് അവകാശവും നിയമം എന്നത് അതിന്റെ പ്രായോഗികത ഉറപ്പാക്കുന്നതിനുള്ള ബലവത്തായ ഉപകരണവുമാണ്.

എന്നാൽ ബഞ്ചമിൻ കാർഡോസോ ചൂണ്ടിക്കാട്ടിയതുപോലെ ഒരു നിയമവും അന്തിമമല്ല. നിയമം വ്യവസ്ഥാപിതമായ സ്ഥിരസ്ഥിതിയല്ല. അവ്യവസ്ഥാപിതവും അനിർവ്വചനീയവുമായ ഏതൊന്നിനേയും നിയതമായി നിർണ്ണയിക്കാനുള്ള ഉത്തോലകമാണത്. അങ്ങനെ നിർണ്ണയിക്കപ്പെടുന്നതോടെ നിയമം അപ്രസക്തമാകുകയും നീതിയെന്ന ഫലം പ്രസക്തമാകുകയും ചെയ്യുന്നു. ഒരു നിയമവ്യവസ്ഥയ്ക്കും തത്ത്വത്തിനും ഒറ്റപ്പെട്ട തുരുത്തായോ ഗോപുരമായോ നില്ക്കാനാവില്ലതന്നെ. അതുകൊണ്ടാണ് വ്യവസ്ഥാപിത നിയമപരിധി കവിഞ്ഞുള്ള മേഖലകളിൽ കോടതികളും ഭരണനിർവ്വഹണകർത്താക്കളും വ്യാപരിക്കാൻ ചിലപ്പോഴെങ്കിലും ഇടയാകുന്നത്. അതിന് ഉപയുക്തമാകുന്നതാകട്ടെ യഥാർത്ഥത്തിൽ നിയമം എന്ന് വിളിക്കപ്പെടുന്ന ഘടകത്തിന് ഉപരി പരസ്പരസമ്മത കരാറുകളും ഉഭയകക്ഷി ഉടമ്പടികളും കരണങ്ങളും ഉൾപ്പെടെയുള്ള ഉപാധികളാണ്. അതായത് നീതി എന്നത് ചിലപ്പോഴെങ്കിലും നിയമത്തിൽനിന്നും വേറിട്ട സ്വതന്ത്രസങ്കല്പനമായിരിക്കുമ്പോൾതന്നെ നിയമത്തിന് നീതിയെന്ന ലക്ഷ്യത്തിൽനിന്ന് വേറിട്ടു സ്വതന്ത്രമായ നിലനിൽപ്പോ അസ്തിത്വമോ കല്പിക്കാനാവില്ല എന്ന് വരുന്നു.

അതായത് നിലനിൽക്കുന്ന നിയമവാഴ്ചാസംവിധാനത്തിൽ നീതിപൂർവ്വകതയും നിർവ്വഹണക്ഷമതയും ഉറപ്പാക്കപ്പെട്ട ബാഹ്യപെരുമാറ്റവ്യവസ്ഥകളാണ് നിയമങ്ങൾ. അവ ഓരോന്നും പരസ്പരാശ്രിതവും ഏകോപിത സ്വഭാവവും ഉള്ള നിശ്ചിത വ്യവസ്ഥകളുടെ സമാഹൃതഘടകമായി പരിഗണിക്കപ്പെടും. നീതിനടത്തിപ്പിനുള്ള സാമൂഹ്യ ഉപാധിയായി നിയമം ഇവിടെ അവരോധിക്കപ്പെടുന്നു. അതാകട്ടെ മൗലിക ഭരണാധികാരസ്ഥ നിയന്ത്രണത്തിലും അതിന്റെ ഇച്ഛയുടെ പ്രതിഫലനമായും ഉള്ള ഉപാധിയായി പരിണമിക്കുന്നു. ഇവിടെയാണ് നിയമശാസ്ത്രവും നീതിപീഠവും ഭരണകൂടത്തിന്റെ ഇച്ഛാനുവർത്തികളായ ഉപാധികളായി മാറുന്നത്. അതിന്റെ ദുരുദ്ദേശപരമായ ഉപയോഗത്തെ ചെറുക്കുകയും പ്രതിരോധിക്കുകയും ചെയ്യുന്നതിന് ഭരണകൂടത്തെ സ്വാധീനിക്കാനും മറികടക്കാനും മാർഗ്ഗദർശനം നല്കാനും കഴിയുന്നത്ര പ്രാപ്തവും ശക്തവുമായ ജനകീയ ശക്തിക്കു മാത്രമേ സാധിക്കുകയുള്ളൂ. ലക്ഷ്യബോധത്തോടെയുള്ള സാമൂഹ്യമാറ്റത്തിലൂടെ മാത്രമേ ഇത് നേടിയെടുക്കാനും കഴിയുകയുള്ളൂ.

നിയമവ്യവസ്ഥ മൂന്ന് വിധത്തിൽ സമൂഹത്തിന് ഉതകുന്നുണ്ട്. ഐകരൂപ്യം, സുസ്ഥിരത, നീതിപൂർവ്വകത എന്നിവയുറപ്പാക്കുന്നതിന്

നിയമം ഇടയാക്കുന്നു. ഒന്നാമതായി ഐകരൂപ്യവും സമതുലിതവുമായ നിയമവ്യവസ്ഥകളെപ്പറ്റിയും അതിന്റെ പ്രയോഗത്തെപ്പറ്റിയും പൗരജനതയും ന്യായാധികാരസ്ഥരും അവബോധമുള്ളവരാകണം. നീതിനിർവ്വഹണകർത്താക്കളും ന്യായാസനങ്ങളും നിർഭയവും നിഷ്പക്ഷവും നിരാക്ഷേപവുമായ വിധം പ്രവർത്തിക്കാൻ കഴിയണം. അർഹതയ്ക്കും സാഹചര്യത്തിനും അനിവാര്യതയ്ക്കും അനുസൃതമായിരിക്കണം നിഷ്പക്ഷത. അതൊരിക്കലും കേവല നിഷ്പക്ഷത ആകണമെന്നില്ല. മൂന്നാമതായി നീതിനടത്തിപ്പ് നിയമാനുസൃതവും നിയമവിധേയവുമായിരിക്കണം. നിയമവ്യവസ്ഥകൾ സമൂഹത്തിന്റെ കൂട്ടായ അഭിവാഞ്ഛയുടെ നിദർശമാണ്. അതിന് പൂരകവും അനുഗുണവും ആകണം നിയമനടത്തിപ്പും നീതിനിർവ്വഹണവും. വ്യക്തിനിഷ്ഠ വീക്ഷണം അനുസരിച്ചായിരിക്കരുത് നീതിനിർവ്വഹണം. ജാഗരൂകരായൊരു ജനതയ്ക്ക് നീതിനടത്തിപ്പിലെ വ്യക്തിനിഷ്ഠത വിലക്ഷണത്വം തിരിച്ചറിയാനാകും. നിയമം ഏതെങ്കിലും പ്രത്യേക വ്യക്തിക്കുവേണ്ടിയോ പ്രത്യേക പ്രശ്നത്തിനുവേണ്ടിയോ നിലകൊള്ളുന്നതല്ല. സമൂഹത്തിന്റെ കൂട്ടായ താൽപ്പര്യത്തിനും ഇച്ഛയ്ക്കുമനുസരിച്ച് രൂപപ്പെടുന്നതും പ്രയോഗിക്കപ്പെടേണ്ടതുമാണ്.

എന്നാൽ നിയമത്തിന് സ്വയംസിദ്ധമായ പല പരിമിതികളും ഉണ്ടെന്ന് പറയേണ്ടതുണ്ട്. ഒന്നാമതായി അതിന്റെ കാഠിന്യമാണ് പ്രശ്നം. രണ്ടാമതായി അതിന്റെ കാലികസ്വഭാവം മൂലം ഭാവിയിലെ പ്രശ്നങ്ങളെ സംബോധന ചെയ്യാനാവില്ലെന്നതാണ്. മൂന്നാമത്തെ പരിമിതി അതിന്റെ പ്രതിലോമസ്വഭാവമാണ്. സാമൂഹ്യപുരോഗതിക്കൊത്ത് പരിഷ്കരണവിധേയമാകാൻ നിയമത്തിന് കഴിയാത്തവിധം അതിന്റെ ദൃഢസ്വഭാവം അതിനെ പിന്നോട്ട് പിടിക്കും. മറ്റൊരു പരിമിതി തികഞ്ഞ യാന്ത്രികതയും സാങ്കേതികത്വവുമാണ്. സങ്കീർണ്ണതയും ദുർഗ്രഹതയും നിയമത്തിന്റെ ദൂഷ്യവശങ്ങൾ തന്നെയാണ്. സാധാരണ വ്യക്തികളെയും സമൂഹത്തെയും നിയമ-നീതി ഉപാധികളിൽനിന്ന് അന്യമാക്കിത്തീർക്കുന്നത് ഇത്തരം പരിമിതികളും ദൂഷ്യങ്ങളും ആണ്.

5

നീതിയുടെ പിരിവുകൾ

നീതി നിർവ്വഹണം ഉറപ്പാക്കാനുള്ള വ്യവസ്ഥാപിത ഉപാധിയാണ് നിയമം. നീതി ലക്ഷ്യവും നിയമം മാർഗ്ഗവുമാണ്. കൃത്യമായ നിർവ്വചനത്തിന് വഴങ്ങാത്ത അമൂർത്ത സങ്കല്പനമാണ് നീതി.

ലളിതമായി പറഞ്ഞാൽ സമൂഹത്തിലെ ഓരോ അംഗത്തിനും അർഹതപ്പെട്ടത് കൃത്യമായും നിശ്ചിതമായും നിർണ്ണയിക്കപ്പെട്ട രീതിയിലും ലഭിക്കുന്നതിനുള്ള വ്യവസ്ഥാപിതമായ അവസ്ഥയാണ് നീതി. ഈ അവസ്ഥയുടെ നിഷേധമോ നിരാകരണമോ ലംഘനമോ ആണ് അനീതി. നീതി നടത്താനും അനീതി ചെറുക്കാനും ഉള്ള വ്യവസ്ഥാപിത ഉപകരണമാണ് നിയമം. ലിഖിതമോ പ്രാഖ്യതമോ ആയ നിയമവ്യവസ്ഥകൾ ഇല്ലാതിരിക്കിലും പ്രാചീനസമൂഹം പ്രാകൃതികതത്വങ്ങൾക്ക് വിധേയമായി നീതി നടത്തിപ്പും തർക്കപരിഹാരവും ഉറപ്പാക്കിയിരുന്നു. ആധുനിക സമൂഹവും നിർമ്മിത നിയമങ്ങൾക്ക് അതീതമായി മാനുഷികമൂല്യങ്ങൾക്കും ധാർമ്മികതയ്ക്കും വിധേയമായി നീതിനിർവ്വഹണം നടത്തുന്നു.

രണ്ട് തരത്തിൽലാണ് നീതിയുടെ സങ്കൽപ്പനം പുലരുന്നത്.

1. പ്രാകൃതികനീതി അഥവാ സാമാന്യനീതി
2. നിയമ നീതി

എന്നാൽ ഇവരണ്ടും വെള്ളം കയറാത്ത അറകളല്ല. അവ പലപ്പോഴും പരസ്പരപൂരകവും ബന്ധിതവുമാണ്. നീതിമാനായി ജീവിക്കുക എന്നൊരു റഷ്യൻ പ്രയോഗംതന്നെയുണ്ട്. ഉദാത്തവും അദമ്യവും ആയ നീതി സങ്കൽപ്പനമാണ് പ്രാകൃതിക നീതി. മനുഷ്യന്റെ ധാർമ്മികത അടിത്തറയാക്കി നൈതികതയെ ആശ്രയിച്ച് ശരിതെറ്റുകൾ തീർപ്പാക്കി ശരി പരിപാലിക്കുകയും തെറ്റുകൾ വർജ്ജിക്കുകയും തെറ്റുകൾക്ക് ഇടയാക്കുന്നവരെ ശിക്ഷിക്കുകയും ശരിയിലേക്ക് നയിക്കുകയും ചെയ്യുകയാണ്

പ്രാകൃതിക നീതിയുടെ മാർഗ്ഗം. മാനവരാശിക്കാകെ ബാധകമാണ് പ്രാകൃതികനീതി തത്ത്വങ്ങൾ. എല്ലാ സ്ഥലത്തും എല്ലാ സമൂഹത്തിനും സമാനമായി ബാധകമാവുന്ന സങ്കൽപ്പനമാണ് പ്രാകൃതിക നീതിയുടേത്.

പ്രാകൃതിക/സാമാന്യ നീതി തത്ത്വത്തെ ചുരുക്കത്തിൽ വിശദമാക്കാം. ഏതെങ്കിലും വിഷയത്തിൽ നീതിപൂർവ്വകമായ ഒരു തീർപ്പ് എടുക്കേണ്ടതായ സന്ദർഭത്തിൽ തീരുമാനം എടുക്കുന്നതിന് ചുമതലപ്പെട്ട അധികാരസ്ഥർ ധാർമ്മികമായും നൈതികമായും പാലിച്ചിരിക്കേണ്ട അനിവാര്യവും അനുപേക്ഷണീയവുമായ മൂന്ന് പ്രമാണങ്ങളുടെ സമാഹൃതപ്രയോഗമാണ് സാമാന്യനീതിയുടെ ഉള്ളടക്കം. അപേക്ഷകർക്കൊപ്പം എതിർപക്ഷത്തെയും അഥവാ ബന്ധപ്പെട്ടവരെയോ ബാധിക്കപ്പെടുന്നവരെയോ കേട്ടുകൊണ്ട് അല്ലെങ്കിൽ കേൾക്കപ്പെടാനും തങ്ങളുടെ ഭാഗം ബോധിപ്പിക്കാനും അവസരം ഉറപ്പാക്കിക്കൊണ്ടു മാത്രമേ തീരുമാനം എടുക്കാവൂ. ഒരാളിന്റെ കൃത്യത്തിന്റെ ശരിതെറ്റുകൾ തീർപ്പാക്കുന്നതിനായി അയാൾതന്നെ വിധികർത്താവായി പ്രവർത്തിക്കാൻ പാടില്ല. യുക്തിസഹവും കാര്യകാരണബദ്ധവും ആയിരിക്കണം തീരുമാനം എന്നിവയാണ് സാമാന്യനീതി തത്ത്വത്തിന്റെ കാതൽ.

നിയമനീതിയാകട്ടെ ലിഖിതാലിഖിത നിയമവ്യവസ്ഥകളെ ആശ്രയിച്ചും അടിസ്ഥാനമാക്കിയുമുള്ള നീതി നടത്തിപ്പാണ് ഉദ്ദേശിക്കുന്നത്. ശരിതെറ്റുകളുടെയും നന്മതിന്മകളുടെയും തീർപ്പെടുക്കുക നിയമവ്യവസ്ഥകൾക്ക് വിധേയമായിട്ടായിരിക്കും. അതാത് രാജ്യത്ത് നിലവിലിരിക്കുന്ന നിയമങ്ങളുടെ വ്യവസ്ഥകൾക്ക് അനുസൃതമായി അംഗീകരിക്കപ്പെടുന്നതും ന്യായാസനങ്ങളിലൂടെയോ നീതിപീഠങ്ങളിലൂടെയോ നിർവ്വഹിക്കപ്പെടുന്നതുമാണ് നിയമനീതി.

സാമാന്യനീതി മാനുഷികമൂല്യത്തിൽ അധിഷ്ഠിതമായിരിക്കെ നിയമനീതി നിയമവ്യവസ്ഥയിൽ ആശ്രയിച്ചിരിക്കുന്നു. നിയമവ്യവസ്ഥകൾ മാനുഷികമൂല്യങ്ങൾ ഉൾക്കൊള്ളുന്നതാവണം. നിയമതത്ത്വങ്ങൾ സ്വാംശീകരിച്ചും പാലിച്ചും സാമാന്യനീതിയുറപ്പാക്കിയുമായിരിക്കണം നീതിനടത്തിപ്പ്. സന്തുലിതമായ ഈ രീതി ഉറപ്പാക്കുകയാണ് പുരോഗമനകരമായ ജനകീയസമൂഹത്തിന് ചെയ്യാനാകുന്ന കാര്യം.

ജോൺ സാമൺ നീതിയെ വേർതിരിക്കുന്നത് സ്വകാര്യനീതിയെന്നും പൊതുനീതിയെന്നുമാണ്. വ്യക്തികൾ തമ്മിലുള്ള സ്വകാര്യബന്ധത്തെയും അതിലുടലെടുക്കുന്ന തർക്കവിതർക്കങ്ങളെയും അവയുടെ പരിഹാരത്തെയും അതിനുള്ള നിയമഉപാധികളെയും അവയുടെ നടത്തിപ്പിനെയും സംബന്ധിക്കുന്നതാണ് സ്വകാര്യനീതി. ഒരു വ്യക്തിക്കും തന്റെ കായശേഷിക്കനുസരിച്ച് നിയമം കയ്യിലെടുക്കാൻ അനുവാദമില്ല. ഇവിടെ നീതി ഉറപ്പാക്കാൻ കോടതിയും സമാധാനക്രമം പാലിക്കാൻ പൊലീസും ബാധ്യതപ്പെട്ടിരിക്കുന്നു. ഇന്ത്യാചരിത്രത്തിൽ ദണ്ഡനീതി എന്ന് പരാമർശിക്കപ്പെട്ടിരുന്നത് ഈ ഘടകമാണ്. വ്യക്തിയും സമൂഹവും തമ്മിലുള്ള ബന്ധത്തിൽനിന്നാണ് പൊതുനീതിയുടെ

സങ്കൽപ്പനം ഉടലെടുക്കുക. വ്യക്തികൾ തമ്മിലുള്ള ബന്ധത്തിൽ അഥവാ അവർക്കിടയിലുള്ള പ്രശ്നത്തിൽ സ്വകാര്യനീതി നിഷേധിക്കപ്പെടുമ്പോൾ അവർ നീതിന്യായകോടതികളെ സമീപിക്കുന്നു. ന്യായം ഉറപ്പാക്കാനും നീതി നടപ്പാക്കാനുമുള്ള കോടതിയുടെ സാധ്യതയാണ് പൊതുനീതി സങ്കൽപ്പനം ഉൾക്കൊള്ളുന്നത്. നിയമത്തിന്റെ അളവുകോലും മാനദണ്ഡവും പാലിച്ചുകൊണ്ട് ശരിതെറ്റുകൾ തീർപ്പാക്കാനും നിയമനീതി നടപ്പാക്കാനും കോടതികൾക്ക് കഴിയുന്നു. അതിനായുള്ള തീർപ്പുകളും നിർണ്ണയവും എടുക്കാനും നടപ്പാക്കാനും പൊതുനീതി ന്യായാസനങ്ങളെയും നീതിപീഠങ്ങളെയും ഉത്തരവാദപ്പെടുത്തുന്നു.

സാമൂഹ്യനീതിയാണ് നീതിയുടെ മറ്റൊരു തലം. രാഷ്ട്രീയവും സാമൂഹ്യവും ആയ അടിച്ചമർത്തലും അസമത്വവും അന്യവൽക്കരണവും അനുഭവിച്ചുപോന്നവർക്ക് സമൂഹത്തിലെ ഇതരവിഭാഗങ്ങൾക്ക് സമശീർഷമായ നീതിയും അവസരവും ഉറപ്പാക്കുന്നതിനും നാളിതുവരെ അവർ നേരിട്ട കഷ്ടനഷ്ടങ്ങൾക്ക് പരിഹാരം ലഭ്യമാക്കുന്നതിനും ഉള്ള കൂട്ടായ ഉത്തരവാദിത്വമാണ് സാമൂഹ്യനീതിയുടെ ഉള്ളടക്കം. സംവരണം, പ്രത്യേക പരിരക്ഷ, നിർബന്ധിത പ്രാതിനിധ്യം തുടങ്ങിയവ ഇതിനുള്ള മാർഗ്ഗങ്ങളാണ്.

സാമ്പത്തികനീതി കഴിഞ്ഞ രണ്ട് നൂറ്റാണ്ടുകളിലൂടെ പരിണമിച്ചുവന്ന നീതിയുടെ ഘടകമാണ്. അനിയന്ത്രിതവും അധാർമ്മികവും നിയമവിരുദ്ധവുമായ സാമ്പത്തിക കേന്ദ്രീകരണം ഇല്ലാതാക്കുകയും സാമ്പത്തിക ഉടമസ്ഥതയിലെ അസമത്വവും അസന്തുലിതാവസ്ഥയും കുറച്ചുകൊണ്ടുവരുകയും ദരിദ്ര-ധനിക അന്തരം, നഗര-ഗ്രാമ അന്തരം അസമത്വം എന്നിവ നിയന്ത്രിക്കുകയും സമ്പത്തിന്റെ തുല്യ വിതരണവും ഉടമസ്ഥതയും പാലിക്കുകയും എന്നതാണ് ഈ ഘടകംകൊണ്ട് ഉദ്ദേശിക്കുന്നത്. ദേശസാൽക്കരണം, വിലനിയന്ത്രണം, പൊതുസംഭരണം, ലൈസൻസിംഗ്, കുത്തക നിയന്ത്രണം, നാണ്യവിനിമയ നിയന്ത്രണം, പലിശ നിയന്ത്രണം തുടങ്ങിയവ ഇതിന്റെ ഉദാഹരണങ്ങളാണ്.

വിതരണക്രമ നീതിയാണ് മറ്റൊരു തലം. സുസ്ഥിര ക്ഷേമ സമൂഹത്തിൽ രാഷ്ട്രത്തിന്റെ പരമമായ ധർമ്മങ്ങളിൽ ഒന്നാണ് അതിലെ ജനതയ്ക്ക് അവശ്യം ഭാവിയായ വിഭവലഭ്യത ഉറപ്പാക്കുക എന്നത്. ഭൗതിക- ധന-പ്രകൃതി വിഭവങ്ങളുടെ വിതരണം, സമ്പത്തിന്റെ നീതിപൂർവ്വകവും സന്തുലിതവും ഗുണപരവുമായ വിനിയോഗം, വികസന-വളർച്ചയുടെ ഗുണഫലങ്ങളുടെ അർഹതയും മാനദണ്ഡവും നീതിയും അനുസരിച്ചുള്ള വിതരണം എന്നിവ ഉറപ്പാക്കുന്നതിന് ഉദ്ദേശിച്ചുള്ളതാണ് വിതരണക്രമനീതി. ഭൂപരിഷ്കരണവും വിതരണവും, അവശ്യസാധന പൊതുവിതരണം, തൊഴിലാളി-കർഷക ക്ഷേമസുരക്ഷ, ദരിദ്രവിഭാഗങ്ങളുടെ പുനരധിവാസ-പുനരുദ്ധാരണ പ്രക്രിയ. തുടങ്ങിയവ ഉദാഹരണം.

സ്ത്രീപദവിനീതി എന്നത് കഴിഞ്ഞ നൂറ്റാണ്ടിന്റെ ഉത്തരാർദ്ധത്തിൽ വികസിച്ചുവന്ന സങ്കൽപ്പനമാണ്. കാലങ്ങളായി തുടർന്നുവരുന്ന

സ്ത്രീ-പുരുഷ വിവേചനം ഒഴിവാക്കാനും എല്ലാ മനുഷ്യർക്കും തുല്യ പൗരാവകാശം ഉറപ്പാക്കാനും സ്ത്രീകൾക്ക് പ്രത്യേക പരിരക്ഷയും നിർബന്ധിത പങ്കാളിത്തവും വിഭവവിതരണാവകാശവും പാലിക്കപ്പെടുന്നതിനും ഉദ്ദേശിച്ചുള്ളതാണ് സ്ത്രീപദവിനീതി. തുല്യജോലിക്ക് തുല്യ വേതനം, ജനാധികാരസ്ഥാപനങ്ങളിൽ വനിതാപ്രാതിനിധ്യം തുടങ്ങിയവ ഉദാഹരണം.

പാരിസ്ഥിതിക നീതിയാണ് മറ്റൊരു സങ്കൽപ്പനം. 1972ലെ സ്റ്റോക്ക്ഹോം കൺവൻഷന്റെ തുടർച്ചയായി വികസിച്ചുവന്നതാണ് ഈ സങ്കൽപ്പനം. ഭൗതികപ്രകൃതിയുടെ സന്തുലിതാവസ്ഥ, സുസ്ഥിര വികസനം, ഭാവി തലമുറകളുടെ അവകാശം, പ്രകൃതിവിഭവങ്ങളുടെ പരിപാലനവും യുക്തിപൂർവ്വമായ വിനിയോഗവും ഉറപ്പാക്കുന്നതാണ് പാരിസ്ഥിതിക നീതി. മണ്ണ്, ജനം, വായു, സസ്യ-ജന്തുജാലങ്ങൾ, സൂക്ഷ്മാണുജീവികൾ എന്നിവയും മനുഷ്യരും തമ്മിലുള്ള ജീവത്തായ ബന്ധവ്യതിയാനത്തെയും പ്രതിപ്രവർത്തനത്തെയും സംബന്ധിക്കുന്നതാണ് പാരിസ്ഥിതിക നീതി.

നീതി നടത്തിപ്പിന് അവലംബിക്കുന്ന മാർഗ്ഗത്തെ അടിസ്ഥാനമാക്കിയുള്ള നീതിയുടെ വിഭാഗങ്ങളാണ് വ്യക്തിഗത നീതിയും ശിക്ഷാക്രമനീതിയും. വ്യക്തിഗത അവകാശലംഘനം, നിഷേധം, കയ്യേറ്റം തുടങ്ങിയവ മൂലം സംഭവിക്കാവുന്ന നഷ്ടം പരിഹരിച്ചും ചേതം പ്രതിരോധിച്ചും പൂർവ്വസ്ഥിതി പുനഃസ്ഥാപിച്ചും തൽസ്ഥിതി നിലനിർത്തിയും നീതി നടപ്പാക്കാനാകും. സിവിൽ-ക്രിമിനൽ കോടതികൾ വഴിയാണ് ഇത്തരം നീതി പരിപാലിക്കപ്പെടുക.

വസ്തുനിഷ്ഠവും നിയമനിഷ്ഠവും ആയ സാഹചര്യങ്ങൾ പരിഗണിച്ചും അവയിൽ ഉളവാകുന്ന വ്യതിയാനങ്ങൾ നിരീക്ഷിച്ചും യുക്തവും സ്വീകാര്യവും ആയ നീതി ഘടകം പരിപാലിക്കുകയാണ് ചെയ്യേണ്ടത്. അതുകൊണ്ടുതന്നെ ധാർമ്മിക-നൈതിക-നൈയാമിക അടിത്തറ പരിപാലിച്ചുകൊണ്ടു മാത്രമേ സർവ്വതലസ്പർശിയായ നീതി അതിന്റെ സമഗ്രമായ അർത്ഥത്തിൽ പുലർത്താനും അനീതി ചെറുക്കാനും കഴിയുകയുള്ളു.

6

നിയമവും സമൂഹവും

നീതിശാസ്ത്രത്തിന്റെ ചിന്താധാരകളിൽ ഇരുപതാംനൂറ്റാണ്ടിൽ വികസിച്ചുവന്നതാണ് സാമൂഹ്യനീതിശാസ്ത്ര ചിന്താപദ്ധതി. ഇതര നീതിശാസ്ത്രചിന്തകളിൽനിന്ന് വ്യത്യസ്തമായി സാമൂഹ്യനിർമ്മിതിക്കും പുനർനിർമ്മിതിക്കുമുള്ള ഉപകരണമായാണ് നിയമത്തെ സാമൂഹ്യനീതിശാസ്ത്രകാരന്മാർ സമീപിക്കുന്നത്. അതുകൊണ്ടുതന്നെ നിയമ-നീതിശാസ്ത്രത്തിനും സംവിധാനത്തിനും ഏകശിലാരൂപത്തിനുപകരം ബഹുതലസ്പർശിയായ രൂപവും പ്രയോഗവും ദർശിക്കാൻ കഴിയും. സാമൂഹ്യശാസ്ത്രം, രാഷ്ട്രമീമാംസ, ഭൗതികശാസ്ത്രം, ജൈവ-പരിസ്ഥിതിശാസ്ത്രം, ധനശാസ്ത്രം, താരതമ്യപഠനശാസ്ത്രം എന്നിവയോടെല്ലാം ഏകോപിപ്പിച്ചുമാത്രമേ നിയമ-നീതി അപഗ്രഥനം ഇവിടെ സാധ്യമാകുകയുള്ളൂ.

പ്രാചീന മനുഷ്യന്റെ നിത്യവൃത്തിയെ പ്രാകൃതിക നിയമങ്ങളാലും സാമാന്യനീതികൊണ്ടും വ്യവഹരിച്ചിരുന്ന ഘട്ടത്തിൽനിന്നും സാമൂഹ്യനീതിശാസ്ത്ര ഘട്ടത്തിലേക്കുള്ള പരിണാമം നേർരേഖയിലുള്ളതല്ല. കാരണം മാനവരാശിയുടെ വികാസ-പരിണാമ ചരിത്രഘട്ടങ്ങൾക്ക് അനുസൃതമായി നിയമ-നീതി ഘടകങ്ങളിൽ സംഭവിച്ച മാറ്റങ്ങളെ വിശദീകരിക്കാൻ ഏതെങ്കിലും ഒരു നീതിശാസ്ത്രചിന്താധാര മാത്രം മതിയാകില്ല. അല്ലെങ്കിൽ ഓരോ ചിന്താപദ്ധതിക്കും അതാതിന്റേതായ വിശകലന സാധ്യതയും പരിമിതിയും ഉണ്ട്.

പ്രകൃതിനിയമ-നീതിയിൽനിന്ന് വേറിട്ടു പ്രധാന വിശകലനരീതി സൈദ്ധാന്തികമായി അവലംബിച്ചത് അനലിറ്റിക്കൽ സ്കൂളാണ്. നിയമ-നീതി തത്ത്വം, അതിന്റെ പ്രഭവകേന്ദ്രമായ പരമാധികാരസ്ഥാനം, നിയമ-നീതി നടത്തിപ്പുക്രമം, നിഷേധത്തിനും ലംഘനത്തിനും ശിക്ഷാവിധി എന്നിവ അടിസ്ഥാനമാക്കിയാണ് വിശകലനം നടത്തിയത്. സമൂ

ഹത്തിലെ പരമാധികാരകേന്ദ്രം രാഷ്ട്രീയ വിധേയത്വം പാലിക്കുന്ന പൗര സമൂഹത്തിലെ വ്യക്തികളുടെ സ്വഭാവ-പെരുമാറ്റാദികളെ നിയന്ത്രിക്കുന്നതിനായി രൂപപ്പെടുത്തുന്ന ഉപകരണമാണ് നിയമം. അവയുടെ പരിപാലനഫലമാണ് നിയമനീതി. ഇത്തരം മുന്നുപാധികൾ പാലിക്കപ്പെടാത്ത ഏതൊന്നിനേയും വാസ്തവത്തിൽ നിയമമായി നിർദ്ധാരണ നീതിശാസ്ത്രം അംഗീകരിക്കുന്നില്ല. അധികാരസ്ഥരും വിധേയരും എന്ന മൗലിക സങ്കല്പനം ഇവിടെ വ്യവസ്ഥാപിതമാകുന്നു. ഊഹാതീതമായ ശക്തിയോടെ ഈ സങ്കൽപ്പനം ആധുനിക നിയമ-നീതി നടത്തിപ്പിലും തുടരുന്നു.

നൈതിക നിയമ-നീതി ശാസ്ത്രചിന്താധാരയാണ് മറ്റൊന്ന്. നിയമത്തിന്റെയും നീതിയുടെയും രൂപഭാവസങ്കീർണ്ണതകളെക്കാൾ അവയുടെ ലക്ഷ്യവും ഫലവും എന്തെന്നതാണിവിടെ പ്രസക്തം. പരമാവധി കാലത്തേക്ക് പരമാവധി പേർക്ക് പരമാവധി സന്തുഷ്ടി ഉറപ്പാക്കാനാവുന്നതായിരിക്കണം നിയമ-നീതി തത്ത്വം എന്ന് ഇക്കൂട്ടർ അഭിപ്രായപ്പെടുന്നു. നിയമ നിയന്ത്രണങ്ങൾ സാധൂകരിക്കപ്പെടുക അന്തിമമായി അവ വ്യക്തിഗതവും സാമൂഹ്യവുമായ ഇച്ഛയെയും സ്വാതന്ത്ര്യത്തെയും സാർത്ഥകമാക്കുമ്പോഴാണെന്ന് ഈ ചിന്താധാര അനുശാസിക്കുന്നു. നീതിപൂർവ്വകവും സന്തുലിതവും ക്ഷേമസുരക്ഷാപൂർണ്ണവുമായ ഒരു സമൂഹസൃഷ്ടിയും നിലനില്പുമാണ് ഈ ചിന്താധാര മുന്നിൽക്കണ്ടത്. കന്റ്, ബൻതാം തുടങ്ങിയവർ ഈ പദ്ധതിയുടെ പ്രണേതാക്കളായിരുന്നു.

എന്നാൽ പ്രാകൃതിക-നൈതിക ചിന്താപദ്ധതികൾ ആധുനിക രാഷ്ട്രസങ്കൽപ്പനം, ഘടന, പ്രവർത്തനം മുതലായവ വിശകലനം ചെയ്ത് വിശദീകരിക്കുന്നതിൽ വേണ്ടത്ര വിജയിക്കാനായില്ല. ഇവിടെയാണ് ധാർമ്മികനീതിയെന്ന ചിന്താധാര പ്രസക്തമാകുന്നത്. വ്യക്തിയും വ്യക്തികൂട്ടായ്മകളും നിയമ-നീതി വ്യവസ്ഥകൾ പരിപാലിച്ച് പുലർത്താൻ ധാർമ്മികമായി ഉത്തരവാദപ്പെട്ടിരിക്കുന്നു. നിയമനീതിരാഷ്ട്ര ഉപാധികളിലൂടെ പാലിക്കപ്പെടുമ്പോൾ ധാർമ്മികനീതി പൊതുസാമൂഹ്യാഭിപ്രായത്തിലൂടെ നടപ്പാക്കപ്പെടുന്നു. മനുഷ്യരുടെ അംഗീകൃത ധാർമ്മിക മൂല്യങ്ങളാണ് സാമൂഹ്യാഭിപ്രായം വഴി പാലിക്കപ്പെടുക. നിയമനീതി ദണ്ഡശാസനം വഴി നടപ്പാക്കപ്പെടുമ്പോൾ ധാർമ്മികനീതി സാമൂഹ്യമനസ്സാക്ഷിയുടെ സ്വാധീനത്തിലൂടെ പാലിക്കപ്പെടുന്നു.

19-ാം നൂറ്റാണ്ടിന്റെ ആദ്യപാദത്തിൽ ഇദംപ്രഥമമായി നിയമ-നീതിചരിത്രത്തിൽ പ്രത്യക്ഷമാകുന്ന ചിന്താധാരയാണ് ചരിത്രപരമായ നിയമ-നീതി വിശകലനത്തിന്റേത്. നിയമവ്യവസ്ഥകൾ നീതിസങ്കൽപ്പനങ്ങൾ എന്നിവയുടെ ഉൽപ്പത്തി, പരിണാമം, വികാസം, വിനിയോഗം എന്നിവ ചരിത്രപരമായും കാലഗണനയടിസ്ഥാനമാക്കിയും വിശദീകരിക്കുകയാണ് ഈ ചിന്താപദ്ധതി അനുവർത്തിച്ച മാർഗ്ഗം, ലോകത്തെ ഏറ്റവും മികച്ച നിയമ-നീതിശാസ്ത്രഘടകങ്ങൾ എല്ലാം സംഹിതകളിൽനിന്ന് ഉദ്ഭവിക്കുകയും സംഹിതകളിൽ വിലയിക്കുകയും ചെയ്യുന്നതായവർ

ചൂണ്ടിക്കാട്ടി. ഏതൊരു നിയമ-നീതി തത്ത്വവും നിലവിലുള്ള സാമൂഹ്യ ഇച്ഛയുടെ പ്രതിഫലനമാണ്. ഇത്തരം കൂട്ടായ അനിവാര്യതയുടെ ഫല മായി അബോധപൂർവ്വം ഉടലെടുക്കുകയും നിരന്തരവും അവിരാമവുമായ ഒരു ജൈവപ്രക്രിയയിലൂടെ വളരുകയും ചെയ്യുന്നതാണ് നിയമം. നീതി നടത്തിപ്പിനായി സമൂഹം കണ്ടെത്തുന്ന യുക്തിസഹവും കാര്യകാരണ സംബന്ധവുമായ ഉപാധിയാണ് നിയമം. അത് ഉണ്ടാക്കപ്പെടുകയോ നശി പ്പിക്കപ്പെടുകയോ ചെയ്യുന്നില്ല. കാലദേശസമൂഹാധിഷ്ഠിതമായി കണ്ടെ ത്തപ്പെടുന്ന നിയമ-നീതി തത്ത്വങ്ങൾക്കു സാർവ്വലൗകികമായ പ്രയോ ഗക്ഷമത ദർശിക്കാമെന്നും ഈ ചിന്താധാര വിവക്ഷിക്കുന്നു. സാവിനി, ഹെൻറിമേനി തുടങ്ങിയവർ താരതമ്യ നിയമപഠന-ഗവേഷണ പിന്തു ണയോടെ ഈ ചിന്താധാരയുടെ വക്താക്കളായി പ്രവർത്തിച്ചു.

ആധുനിക ശാസ്ത്ര-സാങ്കേതിക-രാഷ്ട്രീയ-സാമ്പത്തിക പ്രക്രി യകളുടെ ചുവടുപിടിച്ച് 20-ാം നൂറ്റാണ്ട് രൂപപ്പെടുത്തി വളർത്തിയ ചിന്താ ധാരയാണ് സാമൂഹ്യ നീതിശാസ്ത്രം. നിലവിലുള്ളതോ ഭാവിയിലുണ്ടാ കുന്നതോ ആയ സമൂഹത്തിന്റെ വ്യക്തിഗതവും കൂട്ടായതുമായ അനി വാര്യതയാണ് നിയമ-നീതി തത്ത്വങ്ങൾക്ക് ഹേതുവാകുക. സാമൂഹ്യ ഇച്ഛയുടെ പൂർത്തീകരണാർത്ഥമാണ് നിയമ-നീതി ഉപാധികൾ പ്രയോ ഗിക്കപ്പെടുന്നത്. നിയമനീതിഘടകങ്ങളുടെ വികാസപരിണതിക്കാധാരം ആത്യന്തികമായി നിയമ തത്ത്വങ്ങളോ നീതിശാസ്ത്ര പ്രമാണങ്ങളോ നീതി-ന്യായ വിധിതീർപ്പുകളോ അല്ല മറിച്ച് സമൂഹംതന്നെയാണെന്ന് ഇക്കൂട്ടർ വാദിക്കുന്നു. നിയമ-നീതിയുടെ ഉള്ളടക്കമോ വ്യവസ്ഥാപനമോ നടത്തിപ്പോ എന്നതിലുപരി അതിലൂടെ ഉളവാകുന്ന സാമൂഹ്യഫലത്തി നാണിവിടെ പ്രസക്തി. റോസ്കോ പോണ്ട്, യൂജിൻ ഏൾമിച്ച്, ലിയോ ഡ്യൂജിറ്റ് തുടങ്ങിയവർ ഈ ചിന്താധാരയുടെ വക്താക്കളായിരുന്നു. ഹെഗൽ, മാർക്സ്, കോംതേ തുടങ്ങിയവരുടെ ചരിത്രപരവും ദ്വന്ദാത്മ കവും വസ്തുനിഷ്ഠവും സമൂഹനിഷ്ഠവും ആയ വിശകലനരീതികൾ ഈ ചിന്താധാരയെ തുടർന്നും സ്വാധീനിച്ച് വരുന്നതായികാണാം.

താരതമ്യനീതിശാസ്ത്രമാണ് ഗണനീയമായ മറ്റൊരു മേഖല. ലോകരാഷ്ട്രസമൂഹങ്ങളിൽ വേറിട്ടും സമാനതകളോടെയും നിലനിന്നു വരുന്ന വിവിധ നിയമ-നീതി സമ്പ്രദായങ്ങളുടെ ശാസ്ത്രീയവും സൈദ്ധാന്തികവും ആയ താരതമ്യ വിശകലനവും നിഗമനവും ആണ് ഈ ധാരയിൽ അവലംബിക്കുക. ആവർത്തിക്കപ്പെടുന്ന ദ്വന്ദാത്മകസം ഘർഷങ്ങളുടെ പ്രത്യാഘാതമോ ഫലമോ ആയി ലഭ്യമാകുന്നതും പൊതുസ്വീകാര്യതയും അംഗീകാരവും നേടിയതുമായ വ്യവസ്ഥകളും തത്ത്വങ്ങളും പ്രമാണങ്ങളുമാണ് നിയമ-നീതി ഘടകങ്ങളെ മുന്നോട്ട് നയിക്കുക. ത്യാജ്യഗ്രാഹ്യ വിവേചനബുദ്ധിയോടെ നന്മകൾ ഉൾക്കൊണ്ടും ദൂഷ്യങ്ങൾ ഒഴിവാക്കിയും നിയമ-നീതി സംവിധാനത്തെ വികസിപ്പിക്കാവുന്നതാണെന്ന് ഹോളണ്ട്, ജെറിംഗ്, മേയ്നി തുടങ്ങിയ നിയമശാസ്ത്രചിന്തകർ സിദ്ധാന്തിക്കുന്നു. അന്തർദ്ദേശീയ നിയമശാഖ യുടെ അടിത്തറ തന്നെ താരതമ്യ നീതിശാസ്ത്ര ചിന്തകളാണ്.

ഈ ചിന്താധാരകളിലെല്ലാം പൊതുവായി ദർശിക്കാവുന്ന ചില അന്തർധാരകളുണ്ട്. അവയാണ് ആധുനിക നിയമ-നീതി സംവിധാനത്തെ പരിപാലിക്കുന്നതും സ്വാധീനിക്കുന്നതുമായ അംശങ്ങൾ.

- മനുഷ്യവാഴ്ചയ്ക്കല്ല നിയമവാഴ്ചയ്ക്കായിരിക്കണം പ്രഥമവും പ്രധാനവുമായ പരിഗണന.
- നിയമത്തിന്റെ മുമ്പിലുള്ള തുല്യതയും നിയമം മൂലമുള്ള തുല്യ പരിരക്ഷയും ഏവർക്കും ഉറപ്പാക്കണം.
- നീതിയുടെ നടത്തിപ്പ് സന്തുലിതവും സമശീർഷവും സമത്വാധിഷ്ഠിതവുമായിരിക്കണം.
- ഭരണകൂടത്തിന്റെ നടപടികൾ നിയമവിധേയവും നീതിപൂർവ്വകവും ആയിരിക്കണം.
- ഏതു വിഷയത്തിലും നീതിന്യായ അവലോകനവും നിരീക്ഷണവും തിരുത്തലും ദീക്ഷിക്കപ്പെടണം.
- ധാർമികത-നൈതികത-സാമാന്യനീതി എന്നിവയ്ക്കൊപ്പം നിയമനടപടിക്രമവും പാലിക്കപ്പെടുന്നു എന്ന് ഉറപ്പാക്കണം.
- നീതി നിർവ്വഹിച്ചാൽ മാത്രം പോരാ അത് നിർവ്വഹിക്കപ്പെടുന്നു എന്ന് ബോദ്ധ്യപ്പെടുത്തുകയും ചെയ്യണം.
- നീതി നടത്തിപ്പ് വൈകുന്നത് നീതിനിഷേധത്തിനും ധൃതിപ്പെട്ടുള്ള നീതിനടത്തിപ്പ് അനീതിയിലേക്കും വഴിയൊരുക്കം.

നിയമബോധവും നീതിബോധവും ഉള്ള പൗരസമൂഹമാണ് ജനാധിപത്യ രാഷ്ട്രഘടനയുടെ ശക്തിസ്രോതസ്.

നിയമ-നീതിശാസ്ത്രം

മനുഷ്യസമൂഹം ചലനാത്മകമാണ്. മാറ്റമില്ലാത്തത് മാറ്റത്തിനു മാത്രമാണ്. ആന്തരികവും ബാഹ്യവുമായ ചലനങ്ങൾ, ദ്വന്ദാത്മകവും വൈരുദ്ധ്യാത്മകവുമായ ചലനങ്ങളുടെ പ്രത്യാഘാതമായുണ്ടാകുന്ന മാറ്റങ്ങളാണ് സമൂഹത്തെ മുന്നോട്ടു നയിക്കുന്നത്. നിയമത്തിനും ഇത് ബാധകമാണ്. നീതിയുടെ സങ്കല്പനങ്ങളും മാറ്റത്തിന് വിധേയമാണ്. എന്നാൽ മാറ്റമില്ലാത്തതായി കരുതാവുന്ന ഒരു ഘടകം ഭൂത-വർത്തമാന-ഭാവികാലങ്ങളിൽ ഏതൊരു സമൂഹവും നിയമ-നീതി സംവിധാനങ്ങൾ കൂടാതെ നിലനിന്നിട്ടില്ല, നിലവിലില്ല, നിലനിൽക്കാനുമാകില്ല എന്നതാണ്.

ഗ്രീക്ക് തത്ത്വചിന്തയനുസരിച്ച് നിയമം എന്നത് മനുഷ്യന്റെയും സമൂഹത്തിന്റെയും ധാർമ്മികവും നൈതികവും ആചാരപരവും മതപരവും വിശ്വാസ-നിഷ്ഠാപരവുമായ ഏതൊന്നിനെയും ബാധിക്കുന്നതും നിയന്ത്രിക്കുന്നതും നയിക്കുന്നതുമായ മൂല്യങ്ങളാണ്. വ്യവസ്ഥാപിതവും ക്രമാനുവർത്തിയും ആയ മാതൃകാ സമൂഹത്തിന്റെ നിലനിൽപ്പിന്റെ ലക്ഷ്യപൂർത്തീകരണമാണ് നിയമത്തിലൂടെ നേടുന്നത്. ഗ്രീക്ക് നാട്ടുരാജ്യസമ്പ്രദായം ഇത്തരം മൂല്യസംസ്കൃതിയിലൂന്നിയ രാഷ്ട്രവ്യവഹാരത്തിന്റെയും ജീവിതവൃത്തിയുടെയും ഉദാഹരണമായിരുന്നു. ഈ രീതി

റോമൻ സമ്പ്രദായത്തിലേക്കെത്തുമ്പോൾ രണ്ടുതരം നിയമസരണികൾ, രാഷ്ട്രനിയമവും-വ്യക്തിനിയമവും-രൂപപ്പെട്ടുവരുന്നതായി കാണാം. റോമക്കാർക്കും റോമക്കാരല്ലാത്തവർക്കും ബാധകമാകുന്ന തരം നിയമങ്ങൾ. ഇതിന്റെ തുടർച്ചയായി വിവിധ മാനുഷിക വൃത്തികളെ ബാധിക്കുന്ന നിയമതത്ത്വങ്ങളുടെ ക്രോഡീകരണവും അതിന്റെ ഫലമായുള്ള സംഹിതകളും അവ പ്രയോഗത്തിൽ വരുത്തുന്നതിനായി ചക്രവർത്തിയുടെ ആസ്ഥാനകോടതിയും പൗരാധികാരികളാൽ നിർവ്വഹിക്കപ്പെടുന്ന നിയമ കോടതികളും നിലവിൽ വരുന്നതായും കാണാം.

നിയമ-നീതി വികാസത്തിന്റെ മറ്റൊരു തലം പ്രപഞ്ച-പ്രകൃതിശക്തിയും മനുഷ്യനും തമ്മിലുള്ള അലിഖിതവും അരൂപവും അപ്രഖ്യാപിതവുമായ ഉടമ്പടിയെന്ന തരത്തിലുള്ളതാണ്. ധാർമിക-നൈതിക-ആത്മീയ-വിശ്വാസമൂല്യങ്ങൾ എല്ലാം ഈ അചഞ്ചലമായ പ്രാപഞ്ചിക നിയമധാരയിൽ ഉൾക്കൊണ്ടിരിക്കുന്നതായി കരുതപ്പെട്ടു. മോശയുടെ പത്തു കൽപ്പനകളും, ഭാരതവൃത്തത്തിലെ ശ്രുതി-സ്മൃതി തത്ത്വങ്ങളും, മുഹമ്മദ് നബിയുടെ ഖുർ-ആൻ വചനങ്ങളും ഇതിന്റെ തുടർച്ചകളായി കരുതപ്പെടുന്നു.

മൂന്നാമതൊരു തലം വിശദീകരിക്കാവുന്നത് സാമൂഹ്യ ഉടമ്പടിയുടേതാണ്. ഹോബ്സ്, ലോക്കേ, റൂസ്സോ തുടങ്ങിയവർ ഇത്തരം സാങ്കൽപ്പിക സാമൂഹ്യ ഉടമ്പടിയുടെ വക്താക്കളും പ്രയോക്താക്കളുമായിരുന്നു. വാസ്തവത്തിൽ എന്നതിനപ്പുറം സാങ്കൽപ്പികവും അമൂർത്തവുമായിരുന്നു ഈ സമീപനം. വ്യക്തിഗത നിലനിൽപ്പെന്ന പ്രപഞ്ചനിയമത്തിന് ഉപരി പരസ്പര സഹവർത്തിത്വ ബന്ധമെന്ന നിയാമക സങ്കൽപ്പനം ആയിരുന്നു ഇതിൽ പ്രസക്തം. ഒരു രാഷ്ട്രത്തിനും ജനതയ്ക്കും നിയമത്തിന്റെ ബലതന്ത്രമില്ലാതെ പുലരാനാവില്ല. പ്രാരംഭത്തിൽ ഒരു ജനതയും രാഷ്ട്രവുമായി നിലനിൽക്കാനും വ്യവസ്ഥാപിതമാകാനുമുള്ള ഉടമ്പടിയും തുടർന്ന് രാജ്യത്തിനുള്ളിൽ ന്യൂനപക്ഷം ഭൂരിപക്ഷത്തിനും, വ്യക്തി സമഷ്ടിക്കും, ഗോത്രം രാഷ്ട്രത്തിനും വഴങ്ങിക്കഴിയുക എന്ന തത്ത്വവും സ്ഥാപിക്കപ്പെട്ടു. ഇതിന് വിരുദ്ധമായി സംഭവിക്കാവുന്ന സാഹചര്യങ്ങളെ വിപ്ലവം എന്നും സങ്കൽപ്പിക്കപ്പെട്ടു. ആധുനിക ജനാധിപത്യ രാഷ്ട്ര-സമൂഹ സങ്കൽപ്പനത്തിന്റെ പ്രാക്‌രൂപമായി സാമൂഹ്യ കരാർ ഉടമ്പടി സംവിധാനത്തെ ദർശിക്കാം. ഇതിന്റെ ഭാഗമായാണ് പരമാധികാര രാഷ്ട്രസങ്കൽപ്പനവും ഭരണകൂട സങ്കൽപ്പനവും ശക്തമാകുന്നതും പ്രാവർത്തികമാക്കപ്പെടുന്നതും.

നന്മ-തിന്മകളുടെ അതിർവരമ്പുകൾക്കനുസരിച്ച് നിയമവും നീതിയും വേർതിരിക്കപ്പെട്ട ഒരു കാലഘട്ടമാണ് പിന്നീട് കാണാനാകുക. നിയമത്തിന്റെ യഥാതഥമായ നിർവ്വഹണ വിശകലനത്തിനാണ് ഇവിടെ പ്രസക്തി. രൂപഘടനയിലും താത്വിക പ്രത്യയശാസ്ത്ര ഉള്ളടക്കത്തിലുമല്ല അവയുടെ വസ്തുനിഷ്ഠനിർവ്വഹണത്തിലും പ്രായോഗിക നടത്തിപ്പിലുമാണ് ഈ സന്ദർഭത്തിൽ പ്രസക്തി കാണാവുന്നത്. ലിഖിത

ഭരണഘടനകൾ, എഴുതപ്പെട്ട നിയമഗ്രന്ഥങ്ങൾ, നീതിന്യായ കോടതി ശൃംഖലകൾ തുടങ്ങിയവയും അവയ്ക്ക് അടിത്തറയായ മൗലിക നിയമവ്യവസ്ഥയും ആണ് സവിശേഷ പ്രാധാന്യം ഉൾക്കൊണ്ടത്. നെപ്പോളിയന്റെ റോമൻ നിയമസംഹിതയും ഇംഗ്ലീഷ് നിയമസംഹിതകളും അവയുടെ പരിഷ്കരണവും ഈ നവോത്ഥാന ഘട്ടത്തിന്റെ സംഭാവനയാണ്.

19–ാം നൂറ്റാണ്ട് ഇതര ശാസ്ത്ര–സാങ്കേതിക മേഖലകളിൽ എന്നപോലെ നിയമ–നീതിശാസ്ത്രത്തിലും ദൂരവ്യാപകമായ മാറ്റം സംഭവിച്ച ഘട്ടമായിരുന്നു. സാമൂഹ്യ ഉടമസ്ഥത, സംഘടിത ഉൽപ്പാദനം, മൂലധന ഉടമസ്ഥതയും ഉപയോഗവും, ഉപഭോഗ സംസ്കൃതിയുടെ വികാസം എന്നിവയെല്ലാം നിയമ–നീതി സാമൂഹ്യ ഇച്ഛയുടെ ബഹിർസ്ഫുരണമാണെന്നും, പാരമ്പര്യാചാരം സമൂഹനിഷ്ഠയുടെ പരമകാഷ്ഠയാണെന്നും നിയമം അംഗീകൃത പാരമ്പര്യാചാരത്തിൽനിന്നും പിറവിയെടുക്കുന്ന അവിചാരിതവും അബോധപൂർവ്വവുമായ ഉൽപ്പന്നമാണെന്നും അത്തരത്തിലുണ്ടാകുന്ന നിയമം സർവ്വലോക ഐക്യരൂപ്യത്തിനു പകരം കാലദേശാനുവർത്തിയായ സവിശേഷ സ്വഭാവവ്യത്യാസങ്ങൾ ഉള്ളതായിരിക്കുമെന്നും ഈ കാലയളവിൽ വ്യാഖ്യാനിക്കപ്പെട്ടു. സ്പെൻസറും ഹെഗലും ഗൈർക്കും ഈ ചിന്താരീതി പിന്തുടർന്നു.

എന്നാൽ ചരിത്രപരവും ദ്വന്ദാത്മകവും വൈരുദ്ധ്യാധിഷ്ഠിതവുമായ വിശകലനരീതി പിൻതുടർന്ന് കാൾമാർക്സും ഫ്രഡറിക് എംഗൽസും മുന്നോട്ടുവച്ച വിചിന്തനം കേവലവും സാങ്കേതികവുമായ നിയമ–നീതി സങ്കൽപ്പനത്തെ ഉടച്ചുവാർക്കുകതന്നെ ചെയ്തു. തികച്ചും ധാർമ്മികവും നൈതികവും സാമുദായികവും മതപരവും രാഷ്ട്രീയവുമായിട്ടും, ആത്മീയമായിട്ടും ഉള്ളതല്ല ഉണ്ടാകുന്നതല്ല നിയമഗ്രന്ഥവും നീതിശാസ്ത്രവും എന്നവർ അടിവരയിട്ടു സമർത്ഥിച്ചു. നിലവിലിരിക്കുന്ന സങ്കീർണ്ണ സാമൂഹ്യവ്യവസ്ഥിതിയിൽ പുലരുന്ന സാമ്പത്തികബന്ധങ്ങളുടെ വൈജാത്യവും വൈരുദ്ധ്യവുമാണ് നിയമത്തെയും നീതിയെയും നിർണ്ണയിക്കുകയും നയിക്കുകയും ചെയ്യുന്നത് എന്നവർ സിദ്ധാന്തിച്ചു. അതുകൊണ്ടുതന്നെ മർദ്ദനത്തിന്റെയും ചൂഷണത്തിന്റെയും ഉപാധിയായും അധിനിവേശ ഉപകരണമായും നിയമ–നീതികൾ വിനിയോഗിക്കപ്പെടുന്നതും അവർ ചൂണ്ടിക്കാട്ടി. ഈ സ്ഥിതി മാറണമെങ്കിൽ വർഗ്ഗസമരത്തിന്റെ ഫലമായി രൂപംകൊള്ളുന്ന സ്ഥിതിസമത്വ–സാമൂഹ്യനീതി സംസ്കൃതിയിൽ മാത്രമേ കഴിയൂ എന്നും അവർ ചൂണ്ടിക്കാട്ടി.

ഇതിന്റെ തുടർച്ചയാണ് കഴിഞ്ഞ നൂറ്റാണ്ടിൽ രൂപീകരിക്കപ്പെട്ടതായി പറയാവുന്ന സാമൂഹ്യ അനിവാര്യതാ സിദ്ധാന്തവും സാമൂഹ്യ പുനർനിർമ്മിതി സമീപനവും. സാമ്പത്തികബന്ധത്തിന്റെ അന്തർധാരയ്ക്കൊപ്പം സാമൂഹ്യാനിവാര്യതയുടെ വസ്തുനിഷ്ഠ പിൻബലവും ചേരുന്നതാണ് ഇത്തരം സമീപനം. നിയമ–നീതി തത്ത്വങ്ങൾ പുരോഗമനസമൂഹത്തിന്റെ നിർമ്മിതിക്കുള്ള ആണിക്കല്ലുകളായി സങ്കൽപ്പിക്കപ്പെട്ടിരിക്കെയാണിവിടെ. അതായത് മാർക്സിയൻ ധനതത്ത്വചിന്തയുടെയും

മുൻകാല ജനകീയ ഇച്ഛാസിദ്ധാന്തത്തിന്റെയും സങ്കലനമായി ഉരുത്തിരിയുന്നതാണ് സമകാലിക സാമൂഹ്യനിർമ്മിതി സങ്കൽപ്പനം എന്നർത്ഥം.

വ്യക്തിനിഷ്ഠവും മതസരാധിഷ്ഠിതവും ആഗോളീകൃതവും ആയ ഒരു ലോകക്രമം മുൻനിർത്തി, പ്രായോഗികാർത്ഥത്തിൽ നിയതമായ രാഷ്ട്ര–ജനതാ സങ്കൽപ്പനം നേർത്തുവരുന്ന സാഹചര്യത്തിൽ, ലോകം തന്നെ ആഗോളഗ്രാമം എന്ന് നവീകരിക്കപ്പെടുമ്പോൾ നിയമ–നീതി ശാസ്ത്രപരിണാമം ചാക്രികരീതി കൈവരിച്ചതായി തോന്നും. കാര്യങ്ങൾ പുരാതന പ്രാപഞ്ചിക നീതിസമ്പ്രദായത്തിലേക്ക് നിപതിക്കാമെന്ന് അവരിൽ ചിലർ മുന്നറിവ് നൽകുന്നു. മറിച്ച് ഇതുവരെയുള്ളതിന്റെ സത്തയും ഊർജ്ജവും പേറുന്ന പരിഷ്കൃതവുമായ ഒരു ഉന്നത സാമൂഹ്യാവസ്ഥ സംജാതമാകുമെന്ന് അഭിപ്രായപ്പെടുന്നവരും ഉണ്ട്. ഇതിൽ യുക്തിയും കാരണവും അനുഭവവും മുൻനിർത്തി ചിന്തിക്കുന്നവർ ഏതു പാതയിൽ തിരിയും എന്നതാണ് യഥാർത്ഥത്തിൽ തീരുമാനിക്കപ്പെടേണ്ടത്. പാരിസ്ഥിതിക നീതി, മനുഷ്യാവകാശ നീതി, വിതരണക്രമനീതി, സാമൂഹ്യനീതി സങ്കൽപ്പനങ്ങളുടെ ശാക്തീകരണവും പരിപാലനവും ഇതിൽ ശരിയായ പാതയിൽ നമ്മെയെത്തിക്കാൻ സഹായിക്കും എന്ന് കരുതാം.

7

നിയമം പ്രാചീന-ആധുനിക സമൂഹങ്ങളിൽ

ബി സി 1700 കളിൽ നിലവിൽ വന്നതും യൂഫ്രട്ടീസ്-ടൈഗ്രീസ് നദീതടപ്രദേശത്തെ, സമൂഹത്തിൽ നടപ്പാക്കപ്പെട്ടതായി കരുതപ്പെടുന്നതുമായ ഹമുറാബീസ് കോഡ് ആണ് അറിയപ്പെടുന്നവയിൽ ഏറ്റവും പ്രാചീനം. നെപ്പോളിയനിക് കോഡും റോമൻ നിയമസംഹിതയും ഇതിന്റെ ശ്രേണിയിൽ തുടർന്നു വരുന്നത് കാണാം. ഇന്ത്യയിൽ പ്രാചീനകാലത്തെന്നല്ല ഇന്നും മതാനുബന്ധിയായ സങ്കൽപ്പനങ്ങളാണ് നിയമ-നീതിരംഗത്ത് നിലനിൽക്കുന്നത്.

ഇന്ത്യൻ നീതിന്യായ സമ്പ്രദായത്തിന്റെ തനത് സ്രോതസ്സ് ആയി കരുതാവുന്നത് ധർമ്മമീമാംസയാണ്. അത് രണ്ട് തലത്തിൽ വ്യവഹരിക്കപ്പെടുന്നു. ഒന്ന് രാജധർമ്മം, രണ്ട് വ്യവഹാരധർമ്മം, ധർമ്മാധർമ്മ വ്യവസ്ഥകളാകട്ടെ ശ്രുതി, സ്മൃതി, ധർമ്മശാസ്ത്രങ്ങൾ വേദോപനിഷത് വ്യാഖ്യാനാദികൾ എന്നിവയെ അടിസ്ഥാനമാക്കിയാണ് നിർണ്ണയിക്കപ്പെട്ടിരുന്നത്. ഇതിൽ വ്യവഹാര ധർമ്മം സിവിൽ-ക്രിമിനൽ നടപടി സംബന്ധിച്ചും രാജധർമ്മം ഭരണഘടനാ സംവിധാനത്തെയും പരാമർശിക്കുന്നു.

ഇതിന്റെ തുടർച്ചയാണ് ധർമ്മസൂത്രങ്ങൾ. സ്മൃതികളും മീമാംസയും നിബന്ധങ്ങളും (തത്ത്വങ്ങൾ, വ്യാഖ്യാനങ്ങൾ, വിശദീകരണങ്ങൾ) ഋഷിപ്രോക്തങ്ങളായാണ് ഇവ കരുതപ്പെടുന്നതെന്നതിനാൽ ഗൗതമ, വസിഷ്ഠ, ഹരിത, ബൗദ്ധായനന്മാരുടെയും പരാശര, നാരദ, ബൃഹസ്പതിമാരുടെയും പേരിലാണ് ഇവ അറിയപ്പെടുന്നത്. പ്രധാന മീമാംസാകാരന്മാർ യാജ്ഞവൽക്യൻ, വിജ്ഞാനേശ്വരൻ, ജീമൂതവാഹനൻ തുടങ്ങിയവരാണെന്നും കരുതപ്പെടുന്നു.

വ്യവഹാരാദികളിൽ കരാർവ്യവസ്ഥകൾ, നിയന്ത്രണവ്യവസ്ഥകൾ, കൈമാറ്റ വ്യവസ്ഥകൾ, കടവായ്പയും തിരിച്ചടവും (ഋണധനം) ജാമ്യ

വ്യവസ്ഥകൾ (പ്രതിഭാവ്യം) പാട്ടവും പണയവും (അധിഹി) നിക്ഷേപങ്ങൾ സമ്പാദ്യങ്ങൾ ഹുണ്ടികൾ, വിപണനം, ഇഷ്ടദാനം, സംരംഭകത്വം, സംയുക്ത സംരംഭകത്വം, വിശ്വാസവഞ്ചന ആദിയായവ പരാമർശിക്കുന്നു. അതിർത്തിത്തർക്കം, ചൂതാട്ടം, ഓഹരി വീതംവയ്പ്, ഭാഗ ഉടമ്പടി, സ്ത്രീ-പുരുഷ ഉടമ്പടികളും കരുതൽ ധനവും സംബന്ധിച്ച വ്യവസ്ഥകൾ തുടങ്ങിയവും ഇതിൽ ഉൾപ്പെടുന്നു. ഈസ്മെന്റ് (ഭോഗാവകാശം) ഉടമസ്ഥത, തീറ്, കൈവശം, പ്രമാണരേഖകൾ, ആധാര ഉടമ്പടികൾ, അടിമ-ഉടമ വ്യവസ്ഥ എന്നിവയെല്ലാം പരാമർശിച്ചതായും കാണാം. അടിമവ്യവസ്ഥ ആചാരമായിക്കണ്ട് ആനന്ദിച്ചുവന്ന സമൂഹത്തിന്റെ തുടർച്ചയാണ് നാം.

ക്രിമിനൽ നിയമനടപടികളിലാകട്ടെ പാതകം(പാപം) അവയ്ക്ക് രാജധർമ്മ മുറപ്രകാരം തീർപ്പാക്കാവുന്ന ദണ്ഡനം(ശിക്ഷകൾ) എന്നിവ നിർദ്ദേശിച്ചിരുന്നതായി കൗടില്യൻ സൂചിപ്പിക്കുന്നുണ്ട്. മാനഭംഗം, പണാപഹരണം, കവർച്ച, കൊള്ള, കൊള്ളിവയ്പ്, കലാപം, വ്യഭിചാരം, ബലാത്സംഗം തുടങ്ങിയവയും അനുബന്ധ കുറ്റകൃത്യങ്ങളും പരാമർശിക്കപ്പെടുന്നുണ്ട്. രാജനീതിക്കെതിരായ കൃത്യങ്ങൾ കടുത്ത കുറ്റമായിക്കരുതി രാജ്യദ്രോഹപ്രവർത്തനമായിക്കണ്ട് ശിക്ഷിച്ചിരുന്നതിന് തെളിവ് സ്വദേശാഭിമാനി രാമകൃഷ്ണപിള്ളതന്നെയാണല്ലോ. നിയമ നീതി നടത്തിപ്പ് പ്രകീർണങ്ങളെ(തെളിവുകളെ) ആശ്രയിച്ചായിരുന്നു എന്നും സൂചന കാണാം.

കോടതിവഴിക്കുള്ള ന്യായാന്യായ നിർവ്വഹണം വ്യവഹാരാദിചട്ട വ്യവസ്ഥകളെ ആശ്രയിച്ചായിരുന്നു. ന്യായകർമ്മങ്ങൾ, ക്രിയാകർമ്മങ്ങൾ, ജയപത്രങ്ങൾ എന്നിവയും ദിവ്യസൂക്തങ്ങളും ഇതിലേക്കായി സ്വീകരിക്കപ്പെട്ട ഘടകങ്ങളായിരുന്നു.

രാജധർമ്മമാകട്ടെ ഭരണാധിപരായ രാജാക്കൾ, അവരുടെ കുല-ഗോത്ര-ദായക്രമം, അധികാരകൈമാറ്റ രീതി, രാജധർമ്മങ്ങൾ, ധനധർമ്മങ്ങൾ, നിയമാധികാരങ്ങൾ, രാജശാസനരീതികൾ, ഉപദേശകർ, മന്ത്രിമാർ, കാര്യക്കാർ, സേനാപതികൾ എന്നിവരുടെ ഉത്തരവാദിത്വം, നഗരപരിപാലനം, ഭരണകാര്യവിചാരിപ്പും നടത്തിപ്പും, രാജ്യാന്തരബന്ധം, യുദ്ധകാര്യമുറകൾ, അനുഷ്ഠാനാചാരക്രമങ്ങൾ മുതലായവയും നിർണ്ണയിക്കപ്പെട്ടിരുന്നതായി കാണാം. വേണാട്ടധിപനായി മാറിയ മാർത്താണ്ഡവർമ്മ തൃപ്പടിദാനം നിർവഹിച്ചശേഷം സ്വേച്ഛാപരമായ രാജനീതി നടപ്പാക്കിയത് ഈ പശ്ചാത്തലത്തിൽ പുനർവായനക്ഷമമായ ചരിത്രഘട്ടമാണ്.

മുസ്ലിം ഭരണഘട്ടം താരതമ്യേന ഹിന്ദുകാലഘട്ടത്തിന് സമാനമെങ്കിലും ഖുർആനിക് വ്യവസ്ഥകൾക്ക് വിധേയമായ നിയമനീതിക്രമം നടപ്പാക്കപ്പെട്ട ഘട്ടമായിക്കരുതാം. രാജ്യത്തെ ഖണ്ഡങ്ങൾ, പ്രദേശങ്ങൾ എന്നിങ്ങനെ തിരിച്ച് അധികാര വികേന്ദ്രീകരണവും റവന്യൂ വരുമാനത്തിനുള്ള നിയതമായ ഉപാധിയും നാണയ കേന്ദ്രീകൃത ക്രയവിക്രയവും

മുഗൾഭരണം ഉൾപ്പെടെ മുസ്ലിം ഭരണകാലത്ത് സംഭവിച്ച മാറ്റങ്ങളാണ്. ഖാസി, മുല്ല, ഉലമ, പഞ്ചായത്ത് സമ്പ്രദായങ്ങൾവഴി നീതിനടത്തിപ്പിന് വ്യവസ്ഥചെയ്തതും ഈ ഘട്ടത്തിലാണ്.

പാശ്ചാത്യ കാലഘട്ടമാണ് ആധുനിക നിയമചരിത്രഘട്ടമായി കരുതപ്പെടാവുന്നതെങ്കിൽ ബ്രിട്ടീഷ് ഇന്ത്യൻ പ്രസിഡൻസികളിലെ സിവിൽ-ക്രിമിനൽ നിയമനീതി സമ്പ്രദായങ്ങളാണ് അതിൽ ആദ്യതലം. നിലവിലുണ്ടായിരുന്ന വിവിധ നിയമങ്ങളുടെ സമാഹരണം, ഏകോപനം, ക്രോഡീകരണം, സംഹിതവല്ക്കരണം എന്നിവയായിരുന്നു അടുത്ത ഘട്ടം. നിയമപരിഷ്കരണ കമ്മിഷനുകളും അവയുടെ ശുപാർശകളും ഈ മാർഗ്ഗത്തിന് ഊർജ്ജം പകർന്നതായി കാണാം. 1781 മുതൽ ആരംഭിക്കുന്ന നീതിന്യായപരിഷ്കരണങ്ങൾ സ്വാതന്ത്ര്യാനന്തരഘട്ടംവരെയും തുടർന്നതായി കാണാം. സദർ ദിവാനി(റവന്യു-സിവിൽ) സദർ നിസാമത്ത്(ക്രിമിനൽ) മൊഫ്യൂസിൽ ദിവാനി -മൊഫ്യൂസിൽ നിസാമത്ത് എന്നിങ്ങനെ കോടതികൾ, സർക്കിട്ട് കോർട്ട്, സെഷൻകോർട്ട് എന്നിങ്ങനെയുള്ള പരിഷ്കാരങ്ങൾ, പ്രസിഡൻസികളിൽ ഹൈകോർട്ട് തുടർന്ന് സുപ്രീംകോർട്ട് എന്നിവയുടെ വ്യവസ്ഥാപനം ഇവ ബ്രിട്ടീഷ്കാല സവിശേഷതകളാണ്. നിയമ പരിഷ്കരണ കമ്മിറ്റികൾ വലിയ പങ്കുവഹിച്ചതായും കാണാം.

1919, 1935 എന്നീ ഘട്ടങ്ങളിൽ രൂപംനൽകപ്പെട്ട ഗവൺമെന്റ് ഓഫ് ഇന്ത്യാ ആക്ടുകൾ ഇന്ത്യൻ നിയമ-നീതി ചരിത്രത്തിൽ സുപ്രധാനമാണ്. ഇവയ്ക്കു മുന്നോടിയായി 1858 ൽ ഒന്നാം സ്വാതന്ത്ര്യകലാപത്തിന്റെ തുടർച്ചയായി വന്ന ഗവൺമെന്റ് ഓഫ് ഇന്ത്യാ ആക്ടും ഇന്ത്യൻ കൗൺസിൽ ആക്ടും നിർണ്ണായകമായിരുന്നു. കേന്ദ്രസംസ്ഥാന ഭരണകൂടങ്ങൾ, ജനപ്രാതിനിധ്യസഭകൾ എന്നിവ ഈ നിയമങ്ങൾ വിഭാവനം ചെയ്തവയാണ്. പ്രജമണ്ഡലം, ഗവർണർജനറൽ കൗൺസിൽ, വകുപ്പുതല ഭരണക്രമം, ഇന്ത്യൻ നിയമനിർമ്മാണസഭാ സംവിധാനം, മതനിയമക്രമം, നിയാമകാന്വേഷണകമ്മിഷനുകൾ, സിവിൽ-ക്രിമിനൽ നടപടികൾ, ശിക്ഷാക്രമം, തെളിവുനിയമം തുടങ്ങിയവ ഇതിന്റെ തുടർച്ചയാണ്. ജനാധിപത്യ ഭരണക്രമം, ക്യാബിനറ്റ് സമ്പ്രദായം, അധികാരവിഭജനക്രമം, അടിയന്തരാവസ്ഥ പ്രഖ്യാപനം, സിവിൽ സേവനസംവിധാനം, കരാർ-നഷ്ടപരിഹാര ഉപാധികൾ തുടങ്ങിയവയെല്ലാം 1935 ലെ നിയമംവഴി ഉൾച്ചേർക്കപ്പെട്ടു. ഇവയ്ക്ക് ഉണ്ടായിരുന്ന പരിമിതികൾ തിരിച്ചറിയാനും പരിഹരിക്കാനുമുള്ള പരിശ്രമമാണ് 1949 ലെ ഭരണഘടനാ നിർമ്മാണസഭയിൽ ഭരമേല്പിക്കപ്പെട്ടത്.

ഏതൊരു ആധുനിക സമൂഹത്തെയുംപോലെ ഇന്ത്യയും രാഷ്ട്രാന്തര നിയമ ഉടമ്പടികളിൽ ഏർപ്പെടുകയും അന്തർദ്ദേശീയ നിയമതത്ത്വങ്ങൾ സ്വാംശീകരിക്കുകയും ചെയ്യുന്നുണ്ട്. മനുഷ്യാവകാശനിയമം, പരിസ്ഥിതിനിയമം, ബൗദ്ധികസ്വത്ത് അവകാശനിയമം, കുട്ടികളുടെ അവകാശനിയമം തുടങ്ങിയവയെല്ലാം ഇതിന് ഉദാഹരണമാണ്. കേന്ദ്ര-

സംസ്ഥാന നിയമനിർമ്മാണസഭകൾ രൂപംനൽകുന്ന നിയമപുസ്തകങ്ങൾ, ദേശീയ-സംസ്ഥാന-തദ്ദേശ ഭരണനിർവ്വഹണ വിഭാഗങ്ങൾ രൂപപ്പെടുത്തുന്ന ഉപനിയമങ്ങൾ, പരമോന്നത നീതിന്യായസ്ഥാപനങ്ങൾ പുറപ്പെടുവിക്കുന്ന വിധിന്യായങ്ങൾ, വഴക്കങ്ങൾ എന്നിവയെല്ലാം ചേർന്ന് അതിബൃഹത്തായ നിയമ-നീതി സംവിധാനമാണ് ഭാരതവൃത്തത്തിന് അഭിമാനകരമായി അവകാശപ്പെടാനുള്ളത്. ഇവയ്ക്കോരോന്നിനും അതാതിന്റെ പദവിയും പ്രയോഗവും നിക്ഷിപ്തമാക്കപ്പെട്ടിരിക്കുന്നു. അവ തിരിച്ചറിഞ്ഞ് നീതിപൂർവ്വകവും സമത്വാധിഷ്ഠിതവും ധാർമ്മികവും നൈതികവും ആയ സമൂഹക്രമം പരിപാലിക്കാൻ നമുക്ക് കഴിയണം.

ചരിത്രപരമായ ഈ പ്രാധാന്യത്തിന്റെ കാരണത്താലാകാം താരതമ്യ നിയമശാസ്ത്രകാരന്മാർ നൂറ്റാണ്ടുകൾക്കുമുമ്പേ ഇന്ത്യയുടെ നിയമ നീതി സമ്പ്രദായങ്ങൾ കണ്ടറിഞ്ഞും കേട്ടറിഞ്ഞും വിശകലനവിധേയമാക്കാനും അന്തഃസത്ത ഉൾക്കൊള്ളാനും തയ്യാറായത്. അത്രയൊന്നും വിവരശേഖരണ സാധ്യതയില്ലാതിരുന്നിട്ടും കറയറ്റ സാമൂഹ്യശാസ്ത്ര ഗവേഷണകുതുകിയായിരുന്ന ഫ്രഡറിക് എംഗൽസ് തന്റെ സൈദ്ധാന്തിക പരാമർശങ്ങളിൽ ഇന്ത്യയിലെ വ്യക്തി-കുടുംബ അവകാശവ്യവസ്ഥകൾക്ക് ഇടം നൽകി പരാമർശിച്ചതും ഇതുകൊണ്ടുതന്നെയാകണം.

8

രാഷ്ട്രാന്തര നിയമങ്ങൾ

കഴിഞ്ഞ രണ്ട് ശതകങ്ങൾക്കിടയിൽ വ്യവസ്ഥാപിതമായ ഒരു നിയമശാസ്ത്ര ശാഖയാണ് രാഷ്ട്രാന്തര നിയമങ്ങളുടേത്. രാഷ്ട്രീയവും നയതന്ത്രപരവും മാത്രമല്ല വ്യവസായ-വാണിജ്യബന്ധങ്ങളും ധനകാര്യ-സാമ്പത്തിക ക്രയവിക്രയങ്ങളും സഹവർത്തക രാഷ്ട്രാന്തരബന്ധ തലവും പിന്നിട്ട് അതിരുകൾ അദൃശ്യമായ ആഗോളീകരണ ഘട്ടത്തിലൂടെ കടന്നുപോകുമ്പോൾ ഈ നിയമശാഖയുടെ പ്രസക്തിയും പ്രാധാന്യവും ഉയരുകയാണ്. വിവരവൈജ്ഞാനിക മേഖലയിലെയും ബൗദ്ധിക-സേവന സമ്പത്തിന്റെ രംഗങ്ങളിലെയും ശാസ്ത്ര-സാങ്കേതിക നേട്ടങ്ങളുടെയും മനുഷ്യവിഭവശേഷിയുടെയും വർദ്ധിച്ചതോതിലുള്ള കൊള്ളക്കൊടുക്കലുകൾ ഇന്ന് രാഷ്ട്രാന്തരനിയമശാഖയുടെ അനിവാര്യതയ്ക്ക് അടിവരയിടുന്നു.

രാഷ്ട്രകാര്യനിയമം എന്നും വ്യക്തികാര്യനിയമം എന്നും രണ്ട് വിഭാഗങ്ങൾ രാഷ്ട്രാന്തര നിയമശാഖയിലുണ്ട്. രാഷ്ട്രകക്ഷികൾക്ക് ബാധകമാകുന്ന വ്യവസ്ഥകളുടെ സമാഹാരമാണ് ആദ്യത്തേത്. ഒന്നിലേറെ രാഷ്ട്രങ്ങളുടെ നിയമകാര്യ പരിധിയിൽ വരുന്ന ഒരു വിഷയത്തിൽ ഓരോ രാഷ്ട്രത്തിലെയും നിയമം വ്യത്യസ്തമായിരിക്കുകയോ മാറിക്കൊണ്ടിരിക്കുകയോ ചെയ്യുമ്പോൾ പ്രസ്തുത വിഷയം കൈകാര്യംചെയ്യുന്നതിലേക്ക് ആശ്രയിക്കാവുന്നതും പൊതു അംഗീകരണത്തോടെ വ്യവസ്ഥാപിതമാകുന്നതും ആയ നിയമവിഭാഗമാണ് വ്യക്തികാര്യ നിയമങ്ങൾ. അതായത് അംഗരാഷ്ട്രങ്ങൾക്കെല്ലാം രാഷ്ട്രകാര്യ നിയമങ്ങൾ സമാനമായും പൊതുവായും ബാധകമാകുമ്പോൾ ഓരോ രാഷ്ട്രത്തിലെയും സവിശേഷ സാഹചര്യാനുസരണം വ്യക്തികാര്യ നിയമവ്യവസ്ഥകൾ വ്യതിരക്തമായിരിക്കും. വലിയൊരളവിൽ അതത് രാജ്യ

ങ്ങളിലെ ആഭ്യന്തരനിയമങ്ങളോട് സാമ്യതയും സമാനതയും പുലർത്തുന്നതായിരിക്കും. രാഷ്ട്രാന്തര നിയമം രാഷ്ട്രങ്ങൾക്കിടയിലും അവ തമ്മിലും ഉള്ള ബന്ധ വ്യവസ്ഥാപനത്തിനുള്ള നിയമം മാത്രമാണെന്ന് അതിന്റെ പ്രണേതാവായ ഹ്യൂഗോ ഗ്രോഷ്യസ് എന്ന ഡച്ച് നിയമവിജ്ഞാന വിദഗ്ദ്ധൻതന്നെ ചൂണ്ടിക്കാട്ടുന്നുണ്ട്.

ചില അടിസ്ഥാന സങ്കൽപ്പനങ്ങളുടെ അടിത്തറയിന്മേലാണ് രാഷ്ട്രാന്തരനിയമം വികസിച്ചുവന്നിട്ടുള്ളത്.

- രാഷ്ട്രങ്ങൾക്കിടയിലുള്ള പാരസ്പര്യവും സമവായവും
- രാഷ്ട്രങ്ങൾ കക്ഷികളായി വരുന്ന സ്ഥിതി
- പരമാധികാര രാഷ്ട്രങ്ങൾക്കിടയിൽ പദവിയിലും അവസരത്തിലും തുല്യത.

ഒന്നും രണ്ടും ലോകയുദ്ധ പരിണതിയായി രാഷ്ട്രസമുച്ചയങ്ങളും അവയ്ക്കെല്ലാം ഉപരി ഐക്യരാഷ്ട്ര പ്രസ്ഥാനവും വിപുലപ്പെടുന്ന പശ്ചാത്തലത്തിൽ ഈ നിയമങ്ങൾക്ക് വമ്പിച്ച സാധ്യതയുണ്ട്.

പിൽക്കാലത്ത് വിരുദ്ധവും ദ്വന്ദാത്മകവും ആയ രാഷ്ട്ര-രാഷ്ട്രീയ താൽപ്പര്യങ്ങൾ, അധിനിവേശങ്ങൾ, പിടിച്ചടക്കലുകൾ, കയ്യേറ്റങ്ങൾ, ജനാധിപത്യവ്യവസ്ഥാപനം, രാഷ്ട്രീയ സുസ്ഥിരത, വാണിജ്യപ്രതിസന്ധികൾ എന്നിവയിലെല്ലാം ഇതിനു പ്രസക്തിയുണ്ട്.

പ്രാചീന ഗ്രീക്ക് രാഷ്ട്രാന്തരബന്ധം പരമ്പരാഗത ആചാരവ്യവസ്ഥകളെ ആശ്രയിച്ചായിരുന്നെങ്കിലും അവ പിന്നീട് നിയാമകതത്ത്വങ്ങളായി സമാഹരിക്കപ്പെട്ടു. നവോത്ഥാന കാലഘട്ടത്തിൽ റോമൻ നിയമസംഹിതയും ഈ ശാഖയുമായി ഇടപഴകിത്തുടങ്ങി. 12-ാം നൂറ്റാണ്ടുമുതൽ യൂറോപ്യൻ ഭൂപ്രദേശം ഇത്തരം നിയമവികാസത്തിനായി ഒട്ടേറെ പരിശ്രമങ്ങൾ നടത്തുകയും പൂർവ്വേഷ്യവരെയും അവയെത്തിപ്പെടുകയും ചെയ്തതായി സൂചന കാണാം. നേഷൻസ്റ്റേറ്റുകളുടെ പിറവിയും വ്യവസ്ഥാപനവും സംഭവിച്ച 19, 20 നൂറ്റാണ്ടുകളാണ് ഈ ശാഖയുടെ വിപുലമായ വികാസം ഉറപ്പാക്കിയത്. രാഷ്ട്രാന്തര നിയമസംഹിതകൾ രാഷ്ട്രാന്തര നിയമനടപടിക്രമങ്ങൾ, ബദൽ തർക്കപരിഹാരാർത്ഥമുള്ള സ്ഥിരം ആർബിട്രേഷൻ സംവിധാനം, രാഷ്ട്രാന്തര കരാറുകൾ, അവയ്ക്കനുപൂരകമായ ദേശീയ നിയമങ്ങൾ എന്നിവയെല്ലാം ഒത്തുചേർന്നപ്പോൾ ഈ നിയമശാഖ വിപുലമായി.

രാഷ്ട്രാന്തര നിയമത്തിന്റെ പ്രധാന സ്രോതസ്സുകൾ ഇവയാണ്.

i. രാഷ്ട്രാന്തര ധാരണകൾ, ഉടമ്പടികൾ, രേഖകൾ
ii. രാഷ്ട്രാന്തര സമ്മേളനങ്ങൾ, പ്രഖ്യാപനങ്ങൾ, പ്രമേയങ്ങൾ
iii. രാഷ്ട്രാന്തര പാരമ്പര്യക്രമങ്ങളും അനുഷ്ഠാനങ്ങളും
iv. മികച്ച ദേശീയനിയമങ്ങളുടെ സ്വീകാര്യമായ അന്തസ്സത്ത
v. ലോക കോടതി വിധിതീർപ്പുകൾ, ഒത്തുതീർപ്പ് തുടങ്ങിയവ
vi. രാഷ്ട്രാന്തര സംഘടനകൾ, സ്ഥാപനങ്ങൾ, സമ്മേളനങ്ങൾ തുടങ്ങിയവയുടെ തീരുമാനങ്ങൾ, പ്രഖ്യാപനങ്ങൾ തുടങ്ങിയവയാണ് മുഖ്യസ്രോതസ്സുകൾ.

രാഷ്ട്രാന്തര നിയമങ്ങളുടെ ക്രോഡീകരണത്തിനുള്ള ആദ്യ അന്താരാഷ്ട്ര സമ്മേളനം നടന്നത് 1930-ൽ ഹേഗിലാണ്. രാഷ്ട്രാന്തര നിയമ സംഹിത എന്ന ആശയത്തോട് ഒട്ടെല്ലാ രാജ്യങ്ങളും വിയോജിച്ചപ്പോൾ തന്നെ നിയമങ്ങളുടെ ഐകരൂപ്യം, ശാസ്ത്രീയമായ അടുക്കും ചിട്ടയും, നടപടിക്രമം എന്നിവ സംബന്ധിച്ച് പരസ്പര ധാരണയിലെത്തുകയും ചെയ്തു. തുടർന്ന് ഐക്യരാഷ്ട്രസംഘടനയുടെ ആഭിമുഖ്യത്തിൽ 1947 ൽ രൂപീകൃതമായ രാഷ്ട്രാന്തര നിയമ കമ്മീഷൻ ഈ മേഖലയിൽ പുരോഗമനപരമായ മാറ്റങ്ങൾക്ക് നേതൃത്വം നൽകി. 1969-ൽ നടന്ന വിയന്ന കൺവൻഷനാണ് അന്തർദ്ദേശീയതലത്തിൽ രൂപപ്പെടുന്ന കരാറുടമ്പടികളെയും പ്രമാണങ്ങളെയും സംബന്ധിച്ച അടിസ്ഥാനവ്യവസ്ഥകൾക്ക് രൂപംനൽകിയത്. ഇതിനിടയിൽ രണ്ടാം ലോകമഹായുദ്ധത്തിന്റെ തുടർച്ചയായി യുദ്ധക്കുറ്റവാളികളുടെ വിചാരണയ്ക്ക് നടന്ന ന്യൂറംബെർഗ് വിചാരണയിലൂടെ ലോകകോടതിയുടെ പ്രവർത്തനവും വ്യവസ്ഥാപിതമായി വികസിച്ചിരുന്നു. ഇതിനൊപ്പം അന്താരാഷ്ട്ര മനുഷ്യാവകാശ കമ്മീഷന്റെ പ്രവർത്തനവും 1966-ന് ശേഷം ശക്തമാകുന്ന സാഹചര്യം സംജാതമായി. ഇന്ത്യ ഇത്തരം നീതിന്യായഘടകങ്ങൾക്ക് വഴങ്ങുന്നതിനുള്ള ഉടമ്പടികൾ ഇപ്പോഴും സ്വീകരിക്കുകയോ അംഗീകരിക്കുകയോ അംഗമാകുകയോ ചെയ്തിട്ടില്ല. എന്നാൽ കരാറുകളിലും ഉടമ്പടികളിലും അംഗമാകുന്നതിനും അനുഛേദം 253ന് വിധേയമായി പാർലമെന്റിന്റെ വേദിയിലൂടെ തത്സമമായ തദ്ദേശീയ നിയമങ്ങൾ രൂപപ്പെടുത്തുന്നതിനും ഇന്ത്യ തയ്യാറായിട്ടുള്ളത് കാണാം.

ഉഭയകക്ഷിതലം, ത്രികക്ഷിതലം, ബഹുകക്ഷിതലം എന്നിങ്ങനെയുള്ള ഉടമ്പടികളും ഏകപക്ഷീയമായ ഉപാധികളുമാണ് രാഷ്ട്രാന്തര നിയമങ്ങളുടെ അടിസ്ഥാനം. വിലപേശൽ, സമവായം, അംഗീകരണം, സ്വീകരണം, പ്രഖ്യാപനം, ഉൾച്ചേരൽ, നിർവ്വഹണം തുടങ്ങിയ നടപടിക്രമങ്ങൾ ഇത്തരം നിയമതത്ത്വങ്ങൾ പ്രാബല്യമാകുന്നതിനു പിന്നിൽ പാലിച്ചിരിക്കണം. പ്രതിരോധം, പിന്മാറ്റം, ഒഴിവുകഴിവ്, ഉപാധികൾ തുടങ്ങിയവയ്ക്കും ഇതിന്റെ ഭാഗമായി ധാരണയാകാറുണ്ട്. ഉടമ്പടിയുടെ തനത് വ്യവസ്ഥയിലൂടെ നിശ്ചിതകാലത്ത് നടപ്പാക്കപ്പെടുന്നതും വിജ്ഞാപനം വഴി നിലവിൽവരുന്നതും അനുപൂരകനിയമം സൃഷ്ടിച്ച് പാലിക്കാവുന്നതും ഉൾപ്പെടെ രാഷ്ട്രാന്തര നിയമവ്യവസ്ഥകൾ ഉണ്ട്. രാഷ്ട്രാന്തര നിയമങ്ങളുടെ രജിസ്ട്രിയായി ഐക്യരാഷ്ട്രസംഘടന പ്രവർത്തിക്കുന്നു.

രാഷ്ട്രാന്തരബന്ധങ്ങൾ, കൊടുക്കൽവാങ്ങലുകൾ, തർക്കപരിഹാരം, യുദ്ധവിരാമവും യുദ്ധാനന്തര പുനക്രമീകരണങ്ങൾ പലായനം, അഭയാർത്ഥികൾ, കുറ്റവാളികളുടെ കൈമാറ്റം, വിചാരണ, ശാസ്ത്രസാങ്കേതിക ഗവേഷണം, വിവരവിനിമയം, പ്രതിരോധ-സൈനിക പ്രവർത്തനങ്ങൾ, വാണിജ്യ വ്യാപാരനടപടികൾ, തൊഴിലും തൊഴിലാളിനിയമനവും, വിനോദസഞ്ചാരം, ഗതാഗതം തുടങ്ങി നിരവധി മേഖലകൾ ഇന്ന് രാഷ്ട്രാന്തര നിയമവ്യവസ്ഥകളെ ആശ്രയിക്കുന്നുണ്ട്.

രാഷ്ട്രങ്ങൾക്കിടയിലും അവ തമ്മിലും ഉള്ള ഇടപെടലുകൾക്കൊപ്പം വിവിധ രാഷ്ട്രങ്ങളിലെ ജനങ്ങളും അതിലെ പൗരരും രാഷ്ട്രാന്തര നിയമത്തിന്റെ മേഖലയിൽ പരാമർശിക്കപ്പെടുന്നുണ്ട്. പൗരത്വം, വാസസ്ഥലം, ദേശീയത, വിവാഹം, വിവാഹമോചനം, സ്വത്തവകാശവും ഉടമസ്ഥതയും, ദത്ത് നടപടികൾ, രക്ഷാകർതൃത്വം, കരാറുടമ്പടികൾ, ധന നിക്ഷേപങ്ങൾ, യാത്രാവ്യവസ്ഥകൾ, തൊഴിൽ വ്യവസ്ഥകൾ, സേവനവ്യവസ്ഥകൾ തുടങ്ങി നിരവധി ഘടകങ്ങൾ ഇതിൽ ഉൾപ്പെടുന്നു. സമീപകാലത്ത് 'അസിയാൻ' രാജ്യങ്ങൾ സഞ്ചാരം, ചരക്കു കടത്ത്, തൊഴിൽ രംഗങ്ങളിൽ ഏർപ്പെടുത്തിയ വ്യവസ്ഥകൾ ഒരു ഉദാഹരണം. യൂറോപ്യൻ സാമ്പത്തികമേഖല രാജ്യങ്ങൾ ഏകീകൃത നാണയവ്യവസ്ഥ ഉൾപ്പെടെ നടപ്പാക്കുന്നത് മറ്റൊരു പ്രസക്തമായ ഉദാഹരണമാണ്.

ഈ മേഖലകളിൽ ഓരോ രാജ്യത്തെയും നിയമം വ്യത്യസ്തമാകാം. അവയുടെ നടത്തിപ്പും വ്യത്യസ്തമാകാം. പലപ്പോഴും ഇവ തമ്മിൽ ഐകരൂപവും വൈരുദ്ധ്യവും പ്രകടമാകാം. അതുമൂലം സംജാതമാകുന്ന പ്രതിസന്ധികളും തർക്ക വിതർക്കങ്ങളും പ്രത്യാഘാതങ്ങളും വളരെയേറെയാണ്. സുസ്ഥിരമായ സാർവ്വദേശീയ സൗഹാർദ്ദബന്ധം തുടരുന്നതിൽ ഈ പരസ്പരസംഘർഷം അനുകൂലമായിരിക്കില്ല. അതുകൊണ്ടാണ് വിവിധ രാജ്യനിയമങ്ങളുടെ സംഘർഷാത്മകതയ്ക്ക് ഇടയിൽ അയവുവരുത്താനും സമവായമൊരുക്കാനും സ്ഥായിയായ സാർവ്വലൗകിക സ്ഥിതി നിലനിർത്താനുംവേണ്ടി രാഷ്ട്രാന്തരനിയമങ്ങൾ പ്രയോജനപ്പെടുന്നു.

9

ഭരണഘടനാ നിയമം

രാഷ്ട്ര ഘടന, രൂപീകരണം, നിർവ്വഹണം, ജനതയുടെ സ്വാതന്ത്ര്യം, അവകാശം, ഉത്തരവാദിത്വം, കടമ തുടങ്ങിയ രാഷ്ട്രത്തിന്റെയും ജനതയുടെയും ഭാവി നിലനിൽപ്പും വികാസവും എന്നിവ വ്യവസ്ഥപ്പെടുത്തുന്ന നിയമസംഹിതയാണ് ഭരണഘടന. നീതിന്യായ നിർവ്വഹണ സംവിധാനം നിർദ്ദേശിക്കാനുള്ള അടിസ്ഥാന ഉപാധികൂടിയാണ് ഭരണഘടന. രാജ്യത്തിന്റെ നിയമക്രമവ്യവസ്ഥ, ജനതയുടെ പുരോഗതിയുടെ ദിശാസൂചകം, സാമൂഹ്യക്രമത്തിന്റെ ആധാരം, മനുഷ്യാവകാശ പരിപാലനത്തിന്റെ നയരേഖ എന്നും ഇതിനെ വിശേഷിപ്പിക്കാം.

ലിഖിതവും അലിഖിതവുമായ ഭരണഘടനകൾ ലോകത്ത് ഉണ്ട്. അലിഖിത ഭരണഘടനയുടെ പ്രധാന ഉദാഹരണമാണ് ബ്രിട്ടീഷ് ഭരണഘടന. *ബ്രിട്ടീഷ് ഭരണഘടനാചരിത്രത്തിന് ഒരാമുഖം* എന്ന തന്റെ രചനയിൽ പ്രൊഫ. മിറ്റ്ലാന്റ് ചൂണ്ടിക്കാണിക്കുന്ന ഭരണഘടനാനിയമം നിർവ്വചിക്കുക എന്നത് അസാധ്യമാണെന്നാണ്. ഒരു രാജ്യത്തിന്റെ പൊതുനിയമത്തിന്റെ ഭാഗമായ ഭരണഘടനാപരവും ഭരണനിർവ്വഹണ പരവുമായ വ്യവസ്ഥകളിൽ ഭരണവ്യവസ്ഥ, ഘടകങ്ങൾ, തലങ്ങൾ, നടത്തിപ്പ്, പരസ്പരബന്ധം എന്നിവയെല്ലാം സംബന്ധിച്ച വ്യവസ്ഥാപന തത്ത്വങ്ങളാണ് ഭരണഘടന. അവയുടെ നിർവ്വഹണ തത്ത്വങ്ങളാണ് ഭരണനിർവ്വഹണനിയമം. ഇതുപ്രകാരം ഇംഗ്ലണ്ടിൽ ഭരണാധികാരി, പ്രഭുസഭ, പ്രതിനിധിസഭ, കോടതി എന്നിവയുടെ പ്രവർത്തന വ്യവസ്ഥകൾ, വിധിതീർപ്പുകൾ, വഴക്കങ്ങൾ തുടങ്ങിയവയുടെയെല്ലാം സംഹിതാ രൂപത്തെയാണ് ബ്രിട്ടീഷ് ഭരണഘടന എന്ന് വ്യവഹരിക്കുന്നത്.

ഇന്ത്യയുടെ ഭരണഘടന ലിഖിതമാണ്. 1946 ഡിസംബർ 9നും 1949 നവംബർ 26നും ഇടയിൽ ഇന്ത്യയുടെ ഭരണഘടനാ നിർമ്മാണസഭ സമ്മേളിച്ച് ചർച്ചചെയ്ത് അംഗീകരിച്ചതാണ് ഇന്ത്യൻ ഭരണഘടന. ഭര

ണഘടന നിർമ്മാണസമിതി ഡോ ബി ആർ അംബേദ്കറിന്റെ അദ്ധ്യക്ഷതയിൽ എഴുതി തയ്യാറാക്കിയ കരട്രൂപം 5000-ൽ അധികം ഭേദഗതികൾ പരിഗണിച്ച് 2000-ൽ പരം ഭേദഗതികൾ സ്വീകരിച്ച് പരിഷ്കരിച്ച് 1949 നവംബർ 26ന് ഭൂരിപക്ഷാംഗീകാരം നേടി. 1950 ജനുവരി 26ന് പ്രയോഗത്തിൽ വരുത്തുകയും ചെയ്തു.

ലോകത്തുതന്നെ ഏറ്റവും ബൃഹത്തായ ഭരണഘടനയാണ് ഇന്ത്യയുടേത്. തുടക്കത്തിൽ മുഖവാചകം 19 ഭാഗങ്ങൾ, 385 അനുഛേദങ്ങൾ 9 പട്ടികകൾ എന്നിവ ഉണ്ടായിരുന്നെങ്കിൽ നിലവിൽ മുഖവാചകം 22 ഭാഗങ്ങൾ 446 അനുഛേദങ്ങൾ, 12 പട്ടികകൾ ഇവയുടെ വിശദീകരണങ്ങൾ എന്നിവ ഉൾക്കൊള്ളുന്നതാണ്.

മാറ്റങ്ങൾക്ക് ഏറെ വഴങ്ങുന്നതും സ്ഥൂലവുമാണ് ഇന്ത്യൻ ഭരണഘടന. ഇതിനകം നൂറിൽ ഏറെ ഭേദഗതികൾ ഭരണഘടനയ്ക്ക് നിർദ്ദേശിക്കപ്പെട്ടുകഴിഞ്ഞു. 96 ഭേദഗതികൾ ഭരണഘടനയിലെ വ്യവസ്ഥകൾ വിധേയമായിരിക്കുന്നു. എന്നാൽ ഭരണഘടനയുടെ മൗലിക ഘടനയ്ക്ക് മാറ്റം വരുത്താൻ അതിനു കീഴിലുള്ള ഒരു അധികാരസംവിധാനത്തിനും കഴിയില്ലെന്ന് വ്യക്തമാക്കപ്പെട്ടിട്ടുണ്ട്. എന്നാൽ ഭരണഘടനാ നടത്തിപ്പ് അതിൽ വരുത്തിയ ഭേദഗതികളുടെ സ്വാധീനവും നിർവ്വഹണവും പ്രസക്തിയും, നിർദ്ദിഷ്ട ഭേദഗതികൾ തുടങ്ങിയവയെപ്പറ്റി അവലോകനം ചെയ്യാനും പരിഷ്കരണ നിർദ്ദേശങ്ങൾ സമർപ്പിക്കാനുമായി ജസ്റ്റിസ് വെങ്കിട ചെല്ലയ്യ കമ്മിറ്റി നിയമിക്കപ്പെട്ടിരിക്കുന്നു. ഭരണഘടനാപരമായ കേന്ദ്ര-സംസ്ഥാനബന്ധ വ്യതിയാനങ്ങൾ പഠിച്ച് ശുപാർശചെയ്യാൻ സ്വബർവാൾക്കമ്മിറ്റിക്കും (ഡോ എൻ ആർ മാധവമേനോൻ അംഗമായി പ്രവർത്തിക്കുന്നു) രൂപംനൽകപ്പെട്ടത് മാറ്റം മുന്നിൽക്കണ്ടാണ്, എന്ന് കരുതാം.

ഇന്ത്യയുടെ ഭരണഘടനയുടെ പ്രാക്രൂപങ്ങളായി 1947ലെ ഇന്ത്യൻ സ്വാതന്ത്ര്യനിയമം, 1935 ലെയും 1919ലെയും ഗവൺമെന്റ് ഓഫ് ഇന്ത്യാ ആക്ടുകൾ എന്നിവ പരിഗണിക്കണം. അവയിലെ വിവിധ വ്യവസ്ഥകൾ, സ്വാതന്ത്ര്യപ്രസ്ഥാനത്തിന്റെ മുദ്രാവാക്യങ്ങൾ, ദേശീയ കോൺഗ്രസിന്റെ പരിപാടികൾ എന്നിവയും ഭരണഘടനാ നിർമ്മിതിയിൽ ഉപയോഗപ്പെടുത്തിയതായിക്കാണാം.

സ്വയംഭൂവായ ഒന്നല്ല ഇന്ത്യൻ ഭരണഘടന. നാളിതുവരെ ലോകരാഷ്ട്രങ്ങളിൽ അനുവർത്തിച്ചിരുന്ന ഭരണഘടനാ നിയമങ്ങളുടെ നല്ല വശങ്ങൾ ഇന്ത്യൻ ഭരണഘടന സ്വാംശീകരിച്ചിട്ടുണ്ടെന്ന് കാണാം. പ്രത്യേകിച്ച്,

മുഖവാചകം	- കനേഡിയൻ ഭരണഘടന
മൗലിക പൗരാവകാശങ്ങൾ	- അമേരിക്കൻ ഭരണഘടന
രാഷ്ട്രനയനിർദ്ദേശകതത്ത്വങ്ങൾ	- ഐറിഷ് ഭരണഘടന
മൗലിക പൗരധർമ്മം	- ചൈനീസ് ഭരണഘടന
പാർലമെന്ററി ജനാധിപത്യവും	

ക്യാബിനെറ്റ് സംവിധാനവും - ബ്രിട്ടീഷ് ഭരണഘടന
ഫെഡറൽ സമ്പ്രദായം - റഷ്യൻ ഭരണഘടന

ഇതിനൊപ്പം ഇന്ത്യകൂടി അംഗമായി അംഗീകരിച്ചതും 53 രാജ്യങ്ങൾ ചേർന്ന് പ്രഖ്യാപിച്ചതുമായ 1948ലെ ലോക മനുഷ്യാവകാശ പ്രഖ്യാപനത്തിന്റെ അന്തസ്സത്തയും ഇന്ത്യയുടെ ഭരണഘടനയുടെ ഉള്ളടക്കം രൂപപ്പെടുത്തുന്നതിൽ സ്വാധീനിച്ചിരുന്നതായി കാണാം.

> *ഇന്ത്യയിലെ ജനങ്ങൾ, ഇന്ത്യയെ ഒരു സ്വതന്ത്ര, പരമാധികാര, സോഷ്യലിസ്റ്റ്, മതനിരപേക്ഷ, ജനാധിപത്യ, രാഷ്ട്രമായി രൂപം കൊടുക്കുന്നതായി പ്രഖ്യാപിക്കുകയും, അതിലെ എല്ലാ പൗരർക്കും സാമൂഹ്യ-സാമ്പത്തിക-രാഷ്ട്രീയ നീതി, ചിന്ത-ആശയപ്രകാശനം-വിശ്വാസം-നിഷ്ഠ-ആരാധന എന്നിവയ്ക്കുള്ള സ്വാതന്ത്ര്യം, പദവിയിലും അവസരത്തിലും സമത്വം, എന്നിവ ഉറപ്പുവരുത്തുകയും അവർക്കിടയിൽ സാഹോദര്യം പുലർത്താനും, വ്യക്തിയുടെ അന്തസ്സും രാഷ്ട്രത്തിന്റെ ഐക്യവും അഖണ്ഡതയും ഉറപ്പുവരുത്തുന്നതായി പ്രഖ്യാപിക്കുകയും ചെയ്തുകൊണ്ട് ഈ ഭരണഘടന നമുക്കുവേണ്ടി രൂപംനൽകി, അംഗീകരിച്ച് സമർപ്പിക്കുകയും ചെയ്യുന്നു എന്നതാണ് ഇന്ത്യൻ ഭരണഘടനയുടെ മുഖവാചകം. ഇതിൽ അടിവര ചേർത്ത ഭാഗങ്ങൾ 1976-ൽ 42-ാം ഭരണഘടനാ ഭേദഗതിയിലൂടെ കൂട്ടിച്ചേർക്കപ്പെട്ടതും 1977 ജനുവരി 3ന് നിലവിൽ വന്നതുമാണ്.*

മുഖവാചകം ഭരണഘടനയുടെ അവിഭാജ്യ ഭാഗമാണ്. അത് ഭരണഘടനയ്ക്കുള്ളിലേക്കുള്ള പ്രവേശനദ്വാരമാണ്. മറ്റ് ഖണ്ഡങ്ങൾ, അനുച്ഛേദങ്ങൾ, അവയുടെ വ്യാഖ്യാനങ്ങൾ, നിർവ്വഹണം എന്നിവയിലേക്കുള്ള ദിശാസൂചിയും മാർഗ്ഗദർശകവുമായ ഭാഗമാണ് മുഖവാചകം. രാഷ്ട്രത്തിന്റെ ലക്ഷ്യം, രൂപീകരണം, നിലനിൽപ്പ്, ഭാവി അവസ്ഥ എന്നിവ പ്രതിഫലിപ്പിക്കുന്ന പ്രഖ്യാപിത പ്രമാണവും ആണ് മുഖവാചകം. സ്വതന്ത്ര, പരമാധികാര, ജനാധിപത്യരാഷ്ട്രമെന്ന നിലയ്ക്ക് നിയമവാഴ്ചയാണ് പാലിക്കപ്പെടുക എന്ന പ്രഖ്യാപനവും മുഖവാചകത്തിൽ ഉള്ളടക്കം ചെയ്യപ്പെട്ടിരിക്കുന്നു. ഇന്ത്യയിലെ പരമാധികാരസ്ഥർ ഇന്ത്യൻ ജനത ആയിരിക്കുമെന്നും മറ്റെന്തും-ഭരണഘടനതന്നെയും-ജനതയ്ക്ക് കീഴ്‌വഴങ്ങിയിരിക്കുന്നുവെന്ന് മുഖവാചകം അനുശാസിക്കുന്നു. എന്നാൽ നീതിന്യായ വ്യാഖ്യാനത്തിനോ തീർപ്പിനോ ഉള്ള ഉപാധിയായി മുഖവാചകം കരുതാനും ഉപയോഗിക്കാനുമാകില്ല.

നമ്മുടെ ഭരണഘടനയുടെ ഒന്നാം ഭാഗം കേന്ദ്ര-സംസ്ഥാന രാഷ്ട്രഘടന വ്യവസ്ഥപ്പെടുത്തുന്നു. പട്ടികപ്പെടുത്തപ്പെട്ട സംസ്ഥാനങ്ങൾ, കേന്ദ്രഭരണ പ്രദേശങ്ങൾ, കൂട്ടിച്ചേർക്കപ്പെടുന്ന ഇതരപ്രദേശങ്ങൾ എന്നിവ ചേർന്ന ഒരു യൂണിയനാണ് ഭാരതം. പട്ടികപ്പെടുത്തപ്പെട്ട സംസ്ഥാനാതിർത്തി വിഭജിക്കാനോ കൂട്ടിച്ചേർക്കാനോ പുതിയ സംസ്ഥാ

നങ്ങൾ രൂപപ്പെടുത്താനോ ഉള്ള അധികാരം പാർലമെന്റിൽ നിക്ഷിപ്ത മാണ്. അതിനായുള്ള നിയമനിർദ്ദേശം പാർലമെന്റിന്റെ ഇരുസഭകളിലും ബന്ധപ്പെട്ട സംസ്ഥാന നിയമനിർമ്മാണസഭയിലും അവതരിപ്പിച്ച് അംഗീ കാരം തേടണം. പ്രസിഡന്റിന്റെ അനുമതിയോടെ പ്രസ്തുത നിയമം നിലവിൽ വരും.

രണ്ടാംഭാഗം പൗരത്വം സംബന്ധിച്ചുള്ളതാണ്. ജനനാൽ സ്ഥാപി തമാകുന്നത്, ഇന്ത്യൻ പൗരരായ രക്ഷിതാക്കൾക്ക് ഇന്ത്യൻ ഭൂപരിധി യിൽ ജനിക്കുന്നതിനാൽ ലഭ്യമാകുന്നത്, അഞ്ചോ അതിലേറെയോ വർഷം ഇന്ത്യയിൽ സ്ഥിരതാമസം തുടരുന്ന വിദേശപൗരൻ ഇന്ത്യൻ പൗരത്വം നിയമാനുസൃതം നേടുന്നത് എന്നിങ്ങനെ മൂന്നുവിധത്തിൽ ഇന്ത്യൻ പൗരത്വം ലഭ്യമാക്കപ്പെടാം. പൗരത്വസംബന്ധിയായ നിയമങ്ങൾ രൂപപ്പെടുത്താനും പരിഷ്കരിക്കുവാനുമുള്ള അധികാരം ദേശീയ പാർല മെന്റിനാണുള്ളത്. ഇന്ത്യൻ പൗരരായി തുടരുന്നവർ പാർലമെന്റ് അംഗീ കരിച്ച് നടപ്പാക്കുന്ന നിയമങ്ങൾ അറിയാനും അനുസരിക്കാനും ബാധ്യ സ്ഥരാണ്. ആയതിനാൽ നിയമം അറിയില്ലെന്നത് ഭരണഘടനയനുസ രിച്ചുതന്നെ ഒഴിവുകഴിവില്ലാതാകുന്നു. പാർലമെന്റ് അംഗീകരിച്ച് പ്രാബ ല്യത്തിലാക്കുന്ന നിയമങ്ങളും അവയ്ക്ക് വിധേയമായി സംസ്ഥാന നിയ മസഭ നിർമ്മിക്കുന്ന നിയമങ്ങളും രാജ്യത്തെ നിയമവാഴ്ചാ വ്യവസ്ഥക ളായി പരിണമിക്കുന്നു.

ഭരണഘടനയുടെ മൂന്നാം ഭാഗം മൗലിക പൗരാവകാശങ്ങൾ വ്യവ സ്ഥപ്പെടുത്തുന്നു. നിഷേധിക്കപ്പെടുമ്പോൾ നിയമാനുസൃതം കോടതി നടപടിയിലൂടെ പുനഃസ്ഥാപിക്കപ്പെടാനാകുന്നവിധം പരിഹാരോന്മുഖ അവകാശങ്ങളാണിവ. രാഷ്ട്രം, രാഷ്ട്രഘടകങ്ങളായ കേന്ദ്ര–സംസ്ഥാന നിയമനിർമ്മാണ–കാര്യനിർവ്വഹണ–നീതിന്യായ വിഭാഗങ്ങൾ തദ്ദേശഭ രണസ്ഥാപനങ്ങൾ, നിയാമകമോ ഭരണഘടനാപരമോ ആയ ഇതര അധികാരസ്ഥാപനങ്ങൾ എന്നിവ മൗലിക പൗരാവകാശ സംസ്ഥാപന ത്തിന് ബാദ്ധ്യസ്ഥമായിരിക്കുന്നു. ഭരണഘടന നിലവിൽവരുമ്പോൾ നില വിലുള്ളതോ തുടരുന്നതോ പിന്നീട് രൂപപെടുന്നതോ ആയ ഏതൊരു നിയമവും നിയാമക തീരുമാനവും മൗലികപൗരാവകാശ ലംഘനത്തിന് ഇടയാകുന്നുവെങ്കിൽ അസാധുവായി കരുതപ്പെടും. പൗരാവകാശവിരുദ്ധ ഘടകങ്ങൾ വേർപിരിക്കാനാവുന്നതാണെങ്കിൽ പ്രസ്തുത ഭരണഘട നാതീത ഭാഗങ്ങൾ റദ്ദാക്കി ഇതരഭാഗങ്ങൾ മൂല്യവത്തായി കരുതാവു ന്നതുമാണ്. നിയമം എന്നതിൽ ചട്ടങ്ങൾ, ഉത്തരവുകൾ, ബൈലോകൾ, ഓർഡിനൻസുകൾ, നിയന്ത്രണ വ്യവസ്ഥകൾ, വിജ്ഞാപനങ്ങൾ, ആചാ രപാരമ്പര്യങ്ങൾ, വഴക്കങ്ങൾ എന്നിവ ഉൾപ്പെടെ ഇന്ത്യയുടെ ഭൂപരിധി യിൽ ബാധകമായ നിയമതത്ത്വങ്ങൾ എന്നർത്ഥമാകുന്നു. മൗലിക പൗരാ വകാശം പരിപാലിക്കപ്പെടുകതന്നെയാണ് പ്രഥമ മൗലികാവകാശം.

എന്നാൽ ഈ മൗലിക പൗരാവകാശങ്ങൾ നിതാന്തമോ അപ്രമാ ദിയോ ആയി കരുതാനാവില്ല. ഭരണഘടനാപരമായ അടിയന്തരാവസ്ഥ

യിൽ മൗലിക പൗരാവകാശങ്ങൾ സ്വയം റദ്ദാക്കപ്പെടുന്നു. കൂടാതെ ദേശീയ അഖണ്ഡത, ഐക്യം, പരമാധികാരം, ദേശീയസുരക്ഷ, അയൽ സൗഹൃദരാഷ്ട്രബന്ധം, പൊതുക്രമസമാധാനം, അന്തസ്സ്, ധാർമ്മികത, കോടതിയലക്ഷ്യം, മാനനഷ്ടം, കുറ്റകൃത്യപ്രേരണ തുടങ്ങിയ കാരണ ങ്ങളാൽ ബാധകമാക്കപ്പെടാവുന്ന നിയന്ത്രണവും നിരോധവും ഈ അവ കാശങ്ങൾക്കുമേൽ ബാധകമാണ്.

തുല്യതയ്ക്കുള്ള അവകാശം: പൗരർക്ക് നിയമത്തിനു മുമ്പിൽ തുല്യ പദവിയും തുല്യ പരിഗണനയും തുല്യ അവ സരവും പരിരക്ഷയും ഉറപ്പാക്കുകയാണ് തുല്യാവകാശം. അന്തസ്സ്, പദവി എന്നിവയിലെ തുല്യതയ്ക്കൊപ്പം അവ സരതുല്യതയും ഉറപ്പാക്കുന്നു. ഭാഷ, ലിംഗം, മതം, ജാതി, പ്രാദേശികത്വം എന്നിവ കാരണം പൗരർക്കിടയിൽ വിവേ ചനം സൃഷ്ടിക്കാതിരിക്കുക, പൗരർക്കിടയിൽ വിഭാഗീയത ഒഴിവാക്കുക എന്നിവയാണ് അടിസ്ഥാന തത്ത്വങ്ങൾ. എന്നാൽ സ്ത്രീകൾ, കുട്ടികൾ, യുവാക്കൾ, ജീവിത വെല്ലു വിളി നേരിടുന്നവർ, ദളിതർ, പട്ടിക വിഭാഗങ്ങൾ എന്നിവർക്ക് പ്രത്യേക പരിരക്ഷയോ നഷ്ടപരിഹാര പരിരക്ഷയോ നല്കുന്നതിലേക്ക് ഒരു തടസ്സവും ഭരണഘടന സൃഷ്ടി ക്കുന്നില്ല. ഒപ്പം തീണ്ടൽ ഉൾപ്പെടെ അയിത്താചരണവും തൊട്ടുകൂടായ്ക ഉൾപ്പെടെ ആചാരങ്ങളും മൗലികാവകാശ വിരുദ്ധവും ഭരണഘടനാ നിഷേധവുമായി അനുശാസിക്കു കയും ചെയ്യുന്നു. നിയമപ്രകാരം 10 വർഷം വരെ കഠിനത ടവ് ശിക്ഷിക്കപ്പെടാവുന്നതും ജാമ്യമില്ലാത്തവിധം അറസ്റ്റിന് വിധേയമാക്കാവുന്നതുമായ കൃത്യമാണ് അയിത്താചരണം. ഇത്തരമൊരു തിരിച്ചറിവ് നിത്യജീവിതത്തിൽ നാം പല പ്പോഴും മറക്കുന്നു.

സ്വാതന്ത്ര്യത്തിനുള്ള ഏഴ് മൗലികാവകാശങ്ങൾ (അതിൽ സ്വത്ത് അവ കാശം 1978-ൽ 44-ാം ഭരണഘടനാ ഭേദഗതിയിലൂടെ നിരാകരിക്കപ്പെ ട്ടു) വ്യവസ്ഥചെയ്യപ്പെട്ടിരുന്നു. നിലനിൽക്കുന്ന സ്വാതന്ത്ര്യാവകാശങ്ങൾ

- ചിന്തയ്ക്കും ആശയാവിഷ്കാരത്തിനും സ്വപ്രകാശനത്തിനും ഉള്ള സ്വാതന്ത്ര്യം. ഇതിന്റെ അവിഭാജ്യവും അനുപേക്ഷണീ യവുമായ ഭാഗമാണ് അറിയാനുള്ള അവകാശവും പ്രതിഷേ ധിക്കാനുള്ള അവകാശവും.
- സംഘടനാ രൂപീകരണ സ്വാതന്ത്ര്യം സഞ്ചാരസ്വാതന്ത്ര്യം സമാധാനപൂർണ്ണമായി സംഘം ചേരുന്നതിനുള്ള സ്വാതന്ത്ര്യം. പാർപ്പിട സ്വാതന്ത്ര്യം.

തൊഴിലെടുക്കുന്നതിനും അതിജീവനത്തിനുമുള്ള സ്വാതന്ത്ര്യം പൊതുക്രമസമാധാനം, സാമൂഹ്യസുസ്ഥിരത, ദേശീയ ഐക്യവും അഖ

ണ്ഡതയും, ആദിമനിവാസികളുടെ പാരമ്പര്യാവകാശം, അയൽരാഷ്ട്ര സൗഹൃദം, കോടതിയലക്ഷ്യം എന്നിവ സ്വാതന്ത്ര്യാവകാശത്തിനുമേൽ നിയന്ത്രണമായി ബാധകമാക്കപ്പെടുന്നു. 1978 ന് ശേഷം സ്വത്തവകാശം കേവല ഭരണഘടനാവകാശം മാത്രമായി പരിമിതപ്പെട്ടിരിക്കുന്നു.

- സ്വയം കുറ്റവാളികളായി പ്രഖ്യാപിക്കപ്പെടുംവിധമുള്ള കുറ്റസമ്മതത്തിനോ, വിചാരണകൂടാതെ ശിക്ഷിക്കപ്പെടുന്നതിനോ, ഒരേ കുറ്റകൃത്യത്തിന് ആവർത്തിച്ച് ശിക്ഷിക്കപ്പെടുന്നതിനോ എതിരായുള്ളതാണ് മറ്റൊരു പ്രധാന മൗലികാവകാശം.

- ജീവനും ജീവിത സാഹചര്യത്തിനും, അതിജീവനത്തിനുമുള്ള അവകാശവും നിലവിലുള്ള നിയമ പിൻബലം കൂടാതെ യാതൊരുത്തരുടെയും വ്യക്തിസ്വാതന്ത്ര്യം ഹനിക്കപ്പെടരുതെന്നതുമാണ് സുപ്രധാനമായ മറ്റൊരു മൗലികാവകാശം. ഇന്ത്യൻ ഭരണഘടനയുടെ കാതൽ ആയി ഈ വ്യവസ്ഥ പരിഗണിക്കപ്പെടുന്നു.

- നിരന്തരമായ നീതിന്യായ പരാമർശങ്ങളും വിധിതീർപ്പുകളും ഈ വ്യവസ്ഥയെ പുതുതലമുറ മൗലികാവകാശങ്ങളുടെ ഉത്ഭവകേന്ദ്രമായി സ്ഥാപിക്കുന്നതിനിടയാക്കി. കുടിവെള്ളം, ഭക്ഷണം, പോഷകാഹാരം, പാർപ്പിടം, വിദ്യാഭ്യാസം, ആരോഗ്യ പരിരക്ഷ, പരിസ്ഥിതിസുരക്ഷ, ശുദ്ധവായു, ശുദ്ധമായ തൊഴിലിടം, ശുചിത്വ പരിപാലന സംവിധാനം, വികസനത്തിനുള്ള അവകാശം എന്നിവ ഇപ്രകാരം ജീവനും അതിജീവനത്തിനുമുള്ള മൗലികാവകാശത്തിന്റെ ഭാഗമാക്കപ്പെട്ടു.

- ജീവിക്കാനുള്ള അവകാശം എന്നത് മനുഷ്യന് അന്തസ്സോടെയും പദവിയോടെയും ജീവിക്കാനുള്ള അവകാശമാണ്. ജനിക്കാനും വളരാനും പുലരാനും വികസിക്കാനും ഉള്ള അതിജീവനാവകാശം ഇതിൽപ്പെടും. അതിന്റെ ഭാഗമായി വ്യക്തിസ്വാതന്ത്ര്യ പരിപാലനാവകാശവും അതിന്റെ നിഷേധത്തിനെതിരായ അവകാശവും ഇതിൽപ്പെടും. ഭ്രൂണഹത്യാ നിരോധനവും ലിംഗപരിശോധനാ നിയന്ത്രണവും അറിയാനുള്ള അവകാശവും പൊതുവിതരണസൗകര്യവും തൊഴിലവകാശവും അടിസ്ഥാന വേതനാവകാശവും ഇത്തരത്തിൽ അതിജീവനാവകാശമായി പരിഗണിക്കപ്പെടാം.

- ചൂഷണത്തിനും അദ്ധ്വാനശേഷിയുടെ ദുരുപയോഗത്തിനും എതിരായുള്ളതും മനുഷ്യവ്യക്തിത്വങ്ങളുടെ അനാശാസ്യ ഉപയോഗം, മനുഷ്യക്കടത്തും വാണിഭവും ഉൾപ്പെടെ ഭരണഘടനാവിരുദ്ധമായി കണ്ട് വിമോചനാവകാശം നല്കുന്നതാണ് മറ്റൊരു വ്യവസ്ഥ. സ്ത്രീകൾ, കുട്ടികൾ, യുവാക്കൾ, ദളിതർ എന്നിവർക്കിതിന്റെ പരിരക്ഷ ലഭിക്കുന്നതായി കാണാം. തുല്യ ജോലിക്ക് തുല്യ വേതനം, തൊഴിൽ സുരക്ഷ, പ്രസവാനുകൂല്യം, ബാലവേല നിരോധനം മുതലായവ ഉദാഹരണം.

•വിശ്വാസം, നിഷ്ഠ, ആരാധന എന്നിവയ്ക്കുള്ള അവകാശമാണ് മറ്റൊരു വ്യവസ്ഥ. അവിശ്വസിക്കാനുള്ള അവകാശവും അന്ധവിശ്വാസത്തിനെതിരായ അവകാശവും ഇതിൽ ഉള്ളടക്കം ചെയ്യപ്പെട്ടിരിക്കുന്നു.

•ഭരണഘടനയിൽ ഏറ്റവും വിവാദപരമായ ഘടകമായി പരാമർശിക്കപ്പെടുന്നതും അതീവ മൃദുലവും ആയ മൗലികാവകാശമാണ് ന്യൂനപക്ഷാവകാശ സ്ഥാപനവ്യവസ്ഥ. ഇന്ത്യൻ ഭൂപ്രദേശപരിധിയിൽ എവിടെയും വ്യതിരക്തവും അനന്യവുമായ ഭാഷാ, ലിപി, സംസ്കൃതി തുടങ്ങിയ തനതു സവിശേഷതകളുള്ള ന്യൂനപക്ഷ വിഭാഗങ്ങൾക്ക് അവരുടെ സവിശേഷ ഘടകങ്ങൾ കാരണമാക്കി തുല്യതയോ പദവിയോ അവസരമോ നിഷേധിക്കപ്പെട്ടുകൂടാ. രാഷ്ട്രത്തിന്റെ സഞ്ചിതനിധിയിൽനിന്നും വിഭവമാർജ്ജിക്കുന്നതോ പൊതുഉടമയിലോ പരിപാലനത്തിലോ ഉള്ളതോ ആയ ഏതൊരു വിദ്യാഭ്യാസ സ്ഥാപനത്തിലും മത-ജാതി-വർണ്ണ-ഭാഷ കാരണങ്ങളാൽ വിവേചന വിധേയമാക്കപ്പെടാതിരിക്കാനുള്ള അവകാശവും ന്യൂനപക്ഷങ്ങൾക്ക് ഏർപ്പെടുത്തുന്നു.

•ഇതിന്റെ തുടർച്ചയെന്നോണം ന്യൂനപക്ഷങ്ങൾക്ക് അവരുടെ താൽപ്പര്യാർത്ഥം വിദ്യാലയങ്ങൾ സ്ഥാപിക്കാനും പരിപാലിക്കാനും വികസിപ്പിക്കാനുമുള്ള അവകാശവും നൽകുന്നു. പ്രസ്തുത സ്ഥാപനങ്ങളോട് വിഭവ വിതരണത്തിലോ നഷ്ടപരിഹാര നിർണ്ണയത്തിലോ വിവേചനമോ അവഗണനയോ നിഷേധമോ പാടില്ലെന്നും അനുശാസിക്കുന്നു. എന്നാൽ ന്യൂനപക്ഷം എന്നത് നിർവ്വചിക്കുന്നതിന് ഭരണഘടന മുതിർന്നിട്ടില്ല. ന്യൂനപക്ഷാവകാശം ഇതര മൗലിക പൗരാവകാശത്തിനുപരി വ്യക്തികൾക്കുള്ള മൗലികാവകാശമാണോ ന്യൂനപക്ഷസമൂഹത്തിന്റെ പൊതു അവകാശമാണോ എന്നും വ്യക്തത വരുത്തിയിട്ടില്ല. ന്യൂനപക്ഷാവകാശം ഭൂരിപക്ഷത്തിന്റെ മൗലികാവകാശ നിഷേധത്തി നുള്ള സാമാന്യാവകാശസ്വാതന്ത്ര്യമായി പരിണമിക്കാമോ എന്നതും പരിശോധിക്കപ്പെടണം. ന്യൂനപക്ഷത്തിൽ പെടുന്ന മാനേജ്മെന്റുകൾ ന്യൂനപക്ഷാവകാശത്തിന് അർഹത നേടുന്നുവോ എന്നതും പഠനാർഹമാണ്. ന്യൂനപക്ഷസ്ഥാപനങ്ങൾ പൊതു നിയന്ത്രണത്തിനും പൊതു ആവശ്യം പരിഗണിച്ച് ഏറ്റെടുക്കപ്പെടുന്നതിനും അതീതമാണെന്ന സങ്കുചിത ചിന്താഗതിയും പരിശോധനാർഹമാണ്.

•മൗലികാവകാശം ഭരണഘടന വ്യവസ്ഥപ്പെടുത്തുന്നു. ഏതൊരാൾക്കും അവ അനുഭവപ്പെടുക പ്രസ്തുത അവകാശം ലംഘിക്കപ്പെടുകയോ നിഷേധിക്കപ്പെടുകയോ ചെയ്യുമ്പോഴുള്ള ഭരണഘടനാ പരിരക്ഷയിലൂടെയാണ്. അതിനുള്ള നിവൃത്തിമാർഗ്ഗത്തി

നുള്ള അവകാശമാണ് പ്രധാനപ്പെട്ട മൗലികാവകാശം.

- സുപ്രധാനമായ അഞ്ച് ഇനം 'റിട്ട്' അവകാശാനുവാദത്തിലൂടെയാണ് മൗലികാവകാശ വ്യവസ്ഥാപനം ഉറപ്പാക്കപ്പെടുന്നത്. മൗലികാവകാശ പരിപാലനത്തിനായി ഉപയോഗിക്കപ്പെടുന്ന മറ്റൊരു ഉപാധിയാണ് പൊതുതാൽപ്പര്യ-സാമൂഹ്യപ്രേരിത ഹർജികൾ. കോടതികൾക്ക് ലഭിക്കുന്ന പൊതു പരാതികൾ, ന്യായാധിപന്മാർക്ക് ലഭിക്കുന്ന കത്തുകൾ, പത്രമാധ്യമ പ്രസിദ്ധീകരണങ്ങൾ, വാർത്തകൾ, സ്വമേധയാ അടിസ്ഥാനമാക്കുന്ന വിവരങ്ങൾ മുതലായവ ആശ്രയിച്ചും ഇത്തരം വ്യവഹാരവും തീർപ്പും ഉണ്ടാകാം. ക്രിയാത്മക നീതിന്യായ പ്രക്രിയ വഴി ഇത്തരം മൗലികാവകാശ പരിരക്ഷ വലിയ അളവിൽ പ്രോത്സാഹിപ്പിക്കപ്പെട്ടിരുന്നു. 1995ന് ശേഷം ഒരു വ്യാഴവട്ടത്തിനിടയിൽ നിഷ്ക്രിയ നീതിന്യായ സമീപനം ഇതിനുള്ള സാധ്യതയ്ക്കും വിഘാതം സൃഷ്ടിച്ചിരിക്കുന്നു എന്ന് സംശയിക്കണം.

അടിയന്തരാവസ്ഥയിൽ, യുദ്ധം, ആഭ്യന്തര കലാപം തുടങ്ങിയ സാഹചര്യങ്ങളിൽ, വ്യക്തിഗത മൗലികാവകാശങ്ങൾ റദ്ദാക്കപ്പെടുകയും അസാധുവാക്കപ്പെടുകയും ചെയ്യും എന്ന് കരുതപ്പെടുന്നു. അതിനാൽ ഭരണഘടനാ നിവൃത്തിക്കുള്ള അവകാശംപോലും ഹനിക്കപ്പെടുന്നതായി ഒരു വിഭാഗം നിയമജ്ഞർ അഭിപ്രായപ്പെടുന്നു. ഒന്ന് സുവ്യക്തം. ഭരണഘടനാ തത്ത്വവും സിദ്ധാന്തവും എന്നതിനപ്പുറം നിത്യജീവിതത്തിൽ പൗരർക്ക് അനുഭവവേദ്യമാകുമ്പോൾ മാത്രമേ മൗലിക പൗരാവകാശത്തെപ്പറ്റി നാം ഊറ്റംകൊള്ളുന്നതിൽ അർത്ഥമുള്ളു.

ഭാരതത്തിന്റെ ഭരണഘടനയുടെ ശ്രദ്ധേയവും ഗൗരവപൂർണ്ണവുമായ ഭാഗമാണ് രാഷ്ട്ര നയനിർദ്ദേശകതത്ത്വങ്ങൾ. മൗലികപൗരാവകാശം വ്യക്തിഗത-രാഷ്ട്രീയ അവകാശങ്ങൾ മാത്രം ഉൾക്കൊള്ളുമ്പോൾ സാമൂഹ്യ സാമ്പത്തിക-സാംസ്കാരികാവകാശങ്ങൾ പ്രതിപാദിക്കുന്നവയാണ് രാഷ്ട്ര നയനിർദ്ദേശക തത്ത്വങ്ങൾ. എന്നാൽ ഈ അവകാശവ്യവസ്ഥകൾ കോടതി നടപടികളിലൂടെ വ്യവഹാരങ്ങൾവഴി സ്ഥാപിച്ചെടുക്കാനാവില്ലതന്നെ. മറിച്ച് ക്രിയാത്മക നീതിന്യായ വിധിതീർപ്പുകളിലൂടെ ഈ അവകാശവ്യവസ്ഥകൾ മൗലികാവകാശപദവിയിലേക്ക് ഉൾപ്പെടുത്താൻ ഇടയുണ്ട്. ഒരർത്ഥത്തിൽ മനുഷ്യാവകാശ പരിരക്ഷാ വ്യവസ്ഥകളധികവും ഉള്ളടക്കം ചെയ്യപ്പെടുന്നത് നിർദ്ദേശക തത്ത്വങ്ങളിലാണ്.

- സാർവ്വത്രികവും സൗജന്യവും ആയ അടിസ്ഥാന വിദ്യാഭ്യാസം, രാജ്യത്തിന്റെ സാമ്പത്തിക വിഭവ ലഭ്യത അനുസൃതമാക്കിയുള്ള ഉന്നത വിദ്യാഭ്യാസം വന്നു.

ഭൗതിക വിതരണക്രമത്തിൽ തുല്യനീതി.

- സാമ്പത്തിക-സ്വത്തവകാശ കേന്ദ്രീകരണവിരുദ്ധ അവകാശം.
- തുല്യ ജോലിക്ക് തുല്യ വേതനം അടിസ്ഥാന അതിജീവന വേതനാവകാശം.

- ബാല്യ-യൗവ്വന-സ്ത്രീപദവി ചൂഷണം, ദുരുപയോഗം, വാണിഭം എന്നിവയ്ക്കെതിരായ അവകാശം.
- ഏകീകൃത വ്യക്തിനിയമ പരിപാലനം
- തദ്ദേശ സ്വയംഭരണക്രമം നടപ്പാക്കൽ, ജനാധിപത്യ അധികാര വികേന്ദ്രീകരണം.
- പരിസ്ഥിതി-വന-വന്യജീവി പരിപാലനം
- വ്യവസായനടത്തിപ്പിൽ തൊഴിലാളിപങ്കാളിത്തവും പ്രാതിനിധ്യവും.
- പോഷകാഹാരം, പരിസരശുചിത്വം, ആതുര ശുശ്രൂഷാസേവനം എന്നിവ സാർവ്വത്രികമാക്കുക.
- പട്ടികജാതി-പട്ടികവർഗ്ഗ പരിരക്ഷ ഉറപ്പാക്കൽ
- ചരിത്ര-സാംസ്കാരിക-പാരിസ്ഥിതിക മൂല്യസംരക്ഷണം.
- ജനങ്ങളിൽ ശാസ്ത്രാഭിരുചിയും ശാസ്ത്രാവബോധവും യുക്തി ചിന്തയും അഭിവീക്ഷണവും വളർത്തുക.

സർക്കാർ നയങ്ങൾ, കാര്യനിർവഹണ നടപടികൾ, നീതിന്യായ നിരീക്ഷണം, പരാതിപരിഹാര നടപടികൾ എന്നിവയിലൂടെ ഈ വ്യവസ്ഥകൾക്ക് പൗരാവകാശത്തിന് തുല്യമായ പരിരക്ഷ ലഭ്യമാക്കാൻ കഴിയുന്നതാണ്. അത്യന്തം പക്ഷപാതിത്വപരമായ ഇന്ത്യൻ പൗരസമൂഹത്തിൽ മേൽ ചേർത്ത അവകാശപരിരക്ഷയ്ക്ക് മൗലികപ്രാധാന്യവും വർദ്ധിച്ച പ്രസക്തിയും ഉണ്ട്.

പൗരരുടെ മൗലികാവകാശം രാഷ്ട്രപരിരക്ഷയ്ക്ക് വിധേയമാണ്. നിർദ്ദേശക തത്ത്വങ്ങൾ രാഷ്ട്രപരിപാലനത്തിന് വിധേയമാണ്. ഇവ രണ്ടും പൗരരുടെ നേട്ടം ലക്ഷ്യമിടുന്നു. തദനുസരണം പൗരസമൂഹകടമയും ഭരണഘടനാപരമായി നിർണ്ണയിക്കപ്പെട്ടിരിക്കുന്നു. 1976 ൽ 42-ാം ഭേദഗതിനിയമത്തിലൂടെ ഉൾച്ചേർക്കപ്പെട്ട ഭാഗമാണ് മൗലികപൗരധർമ്മം എന്നത്. പത്ത് പ്രധാന കൽപ്പനകൾ പൗരശാസനമായി രേഖപ്പെടുത്തപ്പെട്ടിരിക്കുന്നു. നിയമ-നീതി സ്ഥാപനങ്ങൾവഴി ബാധകമാക്കാനോ ലംഘിക്കപ്പെട്ടാൽ നിയമാനുസൃത ശിക്ഷയേർപ്പെടുത്താനോ തക്ക കരുത്ത് ഈ പ്രമാണങ്ങൾക്കില്ല.

1. ഭരണഘടന അനുസരിക്കുക
2. ദേശീയബിംബങ്ങൾ, മുദ്രാവാക്യങ്ങൾ, ചിഹ്നങ്ങൾ എന്നിവയെ ആദരിക്കുക, അനാദരിക്കാതിരിക്കുക.
3. രാഷ്ട്രീയ പരമാധികാരവും അഖണ്ഡതയും സംരക്ഷിക്കുക
4. രാഷ്ട്രസുരക്ഷ കാത്തുസൂക്ഷിക്കുക, ദേശസേവനസജ്ജരാകുക.
5. പൊതുസാഹോദര്യം, സാമൂഹ്യരമ്യത എന്നിവയുടെ അന്തസ്സത്ത പാലിക്കുക, ജനങ്ങളിൽ ഭാഷാ-പ്രാദേശിക-മത വൈവിധ്യവും വൈജാത്യവും നിലനിർത്തുക, സ്ത്രീകളുടെ അന്തസ്സും പദവിയും സംരക്ഷിക്കുകയും ഉയർത്തുകയും ചെയ്യുക, സ്ത്രീവിരുദ്ധ കൃത്യങ്ങൾ ചെറുക്കുക.
6. ചരിത്ര-സാംസ്കാരിക ഉന്നത മൂല്യങ്ങൾ സംരക്ഷിച്ച് പരിപാലിക്കുക.

7. പ്രകൃതി പരിസ്ഥിതി പരിപാലിക്കുക, മെച്ചപ്പെടുത്തുക, വനം, തടാകം, നദി, വന്യജീവി ആദിയായവ സംരക്ഷിക്കുകയും സഹജീവിസഹാനുഭൂതി പ്രകടമാക്കുകയും ചെയ്യുക.
8. ശാസ്ത്രാവബോധവും മാനവികതയും പരിഷ്കാരചിന്തയും അന്വേഷണതൃഷ്ണയും യുക്തിചിന്തയും വളർത്തുക
9. പൊതുസ്വത്തുക്കളുടെ സംരക്ഷണം ഉറപ്പാക്കി ഹിംസാത്മകത ചെറുക്കുന്നു.
10. വ്യക്തിഗത-സംയുക്തസംരംഭങ്ങളിൽ മികച്ച വിജയത്തിനും ഔന്നത്യത്തിനും രാഷ്ട്രനേട്ടങ്ങളുടെ നിലവാരമുയർത്താനും മികവ് വളർത്താനും ദത്തശ്രദ്ധമായിരിക്കുക.

പരസ്പരം സഹവർത്തക സമൂഹ സുസ്ഥിരതയ്ക്ക് ഈ ഗുണാത്മക തത്ത്വങ്ങളുടെ പാലനം അനിവാര്യമാണ്. ചട്ടപ്രകാരമല്ല ജീവത്തായ പ്രക്രിയയായി ഇവ പാലിക്കപ്പെടണം.

ഇവയ്ക്കുപുറമെ ദേശീയ-സംസ്ഥാന-തദ്ദേശഭരണ ഭരണസ്ഥാപനങ്ങൾ, നിയമനിർമ്മാണം-കാര്യനിർവ്വഹണം-നീതിന്യായം എന്നീ രാഷ്ട്രഘടകങ്ങൾ അവയുടെ രൂപീകരണം, അധികാരം, ഉത്തരവാദിത്വം, നടത്തിപ്പ് തുടങ്ങിയവ, ഭരണഘടനാ സ്ഥാപനങ്ങളായ പ്രസിഡന്റ്, വൈസ്പ്രസിഡന്റ്, ചീഫ്ജസ്റ്റിസുമാർ, ഗവർണർമാർ.

(i) കേന്ദ്ര-സംസ്ഥാന തെരഞ്ഞെടുപ്പ് കമ്മീഷനുകൾ
(ii) കേന്ദ്ര-സംസ്ഥാന ധനകാര്യ കമ്മീഷനുകൾ
(iii) ജില്ലാ ആസൂത്രണസമിതി
(iv) അറ്റോർണി ജനറൽ - അഡ്വക്കേറ്റ് ജനറൽ
(v) പബ്ലിക് സർവ്വീസസ് കമ്മീഷനുകൾ
(vi) കംട്രോളർ ആന്റ് അക്കൗണ്ടന്റ്സ് ജനറൽ

തുടങ്ങിയവ സംബന്ധിച്ച നിയമനം, നിയോഗം, ഉത്തരവാദിത്വം, അധികാരം, നിരീക്ഷണം, പിരിച്ചയയ്ക്കൽ, സാമ്പത്തികാവകാശങ്ങൾ എന്നിവയെല്ലാം ഇന്ത്യൻ ഭരണഘടന വ്യവസ്ഥപ്പെടുത്തുന്നു.

- തദ്ദേശ ഭരണസ്ഥാപന വ്യവസ്ഥാപനം നടത്തിപ്പ്
- അടിയന്തരാവസ്ഥ പ്രഖ്യാപിക്കപ്പെടാനും പ്രസിഡന്റ് ഭരണം നടപ്പാക്കാനുമുള്ള വ്യവസ്ഥകളും മാനദണ്ഡങ്ങളും
- രാഷ്ട്രഘടകങ്ങളായ നിയമനിർമ്മാണ-നിയമനിർവ്വഹണ-നീതിന്യായ വിഭാഗങ്ങൾക്കിടയിൽ
- സ്വമേധയാ പാലിക്കപ്പെടുന്ന അധികാര വിഭജനവും നീതിന്യായ അവലോകന അധികാര വ്യവസ്ഥയും.
- സംസ്ഥാന ഭരണകൂടത്തെ പിരിച്ചയയ്ക്കാനുമുള്ള പ്രതിരോധാത്മക വ്യവസ്ഥകൾ ഭരണഘടന ഉൾക്കൊള്ളുന്നു.
- ജമ്മു-കാശ്മീർ സംസ്ഥാനത്തിന്റെ സവിശേഷ സ്ഥാനം സംബന്ധിക്കുന്ന ഉടമ്പടി വ്യവസ്ഥ ഉൾക്കൊള്ളുന്ന അനുഛേദവും ഭരണഘടനയിൽ ഉൾപ്പെടുത്തപ്പെട്ടിരിക്കുന്നു.

- സുപ്രീംകോടതിയുടെ പരമാധികാരവും നിരീക്ഷണാധികാരവും സുപ്രീംകോടതി ഉത്തരവ് പാലിക്കാനും നടപ്പാക്കാനും ഭരണഘടന-നിയാമക സ്ഥാപനങ്ങൾക്കും അധികാരസ്ഥർക്കുമുള്ള ചുമതലാവ്യവസ്ഥ.

- സാർവ്വദേശീയ കരാർ ഉടമ്പടികളിൽ ഏർപ്പെടുന്നതിനും തദനുസരണം ദേശീയ പാർലമെന്റുവഴി നിയമനിർമ്മിതിക്കുമുള്ള അധികാരം ദേശീയസർക്കാരിൽ നിക്ഷിപ്തമാക്കുന്ന വ്യവസ്ഥ.

- നികുതി നിർണ്ണയം, നികുതിപിരിവ്, ധനവിഭവ വിതരണം, കേന്ദ്ര-സംസ്ഥാന ബന്ധങ്ങൾ, യൂണിയൻ-സംസ്ഥാന-തദ്ദേശഭരണ-സംയുക്ത നിയമവ്യവസ്ഥകൾക്കനുസൃതമായ അധികാര വ്യവസ്ഥകളും പട്ടികകളും സംസ്ഥാനാന്തര ചരക്കുകളുടെ ക്രയവിക്രയവും കടത്തും.

- ഭരണഘടനാ വ്യവസ്ഥകൾ തന്നെ ഭേദഗതി വരുത്തുന്നതിനുള്ള സാമാന്യ ഉപാധി, പ്രത്യേക ഉപാധി, നിർബന്ധിത ഉപാധി വ്യവസ്ഥകൾ മുതലായവയും ഭരണഘടന വിവിധ ഭാഗങ്ങളിലായി അനുശാസിക്കുന്നു.

12 പട്ടികകളിലായി ഭരണഘടനാ തത്ത്വങ്ങളുടെ നിർവ്വഹണക്ഷമത ഉയർത്താനുള്ള ക്രമപ്പെടുത്തൽ ഉപാധിയും ഭരണഘടനാ നിയമം ഉൾക്കൊള്ളുന്നു. ഇന്ത്യയ്ക്കൊപ്പമോ ഇതിലേറെയോ ജനാധിപത്യപരമായി അറിയപ്പെട്ടിരുന്ന രാഷ്ട്രങ്ങൾ അസ്ഥിരീകരിക്കപ്പെടുമ്പോഴും നാം ഈ ഭരണഘടനാ ചട്ടക്കൂട്ടിൽ തുടരുന്നതുതന്നെയാണ് അതിന്റെ പ്രസക്തി എന്ന് സാരം.

10

ഭരണനിർവ്വഹണ നിയമം

നിയമശാസ്ത്ര മേഖലയിൽ നാലാം മണ്ഡലമാണ് ഭരണ നിർവ്വഹണ നിയമം. 20–ാം നൂറ്റാണ്ടിന്റെ രണ്ടാം പാദത്തിൽ വികസിച്ചുവന്നതാണ് ഈ നിയമശാഖ. ജോൺ ഓസ്റ്റിൻ "പബ്ലിക് ലോ" എന്നത് ഭരണഘടനാ നിയമത്തിന്റെയും ഭരണ നിർവ്വഹണ നിയമത്തിന്റെയും സംയോജനമായാണ് നിർവ്വചിച്ചത്. പരമാധികാര രാഷ്ട്രത്തെ ഭരണഘടന നിർവ്വചിക്കുന്നു. അതിന്റെ അധികാരപരിധി, പ്രവർത്തന നിർവ്വഹണം, അധികാരങ്ങളുടെ പ്രയോഗമാർഗ്ഗം, ഭരണകൂടവും ഭരണവിധേയരും തമ്മിലുള്ള ബന്ധം എന്നിവയെല്ലാം നിർണ്ണയിക്കുന്നത് ഭരണനിർവ്വഹണ നിയമമാണ്. പരമാധികാര രാഷ്ട്രത്തെയും അതിന്റെ നിർവ്വഹണഘടകങ്ങളെയും പരാമർശിക്കുന്ന ഈ രണ്ട് നിയമ ശാഖകളും വേർതിരിക്കാനാകാത്തവിധം ഏകോപിക്കപ്പെട്ടിരിക്കുന്നു.

മന്ത്രിമാർ, ഉദ്യോഗസ്ഥർ, ന്യായാധിപന്മാർ, പ്രതിപുരുഷർ തുടങ്ങിയവരുടെ അധികാരം, ഉത്തരവാദിത്വം, ചുമതല, നിയമനം, പിരിച്ചയയ്ക്കൽ തുടങ്ങിയവ നിർണ്ണയിക്കപ്പെടുക ഭരണനിർവഹണനിയമത്തിലൂടെ ആയിരിക്കും. ഇതുതന്നെയാണ് ഭരണനിർവ്വഹണ നിയമത്തിന്റെ മണ്ഡലമായി ഫ്രാൻസിൽ വികസിച്ചുവന്നത്. എന്നാൽ കഴിഞ്ഞ നൂറ്റാണ്ടുവരെ ബ്രിട്ടീഷ് നിയമ സംഹിത ഭരണനിർവ്വഹണ നിയമത്തിന്റെ അസ്തിത്വം അംഗീകരിച്ചിരുന്നില്ല. എ. വി. ഡൈസിയെപോലെയുള്ള നിയമജ്ഞർ അതിനെ കപടനിയമശാസ്ത്രം എന്നുപോലും വിളിക്കുവാനിടയായി. എന്നാൽ പരമാധികാരസ്ഥരുടെ പല അധികാരങ്ങളും (ഉദാഹരണം നികുതിനിർണ്ണയാധികാരം) ഭരണനിർവ്വഹണ സ്ഥാനങ്ങളുടെ(ഉദാഹരണം പാർലമെന്റ്) വഴിക്കല്ലാതെ നിർവ്വഹിക്കപ്പെടാനാവില്ല. അതുകൊണ്ട് പിൽക്കാലത്ത് ഭരണ നിർവ്വഹണശാഖയെ യാഥാർത്ഥ്യമായി ഇവർക്കും സ്വീകരിക്കേണ്ടിവന്നു.

പ്രൊഫ. ഹോളണ്ട് തന്റെ നിയമശാസ്ത്ര വിശകലനത്തിൽ നിയമത്തെ പൊതുനിയമം സ്വകാര്യനിയമം എന്ന് വിശാലവിഭാഗമായും അതിൽ പൊതുനിയമത്തെ ആറ് ഉപവിഭാഗങ്ങളുമായി തിരിച്ച് വ്യാഖ്യാനിച്ചിരിക്കുന്നു. ഇതിൽ ഒന്നാമത്തെ ഉ വിഭാഗമാണ് ഭരണഘടനാ നിയമം. രണ്ടാമത്തേതാണ് ഭരണനിർവ്വഹണ നിയമം. പരമാധികാര രാഷ്ട്രം, അതിന്റെ ഘടകങ്ങൾ, അവയുടെ രൂപീകരണം, അധികാരങ്ങൾ, നിയന്ത്രണങ്ങൾ, നിലനിൽപ്പ്, പൗരത്വം, പൗരാവകാശങ്ങൾ, പൗരധർമ്മങ്ങൾ, രാഷ്ട്രഘടകബന്ധങ്ങൾ, തദ്ദേശഭരണം എന്നിവയെല്ലാം സംബന്ധിച്ച രാഷ്ട്രീയ നിയമസംഹിതയാണ് ഭരണഘടനാനിയമം. എന്നാൽ താത്വികവും സൈദ്ധാന്തികവുമായ ഈ നിയമസംഹിത പ്രായോഗികവും ക്രിയാത്മകവും ആയി നടത്തപ്പെടുന്നതിനുള്ള ഉപാധികളുടെ ക്രോഡീകരണമാണ് ഭരണ നിർവ്വഹണനിയമം. രാഷ്ട്രഘടന ഭരണഘടനയാൽ നിർണ്ണയിക്കപ്പെടുന്നു. രാഷ്ട്രനിർവ്വഹണം ഭരണ നിർവ്വഹണനിയമവും നിർണ്ണയിക്കുന്നു.

ഭരണഘടനാ നിയമതത്ത്വങ്ങൾ നടപ്പാക്കാനുള്ള നിർവ്വഹണ സംവിധാനങ്ങൾ, അവയുടെ ഘടന, ഉത്തരവാദിത്വങ്ങൾ, അധികാരങ്ങൾ തുടങ്ങിയവയുടെ പാലനം, നിയന്ത്രണ നടത്തിപ്പ്, പരിമിതികൾ എന്നിവയെല്ലാം ഉൾക്കൊള്ളുന്നതാണ് ഭരണനിർവ്വഹണ നിയമം. ഫ്രാൻസിനുപുറമേ ബ്രിട്ടൻ, അമേരിക്ക തുടങ്ങിയ രാഷ്ട്രങ്ങളിലും ഈ ശാഖ വികസിച്ചുകൊണ്ടേയിരിക്കുന്നു.

ഇന്ത്യയിൽ എഴുതി തയ്യാറാക്കപ്പെട്ട നിയമഗ്രന്ഥമോ അംഗീകൃത സ്റ്റാറ്റ്യൂട്ട്ബുക്കോ ഭരണനിർവ്വഹണ നിയമത്തിൽ നിലവിലില്ല. എങ്കിലും വിവിധ നിയമഗ്രന്ഥങ്ങൾ, ചട്ടസമാഹാരങ്ങൾ, ഉത്തരവുകൾ, വിജ്ഞാപനങ്ങൾ, പട്ടികകൾ, ഓർഡിനൻസുകൾ തുടങ്ങിയവയിലൂടെ ഈ നിയമശാസ്ത്രശാഖ സമ്പുഷ്ടമാക്കപ്പെടുന്നു.

നിയമനിർമ്മാണസഭ രൂപപ്പെടുത്തുന്ന നിയമങ്ങളുടെ ചുവടുപിടിച്ചാണ് ഭരണനിർവ്വഹണ നിയമവും പുലരുന്നതും പാലിക്കപ്പെടുന്നതും. നിയമപുസ്തകങ്ങളിലെ വ്യവസ്ഥകൾ ചട്ടക്കൂട് മാത്രമായിരിക്കും. നിർവ്വഹണത്തിന് അനിവാര്യമായ വിശദാംശങ്ങൾ, നടപടിക്രമങ്ങൾ, സമയക്രമം, നിബന്ധനകൾ, മാനദണ്ഡങ്ങൾ തുടങ്ങിയവയെല്ലാം രൂപപ്പെടുത്തുകയും ഉൾപ്പെടുത്തുകയും പ്രാവർത്തികമാക്കുകയും ചെയ്യുക ഭരണനിർവ്വഹണ നിയമം ആയിരിക്കും. നിയമങ്ങളും ഉപനിയമങ്ങളും എന്നത് മൂലസ്രോതസ്സും അനുബന്ധ വ്യവസ്ഥകളും എന്നതാണ്. നിയമനിർമ്മാണ സഭ തയ്യാറാക്കുന്ന നിയമവ്യവസ്ഥകളുടെ ഒരു പടി താഴെയാണ് ഉപനിയമങ്ങൾക്ക് സ്ഥാനം. മൂലനിയമങ്ങൾക്കോ ഭരണഘടനാനിയമത്തിനോ നിരക്കാത്ത ഉപനിയമങ്ങൾ അസാധുവായിരിക്കും. അവയ്ക്ക് പ്രാബല്യം ഉണ്ടായിരിക്കില്ല. ഇവ തമ്മിൽ എപ്പോഴെങ്കിലും തർക്കം ഉന്നയിക്കപ്പെട്ടാൽ നിയമപുസ്തകത്തിലെ വ്യവസ്ഥയ്ക്കായിരിക്കും പ്രസക്തി.

രാഷ്ട്രസങ്കൽപ്പനത്തിൽ മുതലാളിത്ത വികസനമാതൃകയും

സോഷ്യലിസ്റ്റ് വിതരണക്രമവും സംയോജിപ്പിക്കുന്നതിനും മൂലധന നിക്ഷേപം, വ്യാപാര-വാണിജ്യാദി മേഖലകൾ, സേവനരംഗം, പശ്ചാത്തലമേഖല തുടങ്ങിയവയിൽ രാഷ്ട്ര ഭരണകൂട ഇടപെടൽ സാമൂഹ്യ സുരക്ഷാസംവിധാനം രാഷ്ട്രനേതൃത്വത്തിലും നിയന്ത്രണത്തിലും നടപ്പാക്കപ്പെടുന്ന ഒരു ഭരണക്രമത്തെയാണ് ക്ഷേമരാഷ്ട്ര സങ്കൽപ്പനത്തിൽ വിഭാവനം ചെയ്യുന്നത്. ഇത്തരം രാഷ്ട്രഘടന വികസിച്ചതോടെ ഭരണനിർവ്വഹണ ഘടകത്തിന്റെ ഉത്തരവാദിത്വവും ചുമതലയും വർദ്ധിച്ചു.

- സാമൂഹ്യ ക്ഷേമ-സുരക്ഷാ ഉപാധികൾ ഉറപ്പാക്കുക.
- സ്വകാര്യ സംരംഭകത്വത്തെ പൊതുനിയന്ത്രണത്തിന് വിധേയമാക്കുക.
- സേവനപ്രദാന നടപടികൾ പ്രാവർത്തികമാക്കുക, സേവനസ്ഥാപന നടത്തിപ്പ് നിർവ്വഹിക്കുക.
- വികസനരംഗങ്ങളിൽ പൊതുസമൂഹ പങ്ക് യാഥാർത്ഥ്യമാക്കുക.
- വ്യവസായ-വാണിജ്യ-രാഷ്ട്രനിർമ്മാണ പ്രക്രിയയിൽ പൊതു ഉടമസ്ഥതയും നിക്ഷേപവും നിയന്ത്രണവും പാലിക്കുക.
- ഭരണനിർവ്വഹണത്തിൽ രാഷ്ട്രീയ-ഉദ്യോഗസ്ഥ അധികാരസ്ഥരുടെ വർദ്ധിച്ച പങ്കും അവരുടെ വിവേചനാധികാര പ്രയോഗവും.
- സുസ്ഥിര വികസനം, പരിസ്ഥിതിസുരക്ഷ, മനുഷ്യാവകാശസംരക്ഷണം തുടങ്ങിയവയിൽ രാഷ്ട്ര ഉത്തരവാദിത്തവും പ്രവർത്തനവും വർദ്ധിച്ചുവരുന്നത്.
- തർക്കങ്ങൾ, പരാതികൾ, ആവലാതികൾ തുടങ്ങിയവ തീർപ്പാക്കുന്നതിൽ രാഷ്ട്രത്തിന്റെ കടമയും കാര്യനിർവ്വഹണ വിഭാഗത്തിന്റെ സാധ്യതയും വർദ്ധിച്ചത്.
- ഭരണ വികേന്ദ്രീകരണം, വികസനാസൂത്രണ വികേന്ദ്രീകരണം തുടങ്ങിയവയിലൂടെ വർദ്ധിച്ച ഉത്തരവാദിത്വം സ്റ്റേറ്റിൽ നിക്ഷിപ്തമായത്.
- തൊഴിലെടുക്കുന്നവർ, ജീവിതവെല്ലുവിളി നേരിടുന്നവർ, ദളിതർ, സ്ത്രീകൾ, കുട്ടികൾ തുടങ്ങിയവരുടെ സുരക്ഷ, പുനരധിവാസം, ക്ഷേമം എന്നീ മേഖലകളിൽ വർദ്ധിച്ചുവന്ന രാഷ്ട്രത്തിന്റെ ഉത്തരവാദിത്വം.
- നീതി പരിപാലനം നിർവ്വഹണം എന്നിവയിൽ സ്റ്റേറ്റിന്റെ ബാധ്യത.

തുടങ്ങിയവയെല്ലാം ഭരണനിർവ്വഹണ നിയമശാഖയുടെ വളർച്ചയ്ക്ക് ഇടനൽകി. നിർമ്മിത നിയമ തത്ത്വങ്ങൾക്കും അവയുടെ നിർവ്വഹണത്തിനും ഇടയിലുള്ള വിടവ് നികത്തി പ്രായോഗിക നിയമപരിപാലനം ഈ ശാഖ ഉറപ്പാക്കും. ഭരണഘടനതന്നെയാണ് ഭരണനിർവ്വഹണ നിയമത്തിന്റെ

പ്രധാന സ്രോതസ്സ്. നിയമപുസ്തകങ്ങളിലെ അടിസ്ഥാനതത്ത്വങ്ങൾ, വിജ്ഞാപനങ്ങളുടെ വ്യവസ്ഥകൾ, ചട്ടങ്ങൾ, ഉത്തരവുകൾ, പട്ടികകൾ തുടങ്ങിയ ഉപനിയമങ്ങൾ, മുൻകാല വിധിപ്രസ്താവങ്ങൾ, നിയാമക വസ്തുതാന്വേഷണസമിതി ശുപാർശകൾ, കാര്യനിർവ്വഹണ വിഭാഗം രൂപപ്പെടുത്തുന്ന വ്യവസ്ഥകൾ, നിയമാവലികൾ എന്നിവയെല്ലാം ഈ ശാഖയുടെ മറ്റു സ്രോതസ്സുകളാണ്.

ഭരണ നിർവ്വഹണനിയമത്തിന് കീഴിൽ കാര്യനിർവ്വഹണ വിഭാഗം വിവിധ ധർമ്മങ്ങൾ നിറവേറ്റുന്നതായി കാണാം.

- നിയമ രൂപീകരണം
- നിയമ നടത്തിപ്പ്
- നീതി നിർവ്വഹണം
- അർദ്ധ നീതിന്യായ സംവിധാനം
- ക്ഷേമ-സുരക്ഷ പരിപാലനം

നിയമനിർമ്മാണ സഭ രൂപംനൽകുന്ന ചട്ടക്കൂടിനുള്ളിൽ നിന്ന് വിശദമായ ചട്ടവ്യവസ്ഥകൾ രൂപപ്പെടുത്തുകയാണ് നിയമരൂപീകരണത്തിലൂടെ ചെയ്യുക. പൂർവ്വകാല-ഭാവികാല പ്രാബല്യത്തോടെ സാന്ദർഭികവും പരീക്ഷണാടിസ്ഥാനത്തിലുള്ളതുമായ നിയമ വിശദാംശങ്ങൾ ഇതിലൂടെ രൂപപ്പെടുന്നു. വിലനിർണ്ണയം, അനുമതിപത്രം നൽകൽ, നികുതി നിർദ്ദേശം തുടങ്ങിയവ ഉദാഹരണം.

നയ-നിയമ-ചട്ട വ്യവസ്ഥകളുടെയും മുൻകാല വഴക്കങ്ങളുടേയും വിവേചനാത്മകമായ തീർപ്പുകളുടെയും നിയതമായ നടത്തിപ്പാണ് രണ്ടാമത്തെ ധർമ്മം. ഇത് കാര്യനിർവ്വഹണത്തിന് സ്ഥിരത, വിശ്വാസ്യത, പ്രസക്തി എന്നിവ വർദ്ധിപ്പിക്കുന്നു.

നിയമനിർവ്വഹണഘട്ടത്തിൽ ഉന്നയിക്കപ്പെടാവുന്ന ആവലാതികൾ, ആക്ഷേപങ്ങൾ, പരാതികൾ തുടങ്ങിയവയ്ക്ക് സാമാന്യനീതി, യുക്തി, കാര്യകാരണബന്ധം, വിവേചനക്ഷമത എന്നിവയെ അടിസ്ഥാനമാക്കി തീർപ്പു കൽപ്പിക്കുകയും തീരുമാനം നടപ്പിൽ വരുത്തുകയും സാമൂഹ്യസുസ്ഥിരത പരിപാലിക്കുകയുമാണ് മൂന്നാമത്തെ ധർമ്മം. ഇതിനായി രൂപംനൽകപ്പെടുന്ന സ്ഥാപനസംവിധാനമാണ് അർദ്ധ നീതിന്യായ സ്ഥാപനങ്ങൾ.

ഇതിനെല്ലാം പുറമേയാണ് നിർണയിക്കപ്പെടുന്ന നിബന്ധനകൾക്കും മാനദണ്ഡങ്ങൾക്കും വിധേയമായിട്ടുള്ള ക്ഷേമ-സുരക്ഷാ പരിപാലനം. നിയമക്രമ പാലനം, കരുതൽ തടങ്കൽ, ഭൂമി ഏറ്റെടുക്കൽ, അന്വേഷണ കമ്മീഷൻ പ്രവർത്തനം, തൊഴിൽ-വ്യവസായ തർക്കപരിഹാര സമ്പ്രദായം, വാണിജ്യ നികുതി നിർണ്ണയം, കച്ചവടലൈസൻസ് അനുവാദം, വസ്തുതാന്വേഷണ നടപടികൾ, അച്ചടക്ക നടപടി തീർപ്പാക്കൽ തുടങ്ങിയവയെല്ലാം ഇതിൽ ഉൾപ്പെടും.

നിയമങ്ങൾക്കും ചട്ടങ്ങൾക്കും ശേഷം വരുന്ന മൂല്യവത്തായ ഉപനിയമഘടകമാണ് ഉത്തരവുകൾ. സർക്കാർ, ഭരണനിർവ്വഹണ വകുപ്പു

കൾ, അധികാരസ്ഥർ എന്നിവ പുറപ്പെടുവിക്കുന്ന തീർപ്പുകളാണ് ഉത്തരവുകൾ. നിയമ-ചട്ട-ഭരണഘടനകൾക്ക് അതീതമോ വിരുദ്ധമോ ഉൾക്കൊള്ളാനാവാത്തതോ ആയ ഉത്തരവുകൾ അസാധുവാക്കപ്പെടാം. ഒരിക്കൽ പുറപ്പെടുവിച്ച ഉത്തരവ് പിൻവലിക്കാനോ തിരുത്താനോ പരിഷ്കരിക്കാനോ കൂട്ടിച്ചേർക്കാനോ റദ്ദാക്കാനോ ബന്ധപ്പെട്ട അധികാരികൾക്കു കഴിയും. ഇന്ത്യയിൽ കേന്ദ്ര സർക്കാരിൽ പ്രസിഡന്റിന്റെയും, സംസ്ഥാന സർക്കാരിൽ ഗവർണറുടെയും തദ്ദേശ ഭരണതലത്തിൽ അദ്ധ്യക്ഷരുടെയും പേരിലായിരിക്കും ഇത്തരം ഉപനിയമങ്ങൾ പ്രാബല്യത്തിലാക്കുക.

നിയമനിർമ്മാണസഭ നിലവിലില്ലാത്തപ്പോഴോ, യോഗം ചേരാത്തപ്പോഴോ സർക്കാർ പുറപ്പെടുവിക്കുന്നതും നിയമത്തിന് തത്തുല്യമായി പ്രയോഗിക്കാവുന്നതും സഭ കൂടിയാൽ തൊട്ടടുത്ത ഘട്ടത്തിൽ പരമാവധി വേഗം നിയമനിർമ്മാണം വഴി വ്യവസ്ഥാപിതമാക്കേണ്ടതുമായ ഘടകമാണ് ഓർഡിനൻസുകൾ.

സർക്കാർ ഗസറ്റുകളിൽ ഉൾപ്പെടുത്തി പ്രസിദ്ധം ചെയ്യുന്ന സവിശേഷ വ്യവസ്ഥകളോ അറിയിപ്പുകളോ വിവരങ്ങളോ ഉൾപ്പെടുന്ന ഘടകമാണ് വിജ്ഞാപനങ്ങൾ എന്നറിയപ്പെടുക.

നിയമഗ്രന്ഥത്തിന് അനുബന്ധമായി അതിലെ വ്യവസ്ഥകൾക്ക് അനുപൂരകമായിട്ടും അനുരോധമായിട്ടും തയ്യാറാക്കപ്പെടുന്ന നിർവ്വഹണസഹായികളാണ് പട്ടികകൾ(ഷെഡ്യൂളുകൾ)

അവകാശങ്ങൾ പരാമർശിക്കുന്ന ചട്ടങ്ങൾ എന്നതുപോലെ പൗരർക്കുമേലുള്ള നിയന്ത്രണങ്ങൾ പരാമർശിക്കുന്ന വ്യവസ്ഥകളുടെ പ്രസിദ്ധീകരണമാണ് നിയന്ത്രണങ്ങൾ(റഗുലേഷൻസ്).

സർക്കാർ വകുപ്പുകൾ നയതീരുമാനനടത്തിപ്പിനായി പുറപ്പെടുവിക്കുന്ന തീരുമാനങ്ങളാണ് ഉത്തരവുകൾ. നടപടിക്രമം മാത്രമായുള്ളവ, കയ്യെഴുത്ത് മാത്രമായവ, മുദ്രിതമായത് എന്നിങ്ങനെ മൂന്ന് തരത്തിൽ ഉത്തരവുകളെ തിരിക്കാം. കോളനി ഭരണസമ്പ്രദായത്തിലും രാജാധിപത്യത്തിലും തുടർന്ന വിധേയത്വ ധ്വനി ഉത്തരവിലൂടെ ഇപ്പോഴും നാം തുടരുകയാണ്. എന്നാൽ ഇന്ത്യയിലെതന്നെ ചില സംസ്ഥാനങ്ങൾ പ്രമേയങ്ങൾ(റസല്യൂഷൻസ്) എന്നാണ് സർക്കാർ വകുപ്പ് തീരുമാനങ്ങളെ പരാമർശിക്കുന്നതായി കാണാം.

നിയമവാഴ്ച, ഭരണഘടന, സാമൂഹ്യപുരോഗതി എന്നിവയ്ക്ക് വിധേയമായി വേണം മേൽകൊടുത്ത ഭരണനിർവ്വഹണ നിയമ ഘടകങ്ങളുടെ ഉപയോഗം. രൂപീകരണം, ഘടന, പ്രയോഗം എന്നിവയിൽ ഈ മുൻഉപാധി പാലിക്കപ്പെടാത്തപക്ഷം അവ സ്വമേധയാ അസാധുവാക്കപ്പെടാവുന്നതായിത്തീരും. താത്വികവും സിദ്ധാന്തപരവുമായ ഭരണഘടനയും ക്രിയാത്മകവും പ്രായോഗികവുമായ ഭരണനിർവ്വഹണവും പരസ്പരം ഉദ്ഗ്രഥിതവും സഹവർത്തകവും ആയിരിക്കണം.

ഭരണനിർവ്വഹണ നിയമത്തിൽ രാഷ്ട്രമെന്നതിന് നിയതമായൊരു അർത്ഥമുണ്ട്. ഭരണഘടനയോ, അതുപ്രകാരമുള്ള നിയമമോ അനുസ

രിച്ച് നിലവിൽവന്ന കേന്ദ്ര-സംസ്ഥാന-പ്രാദേശിക സർക്കാരുകളോ സമാന അർത്ഥത്തിലും രീതിയിലും വ്യാഖ്യാനിക്കപ്പെടാവുന്ന ഇതര അധികാരസ്ഥാപനങ്ങളും രാഷ്ട്രം എന്നതുകൊണ്ട് അർത്ഥമാക്കപ്പെടുന്നു.

എന്നാൽ നിയമശാസ്ത്രസംബന്ധിയായി രാഷ്ട്രം എന്നത് ഒരു നിയാമക വ്യക്തിത്വമാണ്. ഒരു മുദ്രയും ഒരു നാമധേയവും ഒരു നിയാമകപദവിയും പരിധിയും നിർണ്ണയിക്കപ്പെട്ട ഏകാംഗീകൃത നിയാമകമാണ് രാഷ്ട്രം. ഇതനുസരിച്ച് കരാറുകളിൽ ഏർപ്പെടുക, ഉത്തരവാദിത്വ നിർവ്വഹണം ഉറപ്പാക്കുക, നയതീരുമാനങ്ങൾ എടുത്ത് നടപ്പിലാക്കുക, ജനതയെ പ്രതിനിധീകരിക്കുക, തർക്കങ്ങളിൽ മാധ്യസ്ഥം വഹിക്കുക, വ്യവഹാരങ്ങളിൽ പങ്കാളിയാകുക, ക്ഷേമ-സുരക്ഷ ഉപാധികൾ നടപ്പാക്കുക, സാമൂഹ്യസ്വത്തുക്കളുടെ പൊതുപരിപാലകരായി വർത്തിക്കുക, നഷ്ടോത്തരവാദിത്വം പാലിക്കുക തുടങ്ങിയ ഉത്തരവാദിത്വങ്ങൾ രാഷ്ട്രത്തിനുണ്ടായിരിക്കും.

നിർബന്ധിതമായ ചില മുന്നുപാധികൾ പാലിച്ചുകൊണ്ടായിരിക്കണം ഭരണനിർവ്വഹണനിയമം പ്രയോഗിക്കപ്പെടേണ്ടത്.

- സമത്വാധിഷ്ഠിതവും നീതിപൂർവ്വകവും അവസരതുല്യതയും ഉറപ്പാക്കുക.
- നീതി വൈകുന്നതും ധൃതിപിടിച്ചുള്ള നീതിനടത്തിപ്പും നീതിരാഹിത്യമായി ഭവിക്കുമെന്നതിനാൽ അവയൊഴിവാക്കുക
- നീതി നിർവ്വഹിച്ചാൽ മാത്രമായില്ല നിർവ്വഹിക്കപ്പെട്ടതായി ബോധ്യപ്പെടുകയും വേണം.
- സുതാര്യത-അറിയാനുള്ള അവകാശം-പൗരാവകാശം മനുഷ്യാവകാശം-പരാതിപരിഹാരം-നഷ്ടോത്തരവാദിത്വം എന്നിവ പാലിക്കുക.
- അധികാരം ദുഷിപ്പിക്കാനിടയാകും പരമമായ അധികാരം പരമമായ അളവിൽ ദുഷിപ്പിക്കാനിടയാകും എന്നറിയുക.
- അധികാരം അന്തിമമല്ല നിയന്ത്രണ-നിരീക്ഷണ-തിരുത്തലുകൾക്ക് വിധേയമായാണ് നടപ്പാക്കപ്പെടുക
- ഭരണാധികാരസ്ഥരിൽ നിക്ഷിപ്തമായ വിവേചനാധികാരം സാമാന്യനീതി, യുക്തി, വിവേകം, ധാർമ്മികത, സുബോധം എന്നിവയ്ക്ക് വിധേയമായി പ്രയോഗിക്കുക.

  സാമാന്യനീതി തത്ത്വങ്ങൾ മുൻ അദ്ധ്യായത്തിൽ വിശദമാക്കിയിട്ടുണ്ട്.

- കേൾക്കപ്പെടാനുള്ള അവകാശം- ഇതിൽ അറിയാനും അറിയിക്കാനും ഖണ്ഡനാപരമായ തെളിവു ഹാജരാക്കാനും സ്വന്തം ഭാഗം ന്യായീകരിക്കാനും ഉള്ള അവസരം ഉറപ്പാക്കണം.
- സ്വന്തം ശരിതെറ്റുകൾ തീർപ്പാക്കുന്നതിൽ സ്വമേധയാ അധികാ

രസ്ഥരായി പ്രവർത്തിക്കരുത്- ഇതിൽ അമിതാധികാരം, അധികാര ദുർവിനിയോഗം, നിഷ്ക്രിയത്വം, പക്ഷപാതിത്വം,സ്വാർത്ഥതാല്പര്യം, സ്വജനേച്ഛ, അഴിമതി, കൈക്കൂലി, ഉപേക്ഷ, ക്രമവിരുദ്ധത തുടങ്ങിയവയെല്ലാം നീതിനിഷേധമായി കരുതപ്പെടും.

- യുക്തിസഹവും കാര്യകാരണബദ്ധവും സുബോധത്തിനും നിഷ്പക്ഷതയ്ക്കും അനുസരിച്ചുള്ളതുമായിരിക്കണം തീരുമാനങ്ങളും പ്രവൃത്തിയും.

ഈ തത്ത്വങ്ങൾ പാലിക്കാത്തപക്ഷം ഭരണനിർവ്വഹണ നടപടി റദ്ദാക്കപ്പെടാം.

നിയമനടപടിക്രമം ഭരണകാര്യ നടത്തിപ്പിൽ സുപ്രധാനമാണ്. വിവേചനാധികാരനിർവ്വഹണത്തിൽ നിർബന്ധമായും നടപടിക്രമം പാലിച്ചിരിക്കണം. അങ്ങനെയല്ലാത്ത തീരുമാനങ്ങൾ അക്കാരണത്താൽ ചോദ്യംചെയ്യപ്പെടാം. അസാധുവാക്കപ്പെടാം.

- അറിയിപ്പ് (മെമ്മോ)
- വിശദീകരണം - ലഭിച്ച വിശദീകരണം തൃപ്തികരമെങ്കിൽ നടപടി പൂർത്തിയാക്കാം
- കാരണം കാണിക്കൽ നോട്ടീസ്
- കാരണം ബോധ്യപ്പെടുത്തിയുള്ള മറുപടി പത്രിക- ലഭിച്ച മറുപടി തൃപ്തികരമെങ്കിൽ നടപടി പൂർത്തിയാക്കാം
- അന്വേഷണം - സ്ഥിതി പരിശോധന
- അന്വേഷണ റിപ്പോർട്ട്
- നേരിട്ടുള്ള വിചാരണ (ഹിയറിംഗ്)
- പ്രാഥമിക തീർപ്പ് - നടപടി പൂർത്തീകരണ ഘട്ടം
- അപ്പീൽ അപേക്ഷ/പുനരവലോകന ഹർജി
- അന്തിമ തീരുമാനം - നടപടി നടത്തിപ്പ് ഘട്ടം
- നീതിന്യായ അവലോകന ഹർജി - തീരുമാനത്തിന്റെ ശരിതെറ്റുകൾ കോടതി തീർപ്പാക്കി തദനുസരണം നടത്തിപ്പ് എന്നിവയാണ് നിയമനടപടിക്രമ ഘട്ടങ്ങൾ
- രാഷ്ട്രത്തിന്റെ അപ്രമാദിത്തം അനുവദനീയമല്ല. അതിന്റെ കൃത്യങ്ങൾ നിയമവാഴ്ചയ്ക്ക് വിധേയമായിരിക്കും. അധികാരസ്ഥരുടെ കൃത്യങ്ങളോ കൃത്യവിലോപമോ മൂലം നഷ്ടമുണ്ടായാൽ പരിഹരിക്കപ്പെടണം.
- പരമാധികാര പരിപാലന കൃത്യം അപ്രമാദിത്തമുള്ളതായി കരുതി സദുദ്ദേശ നടപടികളെ പരിരക്ഷിക്കണം.
- മൗലികാവകാശ നിഷേധത്തിന് ഭരണകാര്യനടത്തിപ്പ് ഉപാധിയാക്കരുത്.

- രാഷ്ട്രഭരണ നടത്തിപ്പ് നീതിന്യായ നിരീക്ഷണം - അവലോകനം - തിരുത്തൽ - നഷ്ടോത്തരവാദിത്വം എന്നിവയ്ക്ക് വിധേയമായിരിക്കും.
- രാഷ്ട്രത്തിന്റെ കൃത്യഫലമായുണ്ടാകുന്ന നഷ്ടം നികത്തിക്കിട്ടാൻ അർഹരായവർക്ക് നിയമവിധേയമായ നടപടി സ്വീകരിക്കാവുന്നതാണ്.

സാമാന്യ നീതിതത്ത്വം ലംഘിക്കുക, നിക്ഷിപ്ത താൽപ്പര്യം, സാമ്പത്തിക താൽപ്പര്യം, വ്യക്തിഗത താൽപ്പര്യമോ വിദ്വേഷമോ മൂലം തീരുമാനം എടുക്കുക, മേലധികാരസ്ഥ നിർദ്ദേശം തീരുമാനമായി നടപ്പാക്കാൻ തുനിയുക എന്നിവയെല്ലാം നഷ്ടനടപടിക്കെതിരായ നീതിന്യായ തീർപ്പിന് കാരണമാകാം. സിവിൽ, ക്രിമിനൽ, നടപടികൾ പ്രകാരമുള്ള പരിഹാരമോ ഭരണഘടനാ നിവൃത്തിമാർഗ്ഗമോ ഈ ഘട്ടങ്ങളിൽ പരിഹാരമാർഗ്ഗമായി സ്വീകരിക്കപ്പെടാം.

എന്നാൽ രാഷ്ട്രപരമാധികാരം, മുൻകൂർ പ്രഖ്യാപിതബാധ്യത, അറിയാനുള്ള അവകാശവും വിജ്ഞാപ്യത രഹസ്യാത്മക വിവരവും, തമ്മിലുള്ള വേർതിരിവ്, സദുദ്ദേശപരത, കാലഹരണദോഷം, നിയാമക ബാധ്യത തുടങ്ങിയവ നഷ്ടോത്തരവാദിത്വത്തിനെതിരായ പ്രതിരോധ ഉപാധികളാണ്.

11

സിവിൽ നടപടിക്രമനിയമങ്ങൾ

നിയമ-നീതി നിർവ്വഹണ സ്ഥാപനങ്ങളാണ് കോടതികൾ. ഇന്ത്യയിലെ കോടതികൾ രണ്ട് സരണികളിലായാണ് വേർതിരിക്കപ്പെട്ടിട്ടുള്ളത്. ഒന്ന് സിവിൽ കോടതികൾ, രണ്ട് ക്രിമിനൽ കോടതികൾ. ഇതിൽ സിവിൽ കോടതികളുടെ ഘടന, രൂപീകരണം, അധികാരം, നടപടിക്രമം എന്നിവ വ്യവസ്ഥപ്പെടുത്തുന്നതിനുള്ള നിയമ സംഹിതയാണ് സിവിൽ നടപടിക്രമനിയമം.

ഇന്ത്യയിൽ ബ്രിട്ടീഷ് ഭരണസംവിധാനത്തിൽ കോളണിവൽക്കരണ സ്വാധീനത്തിൽ ആണ് ഇത്തരം നിയമസംഹിതകൾ രൂപപ്പെട്ടത്. അതിൽ പ്രധാനപ്പെട്ടതാണ് സിവിൽ നടപടിക്രമനിയമം. 1908-ൽ പ്രാബല്യത്തിൽ വന്ന സിവിൽ നടപടിക്രമങ്ങൾ സ്വാതന്ത്ര്യാനന്തര ഇന്ത്യയിലും പ്രാബല്യത്തിൽ തുടരുകയും കാലോചിത പരിഷ്കരണങ്ങൾക്ക് വിധേയമാകുകയും ചെയ്തു. 1976-ൽ സമഗ്രമായ ഭേദഗതികളോടെ സമാഹരിച്ചതും ഇന്ത്യയിലെ സിവിൽ കോടതി പ്രവർത്തന നടപടിക്രമം ഉൾക്കൊള്ളുന്നതുമാണ് ഇപ്പോൾ പ്രാബല്യത്തിലുള്ള സിവിൽ നടപടിക്രമനിയമം. 1999-ൽ ശ്രദ്ധേയമായ ചില ഭേദഗതികൾകൂടി സിവിൽ നടപടിക്രമനിയമത്തിന് നിർദ്ദേശിക്കപ്പെട്ടു.

സിവിൽ നടപടിനിയമത്തിനൊപ്പം സിവിൽ കോടതി നടപടിചട്ടം, ഹൈക്കോടതി-സുപ്രീംകോടതി നടപടിച്ചട്ടങ്ങൾ, സിവിൽ നടപടി ചട്ടങ്ങൾ, കോടതിച്ചെലവ് ചട്ടങ്ങൾ, അഡ്വക്കറ്റ്സ് ആക്ട് വ്യവസ്ഥകൾ തുടങ്ങിയവയും സിവിൽ കോടതി പ്രവർത്തനാർത്ഥം സംയോജിതമായി ഉപയോഗിക്കപ്പെടുന്നുണ്ട്.

ഒരു സിവിൽ തർക്കത്തിന്റെ തുടക്കം മുതൽ അത് സംബന്ധിച്ച അന്തിമവിധിനടത്തിപ്പുവരെ വിവിധ തലങ്ങളിലെ കോടതികൾ, അവയ്ക്കു സ്വീകാര്യമായ നടപടിക്രമങ്ങൾ, അവയുടെ ഫലം, പ്രയോഗം

എന്നിവയാണ് ഈ സംഹിതയുടെ ഉള്ളടക്കം. 1909 മുതൽ നിലവിലുള്ള ഈ നിയമം ഇന്ത്യാരാജ്യത്ത് ജമ്മുകാശ്മീർ, നാഗാലാന്റ് എന്നിവിടങ്ങൾ ഒഴികെ എല്ലാ സംസ്ഥാനങ്ങളിലും, പൗരർക്കും ബാധകമാണ്.

ഓരോ സിവിൽ തർക്കവും നിയമനീതി തർക്കമാകുന്നത് എപ്പോൾ, വിഷയത്തിന്റെ മൂല്യത്തിനും, സംഭവത്തിന്റെ പ്രാദേശിക സ്വഭാവത്തിനും കക്ഷികളുടെ ആവാസസ്ഥലത്തിനും അനുസരിച്ച് വിവിധ തലം കോടതികളുടെ അധികാരപരിധി എങ്ങനെ തർക്കത്തിൽ ബാധകമാകും, ഏത് കോടതിയിൽ, എപ്പോൾ തർക്കം ഹാജരാക്കണം, എങ്ങനെയാണ് തർക്കഹേതു ഉൾക്കൊള്ളിച്ചും പരിഹാരം തേടിയും ഉള്ള അന്യായം സമർപ്പിക്കുക, ആയതിന് കോടതിഫീസ് എത്ര, എങ്ങനെ ഒടുക്കണം, തർക്കപരിശോധന, സാക്ഷിവിസ്താരം, വിചാരണ, വിധിതീർപ്പ് എന്നിവയുടെ രീതി എങ്ങനെയായിരിക്കണം, പ്രാഥമിക വിധിക്കുമേലുള്ള അപ്പീലുകൾ ഏത് കോടതികളിൽ എപ്പോൾ എങ്ങനെ സമർപ്പിക്കാം, അപ്പീൽ വിധിതീർപ്പുപ്രകാരം വിധി നടത്ത് ഹർജി എങ്ങനെ, ഏത് കോടതിയിൽ ഹാജരാക്കും, വിധി നിഷേധമോ ലംഘനമോ ഉണ്ടായാൽ നഷ്ടപരിഹാരമോ ശിക്ഷാവിധിയോ എങ്ങനെ ബാധകമാക്കും തുടങ്ങിയവയാണ് സിവിൽ നടപടിക്രമനിയമത്തിന്റെ ഉള്ളടക്കം. രണ്ടു ഭാഗങ്ങളാണ് ഇന്ത്യയിൽ നിലവിലുള്ള സിവിൽ നടപടിക്രമം നിയമ സംഹിതയിലുള്ളത് ഒന്നാംഭാഗം വകുപ്പ് 1 മുതൽ 158 വരെ കോടതികൾ, അവയുടെ ഘടന, അധികാരം തുടങ്ങിയ പൊതുവ്യവസ്ഥകളാണ്. തുടർന്ന് രണ്ടാംഭാഗത്ത് വിശദമായ കോടതി നടപടിക്രമങ്ങൾ ഉൾപ്പെടുത്തപ്പെട്ടിരിക്കുന്നു. ഓരോ നിയമവകുപ്പിനും അനുപൂരകമായ ഉത്തരവുകളായും അവയ്ക്ക് അനുരോധമായ ചട്ടവ്യവസ്ഥകളായുമാണ് ഈ ഭാഗം തയ്യാറാക്കപ്പെട്ടിരിക്കുന്നത്.

പഴക്കം, സങ്കീർണ്ണത, സമയക്രമദൈർഘ്യം, ആവർത്തനം, ദുർഗ്രഹത, നിർവ്വഹണ ചെലവ് എന്നിവമൂലം സിവിൽ നടപടിക്രമവും അതിനു കീഴിലുള്ള കോടതി പ്രവർത്തനവും തികച്ചും അപ്രാപ്യമാകുകയാണിന്ന്. നിസ്സാരവും ദുർബ്ബലവും ആയ വിഷയങ്ങൾ ഉൾപ്പെടെ പരിഗണനയ്ക്കു വരുന്നതിനാലും ദീർഘകാലം വിധിതീർപ്പിനായി കേസ് കെട്ടിക്കിടക്കുന്നതിനാലും, ആവശ്യമായത്ര കോടതികൾ നിലവിൽ ഇല്ലാത്തതിനാലും സിവിൽ നടപടിക്രമത്തെ ആശ്രയിച്ചുള്ള നീതിനടത്തിപ്പ് പ്രതിസന്ധിയിലാണിന്ന്. യഥാർത്ഥത്തിൽ ജനങ്ങളുടെ അഭിലാഷമോ നീതി അർഹിക്കുന്നവരുടെ പ്രതീക്ഷയോ സാർത്ഥകമാക്കാൻ ഈ കോടതികൾ പരാജയപ്പെടുകയാണിന്ന്.

പൗരരുടെ വ്യക്തിഗതവും നിയമവിധേയവും ഏതെങ്കിലും പ്രത്യേകനിയമത്താൽ നിരോധിക്കപ്പെട്ടിട്ടില്ലാത്തതുമായ ഏതൊരു സ്വകാര്യ തർക്കവും ഒരു സിവിൽ കോടതിയിലൂടെ തീർപ്പാക്കാവുന്നതാണ്. സുപ്രീം കോടതി, ഹൈക്കോടതി, ജില്ലാകോടതി, സബോർഡിനേറ്റ് കോടതി, മുൻസിഫ്കോടതി എന്നതാണ് സിവിൽ കോടതികളുടെ മേൽ–കീഴ് ശൃംഖല.

ഒരു സിവിൽ കോടതിയിൽ ഹാജരാക്കാവുന്ന സ്വകാര്യാവകാശം

സംബന്ധിച്ച തർക്കവിവരത്തിന് 'അന്യായം' എന്ന് പറയുന്നു. പരിശീലനം സിദ്ധിച്ച നിയമജ്ഞർ മുഖാന്തിരം ഇപ്രകാരം അന്യായം ഹാജരാക്കാം. അതിന് നിയമജ്ഞരെ ചുമതലപ്പെടുത്തുന്ന ഉടമ്പടിയാണ് "വക്കാലത്ത്നാമ" ഒരുകക്ഷി തനിക്കു വേണ്ടി തർക്കത്തിൽ ഹാജരാകാൻ നിയമജ്ഞരെ നിയോഗിക്കുകയാണ് വക്കാലത്ത് ഹാജരാക്കുക വഴി ചെയ്യുന്നത്. കക്ഷിക്ക് നേരിട്ട് അന്യായം ബോധിപ്പിക്കുവാൻ സാധിക്കും. ആയതിനുള്ള സാങ്കേതികമായ അറിവുണ്ടായിരിക്കണം. അന്യായം ഫയലാക്കുന്നയാൾ വാദിയും ആർക്കെതിരായാണോ അന്യായം സമർപ്പിക്കപ്പെടുന്നത് അവർ എതിർകക്ഷിയും ആയിരിക്കും. അന്യായക്കാർക്കും എതിർകക്ഷിക്കും അവരവരുടെ ഭാഗം ബോദ്ധ്യപ്പെടുത്തുവാൻ യുക്തമായ തെളിവുകളും വാദമുഖങ്ങളും ഉന്നയിക്കാം. മറുകക്ഷിയുടെ വാദത്തെ അംഗീകരിക്കാവുന്നിടത്തോളം സ്വീകരിക്കുകയും അല്ലാത്തവ ഖണ്ഡിച്ചുകൊണ്ട് എതിർവാദങ്ങൾ അവതരിപ്പിക്കുകയും ചെയ്യാം.

അന്യായത്തിനൊപ്പം വാദി ഹാജരാക്കുന്ന വാദമുഖങ്ങൾ അടങ്ങിയ രേഖയാണ് 'പത്രിക'. ആയതിന് എതിർകക്ഷി സമർപ്പിക്കുന്ന വാദമുഖങ്ങളടങ്ങിയ രേഖ 'മറുപത്രിക' എന്ന് വിളിക്കുന്നു. വാദി ഉന്നയിച്ചിട്ടുള്ള ആരോപണങ്ങൾ ഓരോന്നും എതിർകക്ഷി ഖണ്ഡിച്ചിരിക്കണം. അല്ലാത്തവ എതിർകക്ഷി അംഗീകരിച്ചതായി കരുതപ്പെടും. അന്യായത്തിന്റെ ഘടന, പത്രികയുടെ ഘടന, അവ തയ്യാറാക്കുന്ന വിധം, കോടതിയിൽ ഫയലാക്കുന്ന രീതി എന്നിവ നിയമത്തിൽ വ്യവസ്ഥചെയ്തിട്ടുണ്ട്. തങ്ങൾ ഹാജരാക്കുന്ന തെളിവുകൾ, രേഖകൾ എന്നിവയുടെ പട്ടികയും, തങ്ങൾ ഉന്നയിക്കുന്ന സംഗതി ബോധ്യപ്പെടുത്താൻ സഹായിക്കാനാകുന്ന സ്വീകാര്യരായ സാക്ഷികളുടെ പേരുവിവര പട്ടികയും കക്ഷികൾ ഹാജരാക്കണം.

സിവിൽ കോടതിക്ക് താഴെ ചേർക്കുന്ന സ്വയംസിദ്ധ അധികാരങ്ങൾ ഉണ്ട്.

(i) കക്ഷികളെയും സാക്ഷികളെയും വിളിച്ചുവരുത്തുക

(ii) രേഖകൾ, തെളിവുകൾ വിളിച്ചുവരുത്തുക, പരിശോധിക്കുക, സാധ്യമായ വിവരങ്ങൾ തെളിവായി സ്വീകരിക്കുക.

(iii) പ്രതിജ്ഞയെടുപ്പിച്ച് സാക്ഷികളിൽനിന്നും കക്ഷികളിൽനിന്നും മൊഴിയെടുക്കുക.

(iv) രേഖകൾ പരിശോധിച്ച് തെളിവുകൾ എടുക്കുക

(v) ഉചിതമെങ്കിൽ സ്ഥലപരിശോധന നേരിട്ടോ പ്രതിനിധി വഴിയോ പൂർത്തിയാക്കുക.

(vi) വിചാരണ നടത്തി കക്ഷികൾക്ക് ഉന്നയിക്കാനുള്ള ന്യായ-നീതി ഘടകങ്ങൾ കേൾക്കാനും പരിഗണിക്കപ്പെടാനും അവസരം നല്കുക.

(vii) പ്രാഥമിക വിധിതീർപ്പ്, ഇടക്കാല ഉത്തരവ് എന്നിവ അതത് ഘട്ടങ്ങളിൽ വാദി ആവശ്യപ്പെടുന്നുവെങ്കിൽ നൽകാനും അന്തിമവിധി

നൽകാവുന്ന തർക്കങ്ങളിൽ വിധിതീർപ്പ് പുറപ്പെടുവിക്കുക; അന്യായം, പത്രിക എന്നിവ തയ്യാറാക്കാനും ഫയലാക്കാനുമുള്ള നടപടിക്രമം അവയുടെ ഉള്ളടക്കം എന്നിവ നിയമത്തോടൊപ്പം ഉത്തരവുകളിലും ചട്ടത്തിലും ഉൾച്ചേർത്തിരിക്കുന്നു. ഏതൊരു വിഷയം സംബന്ധിച്ച അന്യായവും അത് പരിഗണിക്കാൻ അധികാരമുള്ള ഏറ്റവും താഴത്തെ തലത്തിലുള്ള കോടതിയിലായിരിക്കണം ഫയലാക്കേണ്ടത്. വ്യവഹാര വിഷയം അതേ കോടതി മുമ്പ് പരിഗണിച്ച് തീർപ്പാക്കിയതാണെങ്കിൽ ആവർത്തിച്ച് അന്യായം ഹാജരാക്കാവുന്നതല്ല. നീതിശാസ്ത്രപരമായി അത്തരം ആവർത്തിത വ്യവഹാരം അസാധ്യമാക്കപ്പെട്ടിരിക്കുന്നു. മുമ്പൊരു അന്യായത്തിൽ പറയാമായിരുന്നിട്ടും പറയാതിരുന്ന വിഷയങ്ങൾ പിന്നീട് ഒരു അന്യായത്തിൽ ഉൾപ്പെടുത്തുവാനുള്ള ആവർത്തിത ശ്രമവും നീതിശാസ്ത്രം അനുവദിക്കുന്നില്ല. എന്നാൽ ഈ നിരോധനം രണ്ട് തർക്കങ്ങളിലും വ്യവഹാരകാരണവും വ്യവഹാരവസ്തുക്കളും വ്യവഹാരകക്ഷികളും നിവൃത്തിമാർഗ്ഗങ്ങളും ഒന്നുതന്നെയായിരുന്നാൽ മാത്രമേ ബാധകമാകുകയുള്ളു. കക്ഷികളുടെ വ്യാഖ്യാനത്തിൽ നിയമപരമായ പിന്തുടർച്ചാവകാശികളും ഉൾപ്പെടുന്നു.

ഏതു കോടതിയിലാണ് വ്യവഹാരം നടത്തേണ്ടത് എന്ന് തീരുമാനിക്കപ്പെടുക വ്യവഹാരഹേതുവായ തർക്കം ഉത്ഭവിച്ച സ്ഥലം അന്യായക്കാരുടെയോ എതിർകക്ഷിയുടെ വാസസ്ഥലം, പ്രവർത്തനകേന്ദ്രം, തർക്കവസ്തു സ്ഥിതിചെയ്യുന്ന സ്ഥലം ഇവയിലേതെങ്കിലും ഘടകം പരിഗണിച്ചായിരിക്കണം. അന്യായത്തിൽ പരാമർശിക്കുന്ന തർക്കവസ്തുവിന്റെയോ വിഷയത്തിന്റെയോ മതിപ്പുമൂല്യം പരിഗണിച്ചും കോടതിയുടെ തലം തീരുമാനിക്കപ്പെടുന്നു. ഒരുലക്ഷംരൂപവരെ മൂല്യമുള്ള വിഷയങ്ങൾ മുൻസിഫ് കോടതിയിലും അതിലുപരി മൂല്യമുള്ള സാധാരണ അന്യായങ്ങൾ സബ്കോടതിയിലും പ്രാഥമിക ഹർജി ഫയലാക്കാവുന്നതാണ്. നിയമപുസ്തകത്തിലെ വ്യവസ്ഥപ്രകാരം ജില്ലാ കോടതിയിലോ ഹൈക്കോടതിയിലോ നേരിട്ട് ഫയലാക്കാവുന്ന ഹർജികൾ തരാതരംപോലെ ബന്ധപ്പെട്ട കോടതികളിൽ ഫയലാക്കണം.

ഒരു തർക്കത്തിൽ അന്യായം കോടതിയിൽ ഫയലാക്കപ്പെടുകയും കുറ്റമറ്റ അന്യായം പരിശോധനയ്ക്കുശേഷം കോടതി ഫയലിൽ സ്വീകരിക്കുകയും ചെയ്താൽ വിവരശേഖരണത്തിനായി ബന്ധപ്പെട്ട കക്ഷികൾക്ക് കോടതി നോട്ടീസ് നല്കും. ഇപ്രകാരം കോടതിയിൽ നേരിട്ട് ഹാജരായി വിവരം നൽകുന്നതിനാവശ്യപ്പെട്ടുള്ള അറിയിപ്പാണ് "സമൺസ്." സമൺസിൽ പറയുന്ന തീയതിയിലും സമയത്തിനും ഹാജരായി വിവരങ്ങൾ ബോധിപ്പിക്കാൻ സമൺ ചെയ്യപ്പെടുന്ന ഏതൊരാൾക്കും ബാധ്യതയുണ്ട്. വസ്തുതകൾ, വിവരങ്ങൾ ബോധപൂർവ്വം മറച്ചുവച്ചോ, വെളിപ്പെടുത്താതെയോ ഒഴിവുകഴിവു തേടുന്നത് കുറ്റകരമായ പ്രവൃത്തിയാണ്. നിശ്ശബ്ദത ചിലപ്പോൾ കുറ്റകരമായിത്തീരും എന്ന വാക്യത്തിന്റെ കാതൽ ഇതാണ്.

സമൺ ചെയ്യപ്പെട്ടിട്ടും എതിർകക്ഷി യഥാസമയം ഹാജരായി തർക്കം ബോധ്യപ്പെടുത്തുന്നില്ലെങ്കിൽ ഏകപക്ഷീയമായ വിവരങ്ങൾ പരിശോധിച്ച് കോടതിക്ക് തർക്കം തീർപ്പാക്കാം. ഇതിനെ സാധാരണ "എക്സ്പാർട്ടി" വിധിയെന്ന് വിളിക്കുന്നു. വാദി നിശ്ചിത സമയം ഹാജരാകാത്തപക്ഷം കേസ് തള്ളാനുള്ള അധികാരവും കോടതിക്കുണ്ട്. അപ്രകാരം ഏകപക്ഷീയമായ വിധി നടപ്പാക്കും മുമ്പ് ആയത് മറ്റൊരു ഹർജിയിലൂടെ അസ്ഥിരീകരിക്കാൻ അപേക്ഷിക്കാവുന്നതും അങ്ങനെയുള്ള തർക്കം എക്സ്പാർട്ടിവിധി അസാധുവാക്കിയശേഷം പുനർവിചാരണ ചെയ്ത് തീർപ്പാക്കാനാവുന്നതുമാണ്. ഇതിന് മതിയായ കാരണവും സ്വീകാര്യമായ വിശദീകരണവും കോടതി പരിഗണിച്ച് അംഗീകരിച്ചിരിക്കണം.

കക്ഷികളെയും സാക്ഷികളെയും വിസ്തരിച്ച് തെളിവെടുക്കുന്നതുപോലെ പ്രധാനമാണ് രേഖകളും പ്രമാണങ്ങളും പരിശോധിച്ച് തെളിവെടുക്കുന്നതും. ഇതു സംബന്ധിയായ വിസ്താരം വാദിഭാഗം, എതിർഭാഗം, പുനർവിസ്താരം എന്നിങ്ങനെ മൂന്ന് ഘട്ടത്തിലായി പൂർത്തിയാകും. വിസ്താരഘട്ടത്തിൽ സത്യവും വസ്തുനിഷ്ഠവും ആയ അറിവായിരിക്കണം കോടതിയിൽ ബോധ്യപ്പെടുത്തേണ്ടത്. പറഞ്ഞുകേട്ടുള്ളതോ ഊഹാപോഹമോ അവ്യക്തതയുള്ളതോ ആയ വെളിപ്പെടുത്തലുകൾ തെളിവിന് മൂല്യമുള്ളതായി പരിഗണിക്കപ്പെടില്ല. മനഃപൂർവ്വം കളവ് മൊഴിനൽകുന്നത് കുറ്റകരമായ പ്രവൃത്തിയായി കണ്ട് ശിക്ഷിക്കാനും കോടതിക്ക് അധികാരമുണ്ട്.

സ്ഥലപരിശോധനയാണ് തെളിവുശേഖരണത്തിന്റെ മറ്റൊരു ഉപാധി. കോടതി നേരിട്ടായിരിക്കും ഇത് നിർവ്വഹിക്കുക. ഇതിനായി സാധാരണ ചുമതലപ്പെടുത്തുന്ന പ്രതിനിധിയാണ് ജുഡീഷ്യൻ കമ്മീഷൻ, അഡ്വക്കേറ്റ് കമ്മീഷൻ. കമ്മീഷന് മുമ്പാകെ ബന്ധപ്പെട്ട കക്ഷികൾക്ക് വസ്തുതകൾ വെളിവാക്കാനും തടസ്സം ഉന്നയിക്കാനും എതിർതെളിവ് ഖണ്ഡിക്കാനും അവസരമുണ്ടായിരിക്കും. കമ്മീഷൻ റിപ്പോർട്ടിന്റെ സാധുത പരിശോധിക്കാൻ കമ്മീഷനെ സാക്ഷിയായി വിസ്തരിക്കുകയും ചെയ്യാം. ഒരു കക്ഷിക്കു കമ്മീഷൻ നിയമനം തൃപ്തികരമാകാത്തപക്ഷം മറുകമ്മീഷനെ നിയോഗിക്കാൻ ആവശ്യം ഉന്നയിക്കാവുന്നതാണ്. ചിലപ്പോൾ വസ്തുതാപരമല്ലാത്ത കമ്മീഷൻ റിപ്പോർട്ടുകൾ കോടതി തന്നെ തള്ളിക്കളയാറുണ്ട്.

തെളിവെടുപ്പ് കഴിഞ്ഞാൽ ഇരു ഭാഗം വക്കീൽമാർ വാദം പറയുകയും തങ്ങളുടെ ഭാഗം ന്യായീകരിച്ച് പ്രസംഗം പറയുകയും ചെയ്യുന്നു. അവകൂടി കണക്കിലെടുത്തായിരിക്കും വിധിതീർപ്പ് നൽകുക. ലഭ്യമായ എല്ലാ വിവരങ്ങൾക്കും ഒപ്പം ന്യായാധിപന്റെ നിഗമനങ്ങൾ, വഴക്കങ്ങൾ, നിയമതത്ത്വങ്ങൾ, നീതിപൂർവ്വകത എന്നിവ പരിഗണിച്ച് വിധിതീർപ്പ് നൽകാവുന്നതാണ്. അടിയന്തരപ്രധാനമായ വിഷയങ്ങളിൽ ഇടക്കാല ഉത്തരവുകൾക്കായി പ്രത്യേക പത്രികയും ഹർജിയും സമർപ്പിക്കാവുന്നതാണ്. ഹർജിക്കൊപ്പം സമർപ്പിക്കുന്ന വിശദീകരണത്തെ സത്യപ്രസ്താവന എന്ന് വിളിക്കും. ഇടക്കാലതീർപ്പ് ശരിവച്ചുകൊണ്ടോ ഭേദ

ഗതി ചെയ്തുകൊണ്ടോ വിപുലപ്പെടുത്തിയോ വേണ്ടെന്നുവച്ചോ കോടതിക്ക് അവസാന തീർപ്പ് നൽകാം.

കീഴ്കോടതി വിധിതീർപ്പിൽ ബന്ധപ്പെട്ട കക്ഷികൾ തൃപ്തരാകാത്തപക്ഷം പിഴവുകൾ ഉന്നയിച്ച് അപ്പീൽ ഹർജി ഉയർന്ന കോടതിയിൽ നൽകാവുന്നതാണ്. മുൻസിഫ് കോടതി വിധിക്കെതിരായ അപ്പീൽ ജില്ലാ കോടതിയിൽ തീർപ്പാക്കുന്നതും ചില കേസുകളിൽ സബ്കോടതിക്കും അപ്പീൽ അധികാരം വ്യവസ്ഥപ്പെടുത്തുന്നുണ്ട്. ചില അപ്പീൽഹർജികൾ ജില്ലാകോടതികൾ, പരിശോധിച്ച് സബ്കോടതികളിലേക്ക് അയച്ചുകൊടുക്കുന്നതിനും തീർപ്പാക്കുന്നതിനും വ്യവസ്ഥയുണ്ട്. രണ്ടുലക്ഷം രൂപ വരെ മൂല്യമുള്ള വിഷയങ്ങളിൽ സബ്കോടതി വിധിക്കെതിരെ ജില്ലാ കോടതിയിലും അതിലധികം മൂല്യമുള്ള കേസുകളിൽ ഹൈക്കോടതിയിലും അപ്പീൽ ഹാജരാക്കണം.

പ്രാഥമിക അപ്പീൽ തീർപ്പിനുമേൽ രണ്ടാമതൊരു അപ്പീൽ അനുവദനീയമായ കേസുകളിൽ ഹാജരാക്കാവുന്നതാണ്. പക്ഷെ അതിനുള്ള അവസരം പരിമിതപ്പെടുത്തപ്പെട്ടിരിക്കുന്നു. അപ്പീൽ കോടതിക്ക് കീഴ്കോടതി വിധി അസ്ഥിരപ്പെടുത്തിയോ തടസ്സം ചെയ്തോ മാറ്റംവരുത്തിയോ അപ്പീൽ വിധി തീർപ്പാക്കാവുന്നതാണ്. യുക്തമായ സാഹചര്യത്തിൽ പുനർവിചാരണയ്ക്കായി കീഴ്കോടതിയിലേക്ക് തിരിച്ചയയ്ക്കാനും അധികാരമുണ്ട്. അത്തരം അവസ്ഥയിൽ പുനർവിചാരണാ വിധിക്കുമേൽ അപ്പീൽ കേൾക്കാനും തീർപ്പാക്കാനും വ്യവസ്ഥയുണ്ട്.

ഹൈക്കോടതി വിധിക്കുമേൽ സുപ്രീംകോടതിയിൽ സിവിൽ നടപടിക്രമത്തിനും ഉത്തരവിനും ചട്ടങ്ങൾക്കും വിധേയമായി അപ്പീൽ ഹാജരാക്കാം. ഭരണഘടനയുടെ നാലും അഞ്ചും അദ്ധ്യായങ്ങൾ ഇതിന് വ്യവസ്ഥചെയ്യുന്നുണ്ട്. ഇങ്ങനെ അപ്പീൽ ഫയലാക്കാൻ ബന്ധപ്പെട്ട തർക്കം സുപ്രീംകോടതിയുടെ തീരുമാനം അർഹിക്കുന്ന നിയമപ്രശ്നമാണെന്ന അംഗീകാരം തേടണം. പ്രസ്തുത അനുമതി ലഭിക്കാത്തപക്ഷം പ്രത്യേകാനുമതി ഹർജി സമർപ്പിച്ച് സുപ്രീംകോടതിയിൽനിന്നും അനുവാദം നേടിക്കൊണ്ടുമാത്രമേ അപ്പീൽ ഹാജരാക്കാൻ കഴിയൂ.

കീഴ്ക്കോടതികളുടെ താൽക്കാലികവിധികൾ അസ്ഥിരീകരിക്കാനും അവയുടെ ഉത്തരവുകളും തീരുമാനങ്ങളും അസാധുവാക്കപ്പെടുന്നതിലേക്കും ബദൽ പരിഹാര തീർപ്പ് ലഭിക്കുന്നതിനുംവേണ്ടി പ്രത്യേക പരിതഃസ്ഥിതിയിൽ ഹൈക്കോടതിയിൽ റിവിഷൻ ഹർജി ഫയലാക്കാവുന്നതാണ്.

ഒരു തർക്കത്തിൽ ഒരു കോടതിയുടെ തീർപ്പ് പ്രഥമദൃഷ്ട്യാ ശരിയല്ലായെന്ന് കാണുന്നപക്ഷം ആ തീരുമാനം പുനഃപരിശോധിക്കുന്നതിലേക്ക് അതേ കോടതിയുടെ പരിഗണനയ്ക്കായി അപേക്ഷിക്കാവുന്നതും അത്തരം ഹർജികൾ റിവ്യു ഹർജികളായി കരുതപ്പെടുന്നതുമാണ്. അങ്ങനെ നൽകുന്ന തീർപ്പ് പ്രാഥമിക തീർപ്പിന് മേൽ ബാധകമായിരിക്കും.

അന്യായത്തിനും അപ്പീലിനും ഇതര ഹർജികൾക്കും ഒപ്പം കോടതി

ചെലവുകൾക്കായി നിശ്ചിത നിരക്കിലുള്ള കോർട്ട്ഫീസ് കെട്ടിവയ്ക്കണം. കോർട്ടുഫീസ് കുറഞ്ഞുപോയിട്ടുണ്ടെങ്കിൽ കോടതിനിർദ്ദേശാനുസരണം നിശ്ചിതഫീസ് മുഴുവനായും ഒടുക്കണം. കോർട്ടുഫീസ് ഒടുക്കാത്ത ഹർജികൾ പരിഗണനാർഹമായിരിക്കില്ല. സാധാരണഗതിയിൽ അന്യായം ഫയലാക്കുന്ന ഘട്ടത്തിൽ കോർട്ട്ഫീസിന്റെ പത്തിൽ ഒന്ന് ഭാഗവും തുടർന്ന് കോടതി നിർദ്ദേശാനുസരണം ബാക്കിഭാഗവും ഒടുക്കാവുന്നതാണ്. അപ്പീൽഹർജി ഹാജരാക്കുമ്പോൾ കോർട്ട്ഫീസിന്റെ മൂന്നിൽ ഒന്ന് ഭാഗം ഒടുക്കുകയും ബാക്കി കോടതിനിർദ്ദേശാനുസരണം കെട്ടിവയ്ക്കേണ്ടതുമാണ്. തർക്കകക്ഷികൾ ഒരു തർക്കപ്രശ്നത്തിൽ അന്യായത്തിന്മേലുള്ള തെളിവെടുപ്പിന് മുമ്പ് പരസ്പര യോജിപ്പിലെത്തി ഒത്തുതീർപ്പിലാകുന്നപക്ഷം രാജി ഹർജി സമർപ്പിച്ച് കേസ് പിൻവലിക്കാവുന്നതാണ്. അങ്ങനെ ചെയ്യുമ്പോൾ കോർട്ട് ഫീസിന്റെ പകുതി തിരികെ നൽകുന്നതിനും വ്യവസ്ഥയുണ്ട്.

ഒരു തർക്കത്തിൽ കോടതിയിൽനിന്നും അനുകൂല വിധി നേടുന്ന കക്ഷിയെ വിധിയുടമസ്ഥൻ എന്നും ആർക്കെതിരെയാണോ വിധി ഉണ്ടായത് അവരെ വിധികടക്കാർ എന്നും പറയുന്നു. ഇങ്ങനെ വിധിയുടമസ്ഥർ അവർക്ക് അനുകൂലമായ വിധി നടപ്പിലാക്കാനായി പ്രാഥമികാധികാരപരിധിയുള്ള കോടതിയിൽ തന്നെ വിധിനടത്ത് ഹർജി സമർപ്പിക്കണം. ആ ഹർജി ബന്ധപ്പെട്ട കോടതി പരിഗണിച്ച് എതിർവാദം കേട്ട് തീർപ്പാക്കി വിധിനടത്ത് ഉത്തരവ് നൽകിയാൽ മാത്രമാണ് നടപടി പൂർണ്ണമാകുക. വിധിനടത്ത് ഉത്തരവ് ലംഘിക്കുകയോ നിഷേധിക്കുകയോ ചെയ്യാനിടയാകുന്നവരുടെ വസ്തുവകകളോ ബാങ്ക് അക്കൗണ്ടോ വരുമാന ഉപാധിയോ കണ്ടുകെട്ടാനോ ജപ്തിചെയ്യാനോ ലേലത്തിൽ വിറ്റ് വിധിനടത്ത് ഉറപ്പാക്കാനോ നിർദ്ദേശിക്കപ്പെടാം. സ്ത്രീകൾ ഒഴിച്ചുള്ള വിധികടക്കാരെ ഇക്കാരണത്താൽ സിവിൽ ജയിലിൽ പാർപ്പിക്കാവുന്നതുമാണ്. പുറമെ പിഴശിക്ഷ വിധിക്കുകയും കോടതിയലക്ഷ്യ നടപടിക്ക് വിധേയമാക്കുകയും ചെയ്യാം. കോടതിയുടെ ശാശ്വത നിരോധന ഉത്തരവ് ലംഘിക്കുന്നവരിൽ സ്ത്രീകൾ അടക്കമുള്ളവരെ ജയിലിൽ തടവുശിക്ഷയ്ക്ക് വിധേയമാക്കാം.

വിധികടക്കാരുടെ ഏതെല്ലാം വസ്തുവകകൾ ജപ്തിചെയ്യാം ഏതെല്ലാം ജപ്തി ചെയ്യരുത് എന്ന് നിയമം വ്യവസ്ഥപ്പെടുത്തുന്നുണ്ട്. വിധികടക്കാരുടെ ഭൂമി, വീട്, കെട്ടിടം, സ്ഥാവരജംഗമങ്ങൾ, പണം, ചെക്കുകൾ, പ്രോനോട്ട്, ഹുണ്ടികകൾ, സെക്യൂരിറ്റികൾ, ഷെയറുകൾ തുടങ്ങിയവയാണ് ജപ്തി വിധേയമാക്കുക. എന്നാൽ അവശ്യവസ്ത്രങ്ങൾ, ഭക്ഷണം പാകപ്പെടുത്താനുള്ള പാത്രങ്ങൾ, മതപരമായ വസ്തുക്കൾ, സ്ത്രീകളുടെ ആചാരപരമായ ആഭരണങ്ങൾ, കൃഷിക്കാരുടെ പണിയായുധങ്ങൾ, വിത്തിനങ്ങൾ, ജീവനോപാധികളും തൊഴിലുപകരണവും, തൊഴിലാളി പാർപ്പിടങ്ങൾ തുടങ്ങിയവ ജപ്തിവിധേയമാക്കാറില്ല. ഒരാളുടെ അക്കൗണ്ട് ബുക്ക്, നഷ്ടപരിഹാരത്തുക, ശാരീരികസേവന

ത്തിനുള്ള വേതനം, ശമ്പളം, വ്യക്തിഗത പെൻഷൻ, സ്റ്റൈപ്പന്റ്, ഗ്രാറ്റുവിറ്റി, രാഷ്ട്രീയ-സ്വാതന്ത്ര്യ-കുടുംബ പെൻഷനുകൾ, സാമൂഹ്യസുരക്ഷാ പെൻഷനുകൾ, ധനസഹായ സൗജന്യതുകകൾ, കൂലിവേലക്കാരുടെ നിത്യവേതനം മുതലായവയും ജപ്തിക്കു വിധേയമാക്കുകയില്ല. ശമ്പളത്തുകയിൽ അതിജീവനവിഹിതം കഴിച്ചുള്ള തുക മാത്രമേ കണ്ടുകെട്ടാൻ പാടുള്ളു. എന്നാൽ ജീവനാംശം ഹർജിയിൽ ഈ നിയന്ത്രണം ബാധകമല്ല. നിശ്ചിത കാലയളവിലേക്കു മാത്രമേ ശമ്പളത്തിൽനിന്നും ജപ്തി തുടരാൻ പാടുള്ളു. സൈനികസേവന പാരിതോഷികവും ഇൻഷുറൻസ് ആനുകൂല്യവും പ്രൊവിഡന്റ് ഫണ്ട് ആനുകൂല്യവും ജപ്തി നടപടിയിൽനിന്ന് ഒഴിവാക്കപ്പെട്ടിട്ടുണ്ട്. പ്രതീക്ഷിത പിന്തുടർച്ചാവകാശവും വിധികടക്കാരിൽനിന്ന് ജപ്തിചെയ്യപ്പെടാൻ പാടില്ല.

സിവിൽ കോടതിക്ക് പ്രാഥമിക വിധിതീർപ്പിലോ ഇടക്കാല ഉത്തരവിലോ നൽകാവുന്ന പരിഹാരമാണ് താൽക്കാലികമോ ശാശ്വതമോ ആയ നിരോധന ഉത്തരവ്. അന്യായക്കാർക്കോ എതിർകക്ഷിക്കോ മനഃപൂർവ്വമോ നിയമാതീതമോ ആയ നാശമോ നഷ്ടമോ ഹാനിയോ വരുത്താതെ നടപടിയോ നടപടിരാഹിത്യമോ നിരോധിച്ച് ഉത്തരവിടാം. ബോധപൂർവ്വം ബാദ്ധ്യത മറച്ചുവയ്ക്കാനോ വിശ്വാസവഞ്ചനയ്ക്കിടയാക്കാനോ കരാർലംഘനത്തിനോ ഇടയാക്കുന്ന നടപടികളിലും നിരോധനം ബാധകമാക്കാം. വിധികടക്കാരുടെ ബാങ്ക് ഇടപാടിനുമേലും താൽക്കാലികമോ ശാശ്വതമോ ആയ നിരോധനം ബാധകമാക്കാം.

സിവിൽ തർക്കങ്ങൾ കോടതിയുടെ പരിഗണനയ്ക്ക് ഹാജരാക്കും മുമ്പ് ഒത്തുതീർപ്പ് സാധ്യത പരിശോധിക്കുന്നതിലേക്കായി ലോക് അദാലത്തുകളുടെ പരിഗണനയ്ക്ക് വിധേയമാക്കുന്നതിന് വ്യവസ്ഥപ്പെടുത്തുന്നതാണ് സിവിൽ നടപടിയിലെ പ്രധാന ഭേദഗതി നിർദ്ദേശം. തർക്കപരിഗണന അന്യായമായും അകാരണമായും നീട്ടിക്കൊണ്ടുപോകുന്നതിനെതിരായി ക്രമീകരണം ഏർപ്പെടുത്താനുള്ളതാണ് മറ്റൊരു പരിഷ്കരണം, ലഘുവിഷയങ്ങൾ ഗ്രാമീണ-തദ്ദേശതലത്തിൽ ഉള്ള ന്യായാലയ പരിഗണനയ്ക്ക് അയയ്ക്കാനുള്ളതാണ് മറ്റൊരു ഭേദഗതി നിർദ്ദേശം. എന്നാൽ ഇവയ്ക്കെതിരെ ഇപ്പോഴും നിയമജ്ഞരും മറ്റും എതിർപ്പ് ഉന്നയിക്കുന്നുണ്ട്.

നിയമനീതിനിർവ്വഹണം

നീതിന്യായ കോടതികൾ- ലിഖിതമോ അലിഖിതമോ ആയ നിയമതത്വങ്ങൾ, കീഴ്വഴക്കങ്ങൾ, അംഗീകൃത ആചാരപാരമ്പര്യങ്ങൾ, പ്രേരകാത്മക വിധിതീർപ്പുകൾ മുതലായവ ആശ്രയിച്ച് നിയമ-നീതി പരിപാലിക്കുന്നതിനുള്ള സ്ഥാപനങ്ങളാണ് കോടതികൾ.

തർക്കങ്ങളുടെ സ്വഭാവം, പ്രവർത്തന നടത്തിപ്പിന് ആശ്രയിക്കുന്ന നിയമനടപടിക്രമം, പ്രാദേശിക അധികാരപരിധി, തീർപ്പാക്കപ്പെടാവുന്ന തർക്കമൂല്യം, വിധിക്കാവുന്ന ശിക്ഷ എന്നിവ അടിസ്ഥാനമാക്കി കോടതികൾ പലതരത്തിലുണ്ട്

സിവിൽ കോടതികൾ- ഇന്ത്യയിൽ സിവിൽ നടപടിക്രമ നിയമ പ്രകാരം പ്രവർത്തിക്കുന്നതിനായി രൂപീകരിച്ചിട്ടുള്ള കോടതികൾ. വ്യക്തിഗത-സ്വകാര്യ അവകാശത്തർക്കങ്ങളാണ് ഈ കോടതികൾ പരിഗണിക്കുന്നത്. ഇവയിലൂടെ നല്കാവുന്ന പരിഹാര തീർപ്പുകളും സിവിൽ നടപടിക്രമത്തിന് വിധേയമായിരിക്കും. ഇന്ത്യയിൽ നിലവിലുള്ള സിവിൽ കോടതികളുടെ ശ്രേണീബന്ധം ഇങ്ങനെയാണ്:

മുൻസിഫ് കോടതി- അതത് സംസ്ഥാനസർക്കാർ ഗസറ്റ് വിജ്ഞാപനം വഴി നിർണ്ണയിക്കുന്ന ഭൂപരിധിയിൽ (സാധാരണ ഗതിയിൽ താലൂക്ക് തലം) പ്രവർത്തിക്കുന്ന കോടതി. ധനപരമായ അധികാരപരിധി പരമാവധി ഒരുലക്ഷം രൂപവരെ.

സബോർഡിനേറ്റ് കോടതി (സബ്കോടതി)- വിജ്ഞാപനം ചെയ്യപ്പെട്ട പ്രാദേശികപരിധിയിൽ പ്രവർത്തിക്കുന്നു. (സാധാരണയായി താലൂക്ക്-സബ്ഡിവിഷൻ തലത്തിൽ) ധനപരമായി ഒരു ലക്ഷം രൂപയ്ക്കു മുകളിൽ പരിധിയില്ലാതെയുള്ള പ്രാഥമികഹർജികൾ. മുൻസിഫ് കോടതിയുടെ ഉത്തരവിൻമേൽ ഉള്ള അപ്പീലുകളും സബ്കോടതിയിൽ പരിഗണിക്കപ്പെടും.

ജില്ലാ കോടതി- റവന്യൂ ജില്ലാതലം. ഒരു ജില്ലയിൽ ആവശ്യാനുസരണം ഒന്നിലേറെ അധിക ജില്ലാകോടതികൾ സ്ഥാപിക്കപ്പെടാം. ധനപരമായ മൂല്യപരിധിയില്ല. മുൻസിഫ്കോടതി തീർപ്പുകൾക്കുമേലുള്ള നിയമപരമായ വിഷയം സംബന്ധിച്ച അപ്പീലുകൾ സബ്കോടതി വിധികൾക്കുമേൽ വസ്തുതാപരമായ വിഷയം മുൻനിർത്തിയുള്ള അപ്പീൽ എന്നിവയും ജില്ലാകോടതിക്ക് തീർപ്പാക്കാം.

ഹൈക്കോടതി- സംസ്ഥാനതലം, ധനപരമായ മൂല്യപരിധിയില്ല. സബ്കോടതി-ജില്ലാ കോടതി തീർപ്പുകൾക്കുമേലുള്ള അപ്പീലുകളും ഹൈക്കോടതിയിൽ തീർപ്പാക്കപ്പെടുന്നു. ചുരുക്കം ചില സംസ്ഥാനങ്ങളിലെങ്കിലും ഇപ്പോഴും തനതായി ഹൈക്കോടതികളില്ല. ഉദാഹരണം വടക്കുകിഴക്കൻ സംസ്ഥാനങ്ങൾ; അതേസമയം ഒരു സംസ്ഥാനത്തുതന്നെ ഒന്നിലേറെ ബഞ്ചുകൾ പ്രവർത്തിക്കുന്ന ഹൈക്കോടതികൾ ഉണ്ട്. ഉദാഹരണം ഉത്തർപ്രദേശ്, മഹാരാഷ്ട്ര, തമിഴ്നാട് ഭരണടനാ നിവൃത്തിമാർഗത്തിനുള്ള തർക്കങ്ങളും ഹൈക്കോടതിക്ക് പരിഗണിക്കാം.

സുപ്രീം കോടതി- ദേശീയതലത്തിലെ പരമോന്നത നീതിന്യായ സ്ഥാപനം. കീഴ്ക്കോടതി വിധികൾക്കുമേലുള്ള അപ്പീൽ ഹർജികളും ഭരണഘടനാ നിവൃത്തിമാർഗ്ഗമായി നേരിട്ടുള്ള ഹർജികളും സുപ്രീംകോടതി തീർപ്പാക്കുന്നു.

സിവിൽ കോടതികൾ വഴി ലഭിക്കാവുന്ന നിവൃത്തിമാർഗ്ഗങ്ങൾ താഴെ ചേർക്കുന്നു.

i. ഇൻജംഗ്ഷൻ (തടസ്സം)
ii. ഡിക്ലറേഷൻ/എവിക്ഷൻ (പ്രഖ്യാപനവും ഒഴിപ്പിക്കലും)
iii. കോമ്പൻസേഷൻ (നഷ്ടപരിഹാരം)
iv. ഫൈൻ (പിഴ, നഷ്ടോത്തരവാദിത്തം)
v. പെനാൽറ്റി (ശിക്ഷാനടപടി)

വ്യക്തിഗത തർക്കങ്ങൾ, വസ്തുതർക്കങ്ങൾ, പണമിടപാടു തർക്കങ്ങൾ, കരാറുടമ്പടിത്തർക്കങ്ങൾ, വ്യക്തിനിയമ അവകാശത്തർക്കങ്ങൾ, നഷ്ടപരിഹാരത്തർക്കങ്ങൾ തുടങ്ങിയവ സിവിൽ കോടതികൾക്ക് പരിഗണിക്കാവുന്നതാണ്. അതത് കക്ഷികളുടെ ശ്രമഫലമായി പരിഹരിക്കപ്പെടാത്ത പ്രശ്നങ്ങൾ അന്യായക്കാർ ഹാജരാക്കുന്ന അന്യായമോ ഹർജിയോ പരിഗണിച്ച്, തെളിവുകൾ പരിശോധിച്ച്, സാക്ഷികളെ വിസ്തരിച്ച്, കക്ഷികളെ കേട്ട് തീർപ്പാക്കുകയും അതിന്മേലുള്ള അപ്പീൽ ഹർജികൾ പരിഗണിച്ച് തീർപ്പാക്കുകയുമാണ് സിവിൽ കോടതി ചെയ്യുക. നടപടിക്രമ നിയമപ്രകാരം സിവിൽ കോടതിക്ക് സ്വയം സിദ്ധമായ ചില അവകാശാധികാരങ്ങൾ നിക്ഷിപ്തമാണ്.

1. കക്ഷികളെയും സാക്ഷികളെയും വിളിച്ചുവരുത്തുക.
2. രേഖകൾ, തെളിവുകൾ മുതലായവ വിളിച്ചുവരുത്തുക, പരിശോധിക്കുക, തെളിവുമൂല്യം ഉറപ്പാക്കുക.
3. പ്രതിജ്ഞയെടുപ്പിച്ച് സാക്ഷികൾ/കക്ഷികൾ എന്നിവരിൽനിന്നും മൊഴിയെടുക്കുക.
4. സ്ഥലപരിശോധന നേരിട്ടോ/പ്രതിനിധി (കമ്മീഷൻ) മുഖേനയോ നടത്തുക.
5. കേൾക്കപ്പെടാനുള്ള അവസരം ഉറപ്പാക്കി വിചാരണ നടത്തുക
6. വിധി തീർപ്പാക്കുക.
7. വിധി നടത്ത് ഹർജി തീർപ്പാക്കി പ്രായോഗിക നീതിനിർവ്വഹണം പാലിക്കുക.
8. തീർപ്പുകളുടെ ലംഘനത്തിന് പിഴ ഏർപ്പെടുത്തുക.
9. കോടതിയലക്ഷ്യത്തിന് നടപടി സ്വീകരിക്കുക.

ക്രിമിനൽ കോടതികൾ–ഇന്ത്യയിൽ ക്രിമിനൽ നടപടി നിയമപ്രകാരം പ്രവർത്തിക്കുന്നതിനായി രൂപപ്പെടുത്തപ്പെട്ട കോടതികളാണ് ക്രിമിനൽ കോടതികൾ. വ്യക്തിയെ ബാധിക്കുന്നതോ സമൂഹത്തിനെതിരായതോ ആയ കുറ്റകൃത്യങ്ങൾ വിചാരണാവിധേയമാക്കി കുറ്റവാളിയായി തെളിയിക്കപ്പെടുന്നവർക്ക് നിയമപ്രകാരമുള്ള ശിക്ഷ വിധിക്കുകയും കുറ്റവിധേയർക്ക് യുക്തവും അർഹവുമായ നഷ്ടപരിഹാരം ലഭ്യമാക്കുകയും ക്രിമിനൽ അപ്പീൽ കേസുകൾ തീർപ്പാക്കുകയുമാണ് ക്രിമിനൽ കോടതി ധർമ്മം.

സാധാരണഗതിയിൽ ക്രിമിനൽ കേസുകളിൽ അന്വേഷണം, വിസ്താരം, വിചാരണ എന്നീ മൂന്ന് ഘട്ടങ്ങളുണ്ട്. ഇതിൽ അന്വേഷണം

അധികൃതമാക്കപ്പെട്ട/ചുമതലപ്പെട്ട അധികാരസ്ഥരും മറ്റു രണ്ടു ഘട്ടങ്ങൾ കോടതിയുമാണ് നിറവേറ്റുക. സർക്കാർ ഗസറ്റ് വിജ്ഞാപനപ്രകാരം നിർണ്ണയിക്കുന്ന ഭൂമിശാസ്ത്ര അധികാരപരിധിയായിരിക്കും ക്രിമിനൽ കോടതിക്ക് ഉണ്ടായിരിക്കുക.

ക്രിമിനൽ കോടതികളിൽ പരിഗണിക്കപ്പെടുന്ന കുറ്റകൃത്യങ്ങളിൽ ശിക്ഷാക്രമം നിശ്ചയിക്കപ്പെടുന്നത് ഇന്ത്യൻ ശിക്ഷാനിയമം അനുസരിച്ചാണ്. വിധിക്കാവുന്ന ശിക്ഷയുടെയും പരിഗണിക്കപ്പെടാവുന്ന കൃത്യത്തിന്റെ ഗൗരവവും ആശ്രയിച്ച് ക്രിമിനൽ കോടതികളെ പല തലത്തിൽ തിരിക്കാം.

ക്രിമിനൽ 1-ാം ക്ലാസ് ജുഡീഷ്യൽ മജിസ്ട്രേറ്റ് കോടതി- താലൂക്ക് തലം, മൂന്നു വർഷം വരെ തടവോ 5000 രൂപ വരെ പിഴയോ രണ്ടും കൂടിയോ വിധിക്കാം.

ചീഫ്ജുഡീഷ്യൽ മജിസ്ട്രേറ്റ് കോടതി- റവന്യു ജില്ലാതലം, ഏഴു വർഷം വരെ തടവോ, 10,000 രൂപ വരെ പിഴയോ രണ്ടും ചേർത്തോ വിധിക്കാം.

അസിസ്റ്റന്റ് സെഷൻസ് കോർട്ട്- ജില്ലാതലം, സെഷൻസ്കോടതിക്ക് വിധിക്കാവുന്നതിൽ വധശിക്ഷ ഒഴികെ ഏതൊരു വിധി തീർപ്പും നൽകാവുന്ന കോടതി.

ജില്ലാ/സെഷൻസ് കോടതി- ജീവപര്യന്തം തടവോ വധശിക്ഷയോ ഉൾപ്പെടെ ശിക്ഷാനിയമം അനുശാസിക്കുന്ന ഏതൊരു ശിക്ഷയും വിധിക്കാം. എന്നാൽ വധശിക്ഷ ബന്ധപ്പെട്ട ഹൈക്കോടതിയുടെ അംഗീകരണത്തോടെ മാത്രമേ നടപ്പാക്കാൻ കഴിയുകയുള്ളു.

ഹൈക്കോടതി- സംസ്ഥാനതലം, കീഴ്ക്കോടതി വിധികൾക്കു മേൽ ഉള്ള അപ്പീൽ ഹർജികൾ, റിവ്യൂഹർജികൾ എന്നിവയുൾപ്പെടെ ഏതുതരം ഹർജികളും തീർപ്പാക്കാം. ശിക്ഷാക്രമത്തിന് പരിധിയില്ല. വിവിധ പ്രത്യേക നിയമവ്യവസ്ഥകൾപ്രകാരമുള്ള കുറ്റകൃത്യങ്ങളുടെ പരിഗണനയും ഭരണഘടനാ നിവൃത്തിക്കപേക്ഷിച്ചുള്ള ഹർജികളും തീർപ്പാക്കാം. പ്രത്യേക സാഹചര്യത്തിൽ പൊതുതാൽപ്പര്യ ഹർജികൾ ഹൈക്കോടതിക്ക് തീർപ്പാക്കാം.

സുപ്രീം കോടതി- കീഴ്ക്കോടതി വിധികൾക്കുമേൽ അന്തിമ അപ്പീൽ, റിവ്യു, റിവിഷൻ ഹർജികൾ, ഭരണഘടനാ നിവൃത്തിക്ക് അപേക്ഷിക്കുന്ന ഹർജികൾ എന്നിവയും പൊതുതാല്പര്യഹർജികൾ ഉൾപ്പെടെയുള്ള പ്രത്യേക അധികാരപരിധിയും സുപ്രീം കോടതിയിൽ നിക്ഷിപ്തമാണ്.

സെഷൻസ് കോടതി മുതൽ ദേശീയതലത്തിൽ സുപ്രീംകോടതി വരെയുള്ള കോടതികൾ "കോർട്ട് ഓഫ് റക്കോർഡുകൾ" ആണ്. അത്തരം കോടതികൾക്ക് സ്വന്തം വിധിതീർപ്പുകൾ പുനഃപരിശോധനാവിധേയമാ

ക്കാൻ അധികാരമുണ്ട്. കീഴ്ക്കോടതി ജഡ്ജിമാരെ തെരഞ്ഞെടുക്കുന്നത് ഹൈക്കോടതിയും നിയമിക്കുന്നത് ഗവർണറുമായിരിക്കും. ഹൈക്കോടതി, സുപ്രീംകോടതി ജഡ്ജിമാരുടെ നിയമനം ജഡ്ജസ് കൊളീഷ്യവുമായുള്ള ആശയവിനിമയത്തിലൂടെ രൂപപ്പെടുത്തുന്ന പട്ടികയിൽനിന്നും രാഷ്ട്രപതി ആയിരിക്കും നിർവ്വഹിക്കുക. സിവിൽ–ക്രിമിനൽ കോടതികൾ പ്രവർത്തിക്കുക "കോർട്ട്പ്രാക്ടീസ് റൂൾ" പ്രകാരമായിരിക്കും. ഹൈക്കോടതി, സുപ്രീംകോടതി എന്നിവയ്ക്കും അംഗീകൃത പ്രവർത്തനചട്ടം ബാധകമായിരിക്കും. സഞ്ചരിക്കുന്ന കോടതികൾ, അതിവേഗ കോടതികൾ മുതലായവയും ഈ വിഭാഗത്തിൽ ഉൾപ്പെടും.

ക്രിമിനൽ കോടതികൾ മുഖേന ലഭ്യമാക്കാവുന്ന നിവൃത്തിമാർഗ്ഗങ്ങൾ താഴെ ചേർക്കുന്നു.

i. പിഴശിക്ഷ
ii. വെറും തടവ്
iii. കഠിന തടവ്
iv. ഏകാന്തതടവ്
v. ജീവപര്യന്തം തടവ്
vi. തടവും പിഴയും/സംയുക്തമായി അഥവാ പ്രത്യേകമായി
vii. വധശിക്ഷ

ക്രിമിനൽ കോടതി വിധിക്കുമേൽ ഗവർണർ, പ്രസിഡന്റ് എന്നിവർക്ക് മാപ്പപേക്ഷ പരിഗണിച്ച് ശിക്ഷ കുറവുചെയ്ത് തീർപ്പാക്കാൻ അധികാരമുണ്ട്.

ഇന്ത്യൻ ഭരണഘടന 32–ാം അനുഛേദമനുസരിച്ച് സുപ്രീംകോടതിക്ക് മൗലിക പൗരാവകാശ സ്ഥാപനത്തിനായും ഹൈക്കോടതികൾക്ക് അനുഛേദം 226 അനുസരിച്ച് മൗലികാവകാശമോ ഭരണഘടനാവകാശമോ പുനഃസ്ഥാപിക്കുന്നതിനായും വിവിധതരം റിട്ട് ഹർജികൾ തീർപ്പാക്കാവുന്നതാണ്. ഇതിന്റെ ഭാഗമായി പൊതുതാൽപ്പര്യ ഹർജികളും സാമൂഹ്യ താൽപ്പര്യ ഹർജികളും പ്രാഥമികമായി പരിഗണിച്ച് തീർപ്പാക്കാവുന്നതാണ്.

റിട്ടുകൾ ഭരണഘടനാപരമായി അഞ്ച് വിധമുണ്ട്. ഇടയാക്കുന്ന കാരണങ്ങൾ, ലഭിക്കുന്ന പ്രതിവിധി എന്നിവ അടിസ്ഥാനമാക്കിയാണ് ഈ തരംതിരിവ്.

1. പ്രൊഹിബിഷൻ (നിരോധനം)
2. സെർഷ്യോററി (തടസ്സം)
3. ക്വോ–വാറന്റോ (അധികാരപദവി പരിശോധന)
4. മൻഡമസ് (മാർഗ്ഗദർശക നിർദ്ദേശം)
5. ഹേബിയസ് കോർപ്പസ് (നേരിൽ ഹാജരാക്കാൻ നിർദ്ദേശം)

ഇവയ്ക്ക് പുറമേ ഭരണഘടനയുടെ അനുഛേദം 136 പ്രകാരം പ്രത്യേകാനുമതി ഹർജികൾ തീർപ്പാക്കാനുള്ള അധികാരം സുപ്രീംകോടതിക്ക് ഉണ്ട്.

എന്നാൽ ഇന്ത്യയിലെ കോടതികളിൽനിന്ന് നീതി ലഭിച്ചില്ലെന്ന

കാരണത്താൽ ലോകകോടതിയെ സമീപിക്കുന്നതിനുള്ള അവകാശാധികാരം ഇന്ത്യൻ പൗരർക്കിപ്പോൾ സ്ഥാപിച്ചുകിട്ടിയിട്ടില്ല. ഇതിന് അനുമതി നല്കുന്ന സാർവ്വദേശീയ ഐഛിക ഉടമ്പടി ഇന്ത്യ ഇപ്പോഴും അംഗീകരിച്ച് ഒപ്പുവച്ചിട്ടില്ല.

അർദ്ധനീതിന്യായ സ്ഥാപനങ്ങൾ

സാധാരണ നിയമ-നീതിന്യായ കോടതികളുടെ ഘടനാപരവും അധികാരപരവുമായുള്ള അടിസ്ഥാന സ്വഭാവങ്ങൾ ഉള്ളതും പ്രായോഗിക പ്രവർത്തന നടത്തിപ്പിലും നടപടിക്രമത്തിലും സങ്കീർണ്ണമായ കോടതി സ്വഭാവം ഇല്ലാത്തതും ലളിതമായ നിയമ നടത്തിപ്പ് രീതികൾ അനുവർത്തിക്കുന്നതുമായ സ്ഥാപനങ്ങളാണ് അർദ്ധനീതിന്യായ സ്ഥാപനങ്ങൾ. അതത് നിയമഗ്രന്ഥങ്ങളിലെ വ്യവസ്ഥപ്രകാരമാണ് ഇവയുടെ ഘടന, അധികാരം, തീർപ്പുകളുടെ നടത്തിപ്പ്, അപ്പീൽക്രമം തുടങ്ങിയവ തീരുമാനിക്കപ്പെടുക. എന്നാൽ ഇവയുടെ മുകളിൽ ഹൈക്കോടതിക്കും സുപ്രീംകോടതിക്കുമുള്ള മേൽനോട്ട അധികാരസ്ഥത (റിവ്യു അധികാരം) ബാധകമാക്കപ്പെടുകയും ചെയ്തിരിക്കുന്നു.

കോടതിച്ചെലവ് കുറഞ്ഞതും, വക്കീലിന്റെ സേവനം അനിവാര്യമല്ലാത്തതും, ലളിതമായ നടപടിക്രമം പുലർത്തുന്നതും, വേഗത്തിൽ വിധി തീർപ്പാക്കുന്നതുമായ നീതിന്യായ സ്ഥാപനങ്ങളാണിവ. ഉപഭോക്തൃ തർക്കപരിഹാരസ്ഥാപനങ്ങൾ, മോട്ടോർവാഹന അപകട നഷ്ടപരിഹാര സ്ഥാപനങ്ങൾ, തൊഴിൽ തർക്കപരിഹാര സ്ഥാപനങ്ങൾ, വ്യവസായ തർക്കപരിഹാര സ്ഥാപനങ്ങൾ, അഡ്മിനിസ്ട്രേറ്റീവ്-സർവ്വീസ് തർക്കപരിഹാര സ്ഥാപനങ്ങൾ, പരിസ്ഥിതി തർക്കപരിഹാര സ്ഥാപനങ്ങൾ, കുടുംബ തർക്കപരിഹാര സ്ഥാപനങ്ങൾ തുടങ്ങിയവ ഇതിൽ ഉൾപ്പെടുന്നു. അതത് നിയമവ്യവസ്ഥകൾക്കനുസൃതമായിട്ടായിരിക്കും ഈ സ്ഥാപനങ്ങളിലെ അധികാരസ്ഥരുടെ നിയമനവും പ്രവർത്തന നടത്തിപ്പും.

കാര്യനിർവ്വഹണ അധികാരസ്ഥർ

കോടതികളുടെയും അർദ്ധനീതിന്യായ സ്ഥാപനങ്ങളുടെയും പ്രവർത്തനത്തിൽ ഒട്ടേറെ പരിമിതികൾ ഉണ്ടാകാം. പ്രധാനമായും നിയമനീതിയുടെ പരിമിതി ബാധകമാണ്. കാലതാമസം, ചെലവിന്റെ വലിപ്പം, നടപടിക്രമ സങ്കീർണ്ണത, അപ്രാപ്യത, വഴക്കമില്ലായ്മ, പരിഷ്കരണ-പരീക്ഷണ സാധ്യതക്കുറവ് എന്നിവയും ഉന്നയിക്കപ്പെടാം. ഇത് തിരിച്ചറിഞ്ഞ് അർഹരായവർക്ക് വേഗത്തിൽ നിവൃത്തിമാർഗ്ഗം ഉറപ്പാക്കാനുള്ള ഒരു സാധ്യതയാണ് കാര്യനിർവ്വഹണ അധികാരസ്ഥർ നേരിട്ട് തീർപ്പുകൽപ്പിക്കുന്ന രീതി.

അപേക്ഷകളിന്മേൽ തെളിവുകളും വസ്തുതകളും കണക്കിലെടുത്തും തൽസ്ഥിതി നിജപ്പെടുത്തിയും നല്കുന്ന തീർപ്പുകളാണിവിടെ

പ്രധാനം. അധികാരസ്ഥരുടെ വിവേചനാധികാരമാണ് ഉപയോഗിക്കപ്പെടുക. അതുകൊണ്ട് സാമാന്യ നീതിതത്ത്വവും നിയമനടപടിക്രമവും പാലിച്ചുകൊണ്ടായിരിക്കണം തീർപ്പുകൾ എടുക്കേണ്ടതും നടപ്പാക്കേണ്ടതും. ഇത്തരത്തിലുള്ള തീരുമാനങ്ങൾ എപ്പോഴും നീതിന്യായ നിരീക്ഷണത്തിന് (റിവ്യൂ) വിധേയമായിരിക്കും. സുതാര്യവും കൃത്യവുമായ നടപടിക്രമവും വിവരാവകാശവ്യവസ്ഥകളും ഇത്തരം തീരുമാനമെടുക്കൽ പ്രക്രിയയ്ക്ക് അനുപേക്ഷണീയമാണ്.

ബദൽ തർക്കപരിഹാര സംവിധാനങ്ങൾ

മേൽ വിശദമാക്കിയ നീതിനിർവ്വഹണ ഉപാധികൾക്കെല്ലാം സ്വതസിദ്ധമായ പരിമിതികൾ ബാധകമാണ്. ഏറ്റവും സ്വീകാര്യവും സാധാരണവുമായ കാര്യനിർവ്വഹണ നടത്തിപ്പിൽപോലും അമിതാധികാരം, അധികാരദുർവിനിയോഗം, അധികാര നിഷ്ക്രിയത്വം, ക്രമവിരുദ്ധത, അഴിമതി, ദുർഭരണം, നിക്ഷിപ്തതാൽപ്പര്യം, സ്വജനപക്ഷപാതിത്വം, കൈക്കൂലി തുടങ്ങിയവ ആരോപിക്കപ്പെടാം. അതുകൊണ്ടാണ് സാധാരണ നീതിനടത്തിപ്പ് ഉപാധികൾക്കെല്ലാം ഉപരി അവയെല്ലാം നിലവിലുള്ളപ്പോൾത്തന്നെ സ്വീകരിക്കാവുന്ന മാർഗ്ഗങ്ങൾ എന്ന നിലയ്ക്ക് സമീപകാലത്ത് ബദൽ തർക്കപരിഹാര സംവിധാനങ്ങൾ വികസിച്ചുവന്നിട്ടുള്ളത്.

ആർബിട്രേഷൻ (ഒത്തുതീർപ്പ്), കൺസിലിയേഷൻ (സമവായം) മീഡിയേഷൻ (മാദ്ധ്യസ്ഥം), നെഗോസിയേഷൻ (വിലപേശൽ) വിദഗ്ദ്ധ നിയമ ഉപദേശസേവനം, കോടതി ബാഹ്യ ഉഭയകക്ഷി തീരുമാനം, ബഹുകക്ഷി ഉടമ്പടികൾ, ലോക് അദാലത്തുകൾ, വകുപ്പുതല അദാലത്തുകൾ എന്നിവയെല്ലാം ഇതിന് ഉദാഹരണമായിട്ടുള്ള മാർഗ്ഗങ്ങളാണ്. ആഗോള വാണിജ്യ-വ്യാപാര പ്രവർത്തനം വിപുലപ്പെട്ടുവരുന്ന പശ്ചാത്തലത്തിൽ ഇത്തരം അതിവേഗ തർക്കപരിഹാര സാധ്യതകൾക്ക് വലിയ പ്രാധാന്യവും പ്രസക്തിയും ഉണ്ട്. 1996-ൽ ഇന്ത്യയും ഇതു സംബന്ധിച്ച ദേശീയനിയമം നടപ്പിൽ വരുത്തി. 1987-ൽ തന്നെ നിലവിൽവന്ന നിയമസേവന അഥോറിട്ടി നിയമത്തിൻകീഴിൽ സ്ഥിരം ലോക്അദാലത്തുകൾ സ്ഥാപിക്കപ്പെടുകയും ചെയ്തിരിക്കുന്നു. കോടതികൾതന്നെ ഇത്തരം ബദൽ-ബാഹ്യസമവായ സാധ്യതകൾ പ്രോത്സാഹിപ്പിച്ചുതുടങ്ങിയിരിക്കുന്നു. 2007 സെപ്തംബർ 1 മുതൽ ദില്ലിയിൽ ലോക ആർബിട്രേഷൻ കോടതി (പി എ സി)യുടെ ബഞ്ച് സ്ഥാപിക്കപ്പെട്ടിരിക്കുന്നതും ഇതിന്റെ ഭാഗമായാണ്. ലോക വാണിജ്യസംഘടന (ഡബ്ലിയ ടി ഒ) തന്നെ സ്വമേധയാ ഇത്തരം ബദൽ തർക്കപരിഹാര സ്ഥാപനംകൂടിയായിട്ടാണ് പ്രവർത്തിക്കുന്നത്.

ജനകീയ പരാതിപരിഹാര സംവിധാനങ്ങൾ

നേരത്തെ വിശദീകരിച്ച ഉപാധികൾക്കെല്ലാം ഒപ്പം നിലനിൽക്കുന്നതും സ്വീകാര്യമായിട്ടുള്ളതുമാണ് സേവനപ്രദാന രംഗത്ത് സദ്ഭരണ

ത്തിന്റെ ഭാഗമായി ഇപ്പോൾ വിപുലപ്പെട്ടുവരുന്ന ജനകീയ പരാതി പരിഹാരസംവിധാനങ്ങൾ. സേവനലഭ്യതയിൽ ഉണ്ടാകാവുന്ന പരാതികൾ, ആക്ഷേപങ്ങൾ, ആവലാതികൾ മുതലായവ ദ്രുതഗതിയിൽ ലളിതമാർഗ്ഗത്തിൽ പരിഗണിച്ച് തീർപ്പാക്കാൻ സഹായകമായ സ്ഥാപനതല സംവിധാനമാണിത്. ഇതിന്റെ ഏറ്റവും മികച്ച സാധ്യതയാണ് ഗ്രാമന്യായാലയങ്ങളും തദ്ദേശ ഭരണ പരാതിപരിഹാര സ്ഥാപനങ്ങളും.

നിയമ-നീതി നടത്തിപ്പിൽ കേവല നിയമ-ചട്ട വ്യവസ്ഥകൾക്കൊപ്പം സാമാന്യ നീതിയുടെയും മാനുഷികമൂല്യങ്ങളുടെയും ധാർമ്മികതയുടെയും സാധ്യതകൾകൂടി ഉപയോഗപ്പെടുത്തി കൂടുതൽ സ്വീകാര്യതയും ആർജ്ജവത്വവുമുള്ള നീതിലഭ്യത ഉറപ്പാക്കുന്ന ജീവത്തായ ഉപാധികൾ ആയിരിക്കും ഭാവിയിൽ പ്രാവർത്തികമാകുക.

12

ക്രിമിനൽ നടപടിനിയമം

വ്യക്തിക്കോ സമൂഹത്തിനോ രാഷ്ട്രത്തിനോ എതിരായ പ്രവൃത്തികളെയും പ്രവൃത്തിരാഹിത്യത്തെയും ക്രിമിനൽ കുറ്റമായി വ്യവഹരിക്കാം. ഇത്തരം ഒരു കൃത്യം സംബന്ധിച്ച പ്രാഥമിക അറിവ് അന്വേഷണാധികാരികൾക്ക് ലഭിക്കുന്നതുമുതൽ അതിന്മേലുള്ള അന്വേഷണം, വിചാരണ, വാദപ്രതിവാദം, തീർപ്പ്, അപ്പീൽ, അന്തിമവിധി എന്നിവ ഉൾപ്പെടെയുള്ള നടപടികൾ സംബന്ധിച്ച സമാഹാരമാണ് ക്രിമിനൽ നടപടിക്രമ നിയമം. 1822-ൽ ബ്രിട്ടീഷ് കോളനി വാഴ്ചക്കാലത്താണ് ഈ നിയമസംഹിത ഇന്ത്യയിൽ നടപ്പാക്കുന്നത്.

ദണ്ഡനീതിയുടെ ഭാഗമായാണ് മൗര്യസാമ്രാജ്യകാലത്ത് കൗടല്യൻ ഈ ശാഖയെ പരാമർശിക്കുന്നത്. സാമം, ദാനം, ഭേദ്യം, ദണ്ഡനം എന്ന മുറയിലായിരുന്നിരിക്കണം നീതിപരിപാലന തീർപ്പുകൾ. ഇതിൽ ഭേദ്യ-ദണ്ഡനാദികൾ പൊലീസ് രാഷ്ട്രസംവിധാനത്തിന്റെ *ശിക്ഷണ*മുറയിലുള്ള നീതി നടത്തിപ്പാണ് അനുശാസിക്കുന്നത്. സാമദാന ശൈലിയിൽ മൃദുസമീപനമല്ല, കർക്കശമായ സമീപനം പുലർത്തുകയാണിവിടെ നിയമം. അതിനായി "ദണ്ഡായുധപാണികൾ" (പൊലീസ്) സംവിധാനം ചെയ്യപ്പെട്ടു. ചൂതാട്ടം, കളവ്, കൊള്ള തുടങ്ങി രാജ്യദ്രോഹവും വിധ്വംസകവൃത്തിയും ഉൾപ്പെടെയുള്ള കൃത്യങ്ങൾ കണ്ടെത്താനും അന്വേഷിക്കാനും കുറ്റാരോപണം ഉന്നയിക്കാനും തെളിയിക്കാനും വിചാരണ ചെയ്ത് ആരോപണവിധേയന് ശിക്ഷ നല്കാനും ഉള്ള നടപടികൾ അക്കാലംമുതൽതന്നെ രൂപപ്പെട്ടിരുന്നു. എന്നാൽ മുഗൾ ഭരണകാലത്തും തുടർന്നും നിലനിന്ന നാട്ടുരാജ്യ സമ്പ്രദായത്തിൽ ഈ നിയമശാസനകൾക്ക് ഐക്യരൂപ്യം ഉണ്ടായിരുന്നില്ല. പലയിടത്തും വൈവിധ്യവും വൈരുദ്ധ്യവും വൈചിത്ര്യവും തോന്നിക്കുന്നവിധം ഈ നടപടിക്രമം പുലർന്നു. കൈക്കൂലികേസിൽ വിരൽ മുറിച്ചുമാറ്റുക, കളവിന് തിള

യ്ക്കുന്ന എണ്ണയിൽ കൈമുക്കുക, വിശ്വാസവഞ്ചനയ്ക്ക് തല മുണ്ഡനം ചെയ്ത് കഴുതപ്പുറമേറ്റി നടത്തുക മുക്കാലിയിൽ കെട്ടി പരസ്യമായി അടിക്കുക, കഴുകിലേറ്റുക, കല്ലെറിഞ്ഞ് കൊല്ലുക, ഇങ്ങനെ നിഷ്ഠൂരവും അധമവുമായ ശിക്ഷാനടപടികൾ പണ്ട് ഉണ്ടായിരുന്നു.

ഇതിന് മാറ്റം വന്നത് മെക്കാളെ പ്രഭുവിന്റെ ഭരണകാലയളവിൽ കോളനിഭരണ പ്രദേശത്ത് ക്രോഡീകൃത നിയമസംഹിതകൾ നടപ്പാക്കാനായി തുടങ്ങിയതോടെയാണ്. അതിനായി ക്രിമിനൽ നടപടിയും ഒപ്പം ശിക്ഷാക്രമവും ക്രോഡീകരിക്കാൻ തുടങ്ങി. നിലവിലുണ്ടായിരുന്ന തദ്ദേശീയ നിയമവ്യവസ്ഥകളും ബ്രിട്ടീഷ് പൊതുനിയമ വ്യവസ്ഥകളും സങ്കലനം ചെയ്ത സംയുക്ത സ്വഭാവമാണ് ഇന്നും ഈ നിയമങ്ങൾ പ്രകടിപ്പിക്കുന്നത്. സ്വാതന്ത്ര്യാനന്തര ഭാരതത്തിലും നാം ഈ നിയമസംഹിതകൾ പിൻതുടർന്നു. അതിൽ ക്രിമിനൽ നടപടിനിയമം 1973–ൽ കാലാനുസൃതമാറ്റങ്ങൾ വരുത്തി സമഗ്രമായി പരിഷ്കരിച്ചു. അപ്രകാരം ഇന്ത്യൻ പാർലമെന്റ് അംഗീകരിച്ചതും 1974–ൽ പ്രസിഡന്റിന്റെ അംഗീകാരം തേടിക്കൊണ്ട് വിജ്ഞാപനം ചെയ്യപ്പെട്ടതുമാണ് ഇന്ന് പരിപാലിക്കപ്പെടുന്ന ക്രിമിനൽ നടപടിനിയമം. പിന്നീട് 1983ലെ ഭേദഗതിയും നിയമത്തിൽ ഉൾച്ചേർക്കപ്പെട്ടു.

37 അദ്ധ്യായങ്ങളും 484 വകുപ്പുകളും കുറ്റകൃത്യങ്ങളുടെ വർഗ്ഗീകരണം, ബാധകമായിട്ടുള്ള ഫോറങ്ങൾ എന്നിവ പരാമർശിക്കുന്ന 2 പട്ടികകൾ എന്നിവയുൾപ്പെടുന്നതാണ് ഈ സംഹിത. ഇതിൽ ഒന്നാം പട്ടികയിൽ ഇന്ത്യൻ ശിക്ഷാനിയമപ്രകാരം ശിക്ഷ നൽകാനാകുന്ന കുറ്റകൃത്യങ്ങൾ പട്ടികപ്പെടുത്തിയിരിക്കുന്നു. കുറ്റകൃത്യത്തിന്റെ സ്വഭാവവും നിർവ്വചനവും ശിക്ഷാനിയമത്തിലെ ബന്ധപ്പെട്ട വകുപ്പും ആ കൃത്യങ്ങൾക്കു നൽകാവുന്ന ചുരുങ്ങിയതും പരമാവധിയുമായ ശിക്ഷകൾ എന്നിവ ഇതിൽ ചേർത്തിരിക്കുന്നു. ഒപ്പം പ്രസ്തുത കൃത്യം ചെയ്തതായി കരുതപ്പെടുന്നവരെ ഒരു പൊലീസ് ഓഫീസർക്ക് വാറന്റില്ലാതെ അറസ്റ്റിന് വിധേയമാക്കാനാകുമോ ഇല്ലയോ എന്നതും സ്വമേധയാ കേസ് രജിസ്റ്ററാക്കി അന്വേഷിക്കാവുന്നതും കോടതി നിർദ്ദേശാനുസരണം അന്വേഷിക്കാവുന്നതും ആയ കൃത്യങ്ങൾ, പ്രസ്തുത കൃത്യങ്ങൾ ചെയ്തതായി കരുതി അറസ്റ്റ് ചെയ്യപ്പെടുന്നവർക്ക് പൊലീസിൽനിന്നുതന്നെ ജാമ്യാനുവാദം ലഭിക്കുവാൻ അർഹതയുണ്ടോ ഇല്ലയോ കോടതി ജാമ്യത്തിനു മാത്രമേ അർഹത ഉണ്ടായിരിക്കുകയുള്ളോ എന്നീ കാര്യങ്ങളും ഓരോ കൃത്യവും ഏതേത് കോടതികൾക്കാണ് വിചാരണചെയ്യാനുള്ള അധികാരം എന്നതും പ്രതിപാദിച്ചിരിക്കുന്നു.

ജമ്മുകാശ്മീരിലും നാഗാലാന്റ് ഉൾപ്പെടെ ആദിവാസി മേഖലയിലും ഒഴികെ ഇന്ത്യക്ക് ആകമാനം ഈ സംഹിതയിലെ വ്യവസ്ഥകൾ ബാധകമാണ്. പൊലീസ് കുറ്റകൃത്യം സംബന്ധിച്ച പ്രഥമവിവരത്തെ ആസ്പദമാക്കി കേസ് എടുത്ത് അന്വേഷിച്ച് കുറ്റം ആരോപിച്ച് കോടതിയിൽ ഹാജരാക്കി കുറ്റവിചാരണ ചെയ്ത് ശിക്ഷിച്ചോ കുറ്റവിമുക്തി

നൽകിയോ വിധിക്കുംവരെയുള്ള നടപടിക്രമം ഈ സംഹിത അനുശാസിക്കുന്നു. പുറമേ ഏതെങ്കിലും കൃത്യം സംബന്ധിച്ച് സ്വകാര്യ അന്യായം ഹാജരാക്കുന്നതിനും ആയത് വാദിപ്രതികളെ കേട്ട് നിജസ്ഥിതി പരിശോധിച്ച് തീർപ്പാക്കുകയോ വിശദമായ അന്വേഷണത്തിനും തുടർനടപടിക്കായി പൊലീസിന് ഏൽപ്പിച്ചുകൊടുക്കുകയോ ചെയ്തുകൊണ്ട് തീർപ്പാക്കാനും തക്ക വ്യവസ്ഥയും ഇതിലുണ്ട്. കുറ്റകൃത്യങ്ങൾ സംബന്ധിച്ച് "വാറന്റ് കേസ്" എന്നും "സമൺസ് കേസ്" എന്നും വർഗ്ഗീകരണവും നിയമം നടത്തുന്നുണ്ട്. ഗുരുതരമായ കുറ്റകൃത്യങ്ങൾ, അഥവാ മരണശിക്ഷ, ജീവപര്യന്തമോ പത്തുവർഷത്തിലധികമോ തടവുശിക്ഷ ഇവയേതെങ്കിലും വിധിക്കാവുന്ന കൃത്യങ്ങൾ ആണ് വാറന്റ്കേസിൽ പരിഗണിക്കപ്പെടുക. അല്ലാത്തവ സമൺസ് കേസുകൾ അഥവാ ലഘു കുറ്റകൃത്യ ഗണത്തിൽ പെടുന്നു.

ഏറെ സങ്കീർണ്ണമാണ് ക്രിമിനൽ കേസ് നടത്തിപ്പ്. ഇതിൽ കൃത്യസംബന്ധമായി പൊലീസിൽ ലഭിക്കുന്ന ആദ്യവിവരം രേഖപ്പെടുത്തുന്നതിന്റെ രേഖീകൃതരൂപമാണ് പ്രഥമ വിവരറിപ്പോർട്ട്. നേരിട്ടോ അല്ലാതെയോ ഫോൺ ഉൾപ്പെടെ വിവര വിനിമയം വഴിയോ പ്രഥമ വിവരം ലഭിക്കാം. കൃത്യം ചെയ്തവരെപ്പറ്റി സൂചനയോ വിവരമോ ഇല്ല എന്നിരിക്കിലും വിവരം നൽകുന്നവർക്ക് കൃത്യം നേരിട്ട് ബോധ്യമില്ല എന്നിരിക്കിലും പ്രഥമ വിവരം രേഖപ്പെടുത്തണം. കോടതി ഉത്തരവില്ലാതെ അന്വേഷണമാകാവുന്ന കൃത്യങ്ങളിൽ പ്രഥമവിവരം രേഖപ്പെടുത്തുമ്പോൾ മുതൽ നിജസ്ഥിതി പരിശോധിക്കാനും സംഭവം അന്വേഷിച്ച് കോടതിക്ക് വിവരം നൽകാനും പൊലീസിന് ചുമതലയുണ്ട്. അല്ലാത്ത സന്ദർഭത്തിൽ പ്രഥമ വിവരറിപ്പോർട്ട് കോടതിയിൽ ഹാജരാക്കി അന്വേഷണ ഉത്തരവ് നേടിക്കൊണ്ട് കേസ് അന്വേഷണ നടപടികൾ പൊലീസ് നിർവ്വഹിക്കണം. ഇപ്രകാരം അന്വേഷണം നടത്തുന്നില്ലെങ്കിൽ ആ വിവരം കാരണസഹിതം വിവരദാതാവിനെയോ കോടതിയെയോ അറിയിക്കണം. കൃത്യം സംബന്ധിയായി തുടർഅന്വേഷണം നടത്താൻ പൊലീസിനോട് കോടതിക്ക് ആവശ്യപ്പെടാനാകും.

പ്രാഥമികാന്വേഷണത്തിന്റെ തുടർച്ചയായി സംശയിക്കപ്പെടാവുന്നതോ ബന്ധമുള്ളതായി കരുതുന്നതോ ആയ ഏതൊരാളെയും വിളിച്ചുവരുത്താനും ചോദ്യംചെയ്യാനും വസ്തുതാവിവരം സമാഹരിക്കാനും പൊലീസിന് അധികാരമുണ്ട്. ഇതിനെ മൊഴിയെടുക്കുക എന്ന് പറയും. ഇങ്ങനെ കക്ഷികളെയോ സാക്ഷികളെയോ വിളിച്ചുവരുത്താനോ മൊഴിയെടുക്കാനോ പൊലീസ് പ്രലോഭനമോ ഭീഷണിയോ സ്വാധീനമോ ചെലുത്താൻ പാടില്ല. പൊലീസ് രേഖപ്പെടുത്തുന്ന മൊഴിക്ക് കോടതിയിൽ പരമമായ സാധൂകരണം ഇല്ല എങ്കിൽ തെളിവുമൂല്യം കുറയും. സാക്ഷിമൊഴി പത്രികയിൽ ബന്ധപ്പെട്ടയാൾ ഒപ്പുവയ്ക്കേണ്ടതില്ല. ആയത് കോടതിവിചാരണയിൽ മൊഴിയുടെ സാധുത ഖണ്ഡിക്കാനായി മാത്രം ഉപയോഗിക്കപ്പെടേണ്ടതാണ്. പൊലീസിലും കോടതിയിലും ഒരാൾ പരസ്പരവിരുദ്ധ മൊഴി നൽകുകമൂലം തെളിവുമൂല്യം നിഷേധി

ക്കപ്പെടും. അങ്ങനെ മൊഴിനൽകുന്നവരെ കോടതി അവിശ്വസിക്കാം, അവരുടെ മൊഴി തള്ളാം, എതിർഭാഗം ചേർന്ന് കൂറുമാറിയതായി കരുതാം. എന്നാൽ ഡോക്ടർ, വിദഗ്ധർ തുടങ്ങിയവർക്കു മുമ്പാകെ നൽകുന്ന മൊഴി മൂല്യവത്തായി കരുതപ്പെടാം. എന്നാൽ പരപ്രേരണയോ നിർബന്ധമോ സ്വാധീനമോ ഭീഷണിയോ കൂടാതെ ഒരാൾ കോടതിക്കു മുമ്പാകെ സ്വമേധയാ നൽകുന്ന കുറ്റസമ്മതത്തിന് മൂല്യവത്തായ തെളിവിന്റെ സ്ഥാനമുണ്ട്. സ്ത്രീകളെയോ 15 വയസ്സിൽ കുറഞ്ഞ കുട്ടികളെയോ തെളിവെടുപ്പിന് വിളിച്ചുവരുത്താം.

മൊഴിയെടുക്കുന്നതിനൊപ്പം സ്ഥലപരിശോധന, രേഖകളുടെ ശോധന, തൽസ്ഥിതി നിരീക്ഷണം തുടങ്ങിയവ സാധ്യമാണ്. ഇതിനുള്ള സെർച്ച് വാറന്റ് കോടതിയിൽനിന്ന് അന്വേഷണാധികാരി തേടണം. തെളിവു നശിപ്പിക്കപ്പെടുന്നതോ അന്വേഷണ കാലതാമസമോ ഒഴിവാക്കാൻ സത്വര വിവരം അറിയിച്ച് കോടതിക്ക് നൽകി കേസിന്റെ നടത്തിപ്പ് ഉറപ്പാക്കാനാകും. കേസ് അന്വേഷിക്കാൻ രാജ്യാതിർത്തിക്ക് വെളിയിൽ പോകുന്നതിനും കോടതിയനുവാദം വേണ്ടതാണ്.

കുറ്റാരോപണ വിധേയരോ സംശയിക്കപ്പെടുന്നവരോ അറസ്റ്റ് ചെയ്യപ്പെടുമ്പോൾ പൊലീസ് പാലിച്ചിരിക്കേണ്ടുന്ന വ്യവസ്ഥകൾ നടപടിക്രമം അനുശാസിക്കുന്നു. ആയത് പട്ടികപ്പെടുത്തി സുപ്രീംകോടതി ഉത്തരവായിട്ടുണ്ട്. ഒന്നാമതായി അറസ്റ്റിന്റെ കാരണവും പശ്ചാത്തലവും അതിന് വിധേയരായവരെ അറിയിക്കണം. അറസ്റ്റ് സമയവും സ്ഥലവും തീയതിയും രേഖപ്പെടുത്തിയ മെമ്മോ ഒപ്പിടുവിച്ച് പകർപ്പ് ബന്ധപ്പെട്ടവർക്ക് നൽകണം. അറസ്റ്റിന് വിധേയരായവരെ അസാധാരണസാഹചര്യമോ അക്രമവാസനയോ ഇല്ലാത്തപക്ഷം വിലങ്ങുവച്ച് നടത്തരുത്. അറസ്റ്റു ചെയ്യപ്പെടുന്നവരെ 24 മണിക്കൂറിനകം തൊട്ടടുത്തുള്ള മജിസ്ട്രേറ്റിന് മുമ്പാകെ ഹാജരാക്കണം. ആവശ്യമെങ്കിൽ അറസ്റ്റ് ഘട്ടത്തിലും തുടർന്നുള്ള ഓരോ നാൽപ്പത്തെട്ട് മണിക്കൂറിലും വൈദ്യപരിശോധന ഉറപ്പാക്കണം. നിയമജ്ഞരുടെയോ ജാമ്യക്കാരുടെയോ സേവനം ആവശ്യപ്പെടാൻ അവസരം നൽകണം. തെളിവോ വിവരമോ ശേഖരിക്കുന്നതിലേക്കോ കുറ്റസമ്മതം പ്രതീക്ഷിച്ചോ മൂന്നാംമുറയോ പീഡനമോ മനുഷ്യത്വരഹിത പെരുമാറ്റമോ നടത്തരുത് എന്നിവ ഇതിൽ പെടുന്നു. "താങ്കൾ അറസ്റ്റുചെയ്യപ്പെട്ടിരിക്കുന്നു" എന്ന് വിധേയവ്യക്തിയുടെ ദേഹത്ത് സ്പർശിച്ചുകൊണ്ട് ഉച്ചരിച്ചാലാണ് അറസ്റ്റ് നടപ്പാകുക.

ഹാജരാക്കപ്പെടുന്നവരെ കോടതിയനുവാദത്തോടെ അന്വേഷണ പൂർത്തീകരണാർത്ഥം നിശ്ചിത കാലയളവിൽ പൊലീസ് ബന്തവസ്തയിലോ അല്ലെങ്കിൽ കോടതിയധികാര വിധേയരായി റിമാന്റ് തടവിലോ സൂക്ഷിക്കാവുന്നതാണ്. തുടരന്വേഷണത്തിൽ കുറ്റം വെളിവാക്കപ്പെടുന്നില്ലെങ്കിൽ ആവശ്യപ്പെടുമ്പോൾ കോടതിയിൽ ഹാജരാകുകയെന്ന വ്യവസ്ഥയിൽ ആളെ വിട്ടയയ്ക്കാം. റിമാന്റ് പ്രതിയുടെ മേലുള്ള കുറ്റം ഗുരുതര വിഭാഗത്തിലുള്ളതാണെങ്കിൽ 90 ദിവസങ്ങൾക്കകം കേസ് കോടതിയിൽ ചാർജ്ജാക്കണം. അല്ലെങ്കിൽ അവരെ സ്വന്തജാമ്യത്തിൽ വിട്ട

യയ്ക്കണം. ചില കേസുകളിൽ അറസ്റ്റ് സംശയിക്കപ്പെടുന്നവർക്ക് അതിൽനിന്നൊഴിവാകാൻ നേരത്തെ കൂട്ടി ജാമ്യാനുവാദം തേടാം. ഇത് അനുവദിച്ചാൽ മുൻകൂർജാമ്യം കിട്ടിയെന്ന് കരുതപ്പെടും. അറസ്റ്റ് നിലവിൽ വരുന്നതോടെ ജാമ്യവ്യവസ്ഥയും പ്രാബല്യത്തിൽ വരും. ഹാജരാക്കപ്പെടുന്ന എല്ലാ രേഖകളുടെയും പകർപ്പുകൾ വാദിപ്രതികൾക്ക് ലഭ്യമാക്കണം.

അസ്വാഭാവിക മരണം, ആത്മഹത്യ തുടങ്ങിയ ഘട്ടങ്ങളിൽ പ്രേതവിചാരണ നടത്തി, സ്ഥലമഹസ്സറും മറ്റു രേഖകളും തയ്യാറാക്കി തെളിവെടുപ്പു നടത്തിയിരിക്കണം. ദുർമരണം, സ്ത്രീധനമരണം മുതലായവയിൽ ആയതിനുള്ള ചുമതല എക്സിക്യൂട്ടീവ് മജിസ്ട്രേറ്റ് (സബ്ഡിവിഷണൽ/റവന്യൂ ഡിവിഷണൽ/ജില്ലാ മജിസ്ട്രേറ്റ്മാർ)മാരായിരിക്കും. ഗാർഹിക പീഢന നിരോധന നിയമപ്രകാരം പ്രൊട്ടക്ഷൻ ഓഫീസർക്കോ പൊലീസ് അധികാരികൾ സേവന ദാതാക്കളായ സംഘടനയ്ക്കോ നിജസ്ഥിതി പരിശോധിച്ച് സംഭവറിപ്പോർട്ട് തയ്യാറാക്കി കോടതിയിൽ ഹാജരാക്കാം. ബാല്യാവകാശ സംരക്ഷണത്തിൽ പൊലീസ് സൂപ്രണ്ടായിരിക്കണം അന്വേഷണാധികാരി.

പൊലീസ് ഉദ്യോഗസ്ഥർ, മജിസ്ട്രേറ്റുമാർ എന്നിവർക്കു പുറമേ സ്വകാര്യവ്യക്തിക്കും ഒരാളെ അറസ്റ്റ് ചെയ്യാം. കുറ്റം സംശയിക്കപ്പെടുകയോ ബോധ്യപ്പെടുകയോ ചെയ്യുക, പ്രഖ്യാപിത കുറ്റവാളിയെ തിരിച്ചറിയുക, കുറ്റകൃത്യ സാധ്യത മുൻകൂട്ടി തടയുക എന്നീ ഘട്ടങ്ങളിൽ സ്വകാര്യവ്യക്തിക്ക് അറസ്റ്റ് നടത്താം. എന്നാൽ തൊട്ടടുത്ത സന്ദർഭത്തിൽ പൊലീസിന് അയാളെ കൈമാറിയിരിക്കണം. വിധേയരായവരെ മർദ്ദിക്കാനോ ഭത്സിക്കാനോ ഭേദ്യംചെയ്യാനോ യാതൊരാൾക്കും അധികാരം ഇല്ല. ഒരാൾ അറസ്റ്റിന് വഴിപ്പെടുകയോ വഴങ്ങുകയോ ചെയ്യുന്നില്ലെങ്കിൽ അതിന് മതിയാകുന്ന ബലപ്രയോഗം മാത്രം നടത്താൻ നിയമം അനുമതിനല്കുന്നു. സ്ത്രീകളെയോ കുട്ടികളെയോ അറസ്റ്റിന് വിധേയമാക്കി രാത്രികാലത്ത് ലോക്കപ്പിൽ സൂക്ഷിക്കാൻ പാടില്ല. സുരക്ഷയെ കരുതി സംരക്ഷണാലയങ്ങളിൽ പാർപ്പിക്കണം. കുട്ടികൾ അറസ്റ്റിന് വിധേയമായാൽ നിർബന്ധിത ജാമ്യം നൽകിയിരിക്കണം. ജാമ്യാനുവാദം ഏതൊരവസരത്തിലും മേൽകോടതി പരിശോധിച്ച് യുക്തവും നിയമവിധേയവും അല്ലെന്നുകണ്ട് റദ്ദാക്കപ്പെടാം. അറസ്റ്റ് നിലവിൽ വരുന്ന പ്രദേശപരിധിയിലെ കോടതി, ഹൈക്കോടതി എന്നിവിടങ്ങളിൽ ജാമ്യാപേക്ഷകൾ ഫയലാക്കാം. അബ്കാരി, മയക്കുമരുന്ന്, ജാത്യാചാരാധിക്ഷേപം, സ്ത്രീവിരുദ്ധ ലൈംഗികകൃത്യം, പരിസ്ഥിതികേസുകൾ തുടങ്ങിയവയിൽ ജാമ്യം നിയന്ത്രിതമാണ്. പോട്ട, ടാഡാ, ഗുണ്ടാവിരുദ്ധ നിയമം, പൊതുമുതൽ നശീകരണം കൃത്യനിർവ്വഹണം തടസ്സപ്പെടുത്തൽ തുടങ്ങിയവ ജാമ്യരഹിത കൃത്യങ്ങളുടെ ഉദാഹരണമാണ്.

നിർദ്ദിഷ്ട പ്രാദേശികാധികാരപരിധി, ശിക്ഷാപരിധി എന്നിവയ്ക്കനുസരിച്ചാണ് കോടതികളുടെ മേൽകീഴ് തലം നിർണ്ണയിക്കപ്പെടുക. വാദിപ്രതികളോ സാക്ഷികളോ കോടതിയിൽ ഹാജരാകുന്നതിനുള്ള അറി

യിപ്പാണ് സമൺസ്. കോടതിയിൽ നേരിട്ട് ആവലാതി ബോധിപ്പിക്കുകയോ പൊലീസിൽ പരാതിപ്പെടുകയോ ചെയ്ത് കേസിന് കാരണക്കാരാകുന്നവരാണ് വാദികൾ. കുറ്റാരോപണവിധേയരായി ചാർജ്ജ് ചെയ്യപ്പെടുന്നവരാണ് പ്രതികൾ. മിക്കവാറും സന്ദർഭങ്ങളിൽ ഇരുഭാഗവും പരസ്പരം പരാതിപ്പെട്ടിരിക്കും. സർക്കാർ ഉദ്യോഗസ്ഥർക്കെതിരായുള്ള കേസിൽ നിയമനാധികാരസ്ഥരിൽനിന്ന് ചുരുങ്ങിയത് 2 മാസത്തെയെങ്കിലും നോട്ടീസ് കാലയളവിലുള്ള മുൻകൂർ അനുമതി തേടിയായിരിക്കണം കേസ് എടുക്കുന്നത്. കേസ് തെളിയിക്കുന്നതിലേക്ക് യുക്തമായ തെളിവ് നൽകാൻ തയ്യാറാകുന്ന ചില പ്രതികൾക്ക് കുറ്റത്തിന്റെ ഗൗരവംകൂടി പരിഗണിച്ച് മാപ്പുസാക്ഷികളുടെ സ്ഥാനത്ത് ചേർത്ത് കേസ് ചാർജ്ജാക്കാറുണ്ട്.

കുറ്റാരോപണപത്രവും ഒപ്പം ഹാജരാക്കുന്നതിനൊപ്പം സമർപ്പിക്കുന്ന രേഖകളും പരിശോധിച്ച് പ്രഥമദൃഷ്ട്യാ കുറ്റം ബോദ്ധ്യപ്പെടാത്തപക്ഷം പ്രതിയെ കുറ്റവിമുക്തനാക്കി കോടതിക്ക് വിട്ടയയ്ക്കാം. സ്വകാര്യ അന്യായത്തിലും വാദിപ്രതികളെ കേട്ട് പ്രതി കുറ്റം ചെയ്തതായി കരുതാത്തപക്ഷം നടപടി അവസാനിപ്പിച്ച് ഉത്തരവാകാം. കുറ്റാരോപണവേളയിൽ പ്രതി കുറ്റം നിഷേധിച്ചാൽ വാദിഭാഗം സാക്ഷികളെ വിസ്തരിച്ച് തെളിവുകൾ പരിശോധിച്ച് വാദംകേട്ട് കേസ് തീർപ്പാക്കണം. സമൻസ് കേസിൽ പ്രതി നേരിട്ട് ഹാജരാകുന്നതിന് പകരം വക്കീൽമുഖാന്തരം കേസ് നടത്തിക്കുകയും ചെയ്യാം.

പ്രഥമദൃഷ്ട്യാ കുറ്റം ബോധ്യമായാൽ പ്രതിക്ക് കോടതി കുറ്റപത്രം നൽകണം. അതിന് മതിയായ തെളിവില്ലെങ്കിൽ പ്രതിയെ വിട്ടയയ്ക്കാം. കൃത്യ സ്ഥലം, സമയം, തീയതി, കൃത്യസ്വഭാവം, ശിക്ഷാവിധി എന്നിവ കുറ്റപത്രത്തിൽ പരാമർശിച്ചിരിക്കണം. പ്രതി കുറ്റം ഏറ്റുപറഞ്ഞ് സമ്മതിച്ചാൽ ശിക്ഷവിധിച്ച് തീർപ്പാക്കാം. അങ്ങനെ കുറ്റസമ്മതം നടത്താതെ കുറ്റം നിഷേധിച്ചാൽ തുടർനടപടികളിലേക്ക് കോടതി കടക്കണം. പ്രതിഭാഗം കേസ് നടത്തുന്നതിന് വക്കീൽ ഹാജരല്ലെങ്കിൽ സർക്കാർചുമതലയിൽ നിയുക്ത അഭിഭാഷകരെ നിയോഗിച്ച് കേസ് നടത്താനോ പ്രതിക്ക് സ്വയം കേസ് നടത്താനോ അവസരം നൽകാം.

കേസ് പ്രാഥമികഘട്ടത്തിൽ മജിസ്ട്രേറ്റ് കോടതിയിൽ ഫയലാക്കിയെങ്കിലും ആയത് സെഷൻസ് കോടതിയിൽ മാത്രം വിസ്തരിക്കപ്പെടേണ്ടുന്ന കേസ്സ് ആണെങ്കിൽ മജിസ്ട്രേറ്റ് കോടതിയിൽനിന്നും സെഷൻസിലേക്ക് കേസ് കമ്മിറ്റ് ചെയ്ത് അവിടെ വേണം വിസ്താരം നടത്തേണ്ടത്. വധശ്രമം, കൊലപാതകം, കൊലപാതകവും ഭവനഭേദനവും, കവർച്ച, ബലാത്സംഗം, സ്ത്രീധനപീഡനം, രാജ്യദ്രോഹം, പട്ടികജാതി/പട്ടികവർഗ്ഗ പീഡനം, അബ്കാരിനിയമം, നാണയ കുറ്റകൃത്യം മുതലായവ ഇത്തരം കൃത്യങ്ങളിൽ പെടുന്നതിനാൽ അവയുടെ പ്രാഥമിക വിചാരണ സെഷൻസ് കോടതിയിലായിരിക്കണം.

ക്രിമിനൽ കേസുകളിൽ സർക്കാരിനെ പ്രതിനിധീകരിച്ച് കേസ് നടത്തുന്നതിന് ചുമതലപ്പെട്ട നിയമജ്ഞരെ "പ്രോസിക്യൂട്ടർ" എന്ന്

വിളിക്കും. മജിസ്ട്രേറ്റ് കോടതിയിൽ അസിസ്റ്റന്റ് പബ്ലിക് പ്രോസിക്യൂട്ടർ (എ പി പി)യും സെഷൻസ് കോടതിയിൽ പബ്ലിക് പ്രോസിക്യൂട്ടറും (പി പി) ഹൈക്കോടതിയിൽ പ്രൊസിക്യൂഷൻ ഡയറക്ടർജനറലും (ഡി ജി പി) ഇപ്രകാരം സർക്കാരിനെ പ്രതിനിധീകരിക്കും. ചില കേസുകളിൽ സ്പെഷ്യൽ പബ്ലിക് പ്രൊസിക്യൂട്ടർമാരെയും നിയോഗിക്കാറുണ്ട്. സിവിൽ കേസുകളിൽ ഇപ്രകാരം സർക്കാർ പ്രതിനിധിയായി ഹാജരാകുക ഗവൺമെന്റ് പ്ലീഡർമാർ (ജി പി) ആയിരിക്കും.

വിചാരണയിൽ മൂന്ന് ഘട്ടങ്ങളുണ്ട്. ഒന്ന് ചീഫ് വിസ്താരം. അതത് ഭാഗം പറയുന്നതിലേക്ക് വാദിപ്രതികളുടെ വക്കീലന്മാർ നടത്തുന്ന വിസ്താരമാണ് ചീഫ്വിസ്താരം. തുടർന്ന് ഹാജരാക്കിയ മൊഴികൾ ഖണ്ഡിക്കുന്നതിലേക്ക് എതിർഭാഗം നടത്തുന്ന വിസ്താരമാണ് ക്രോസ് വിസ്താരം. ചീഫ്വിസ്താരത്തിലും എതിർവിസ്താരത്തിലും സംഭവിക്കാവുന്ന വൈരുദ്ധ്യം സംബന്ധിച്ച് സത്യസ്ഥിതി വെളിപ്പെടുത്തുന്നതിലേക്ക് നടത്തുന്ന വിസ്താരമാണ് പുനർവിസ്താരം അഥവാ റീ എക്സാമിനേഷൻ. ഒരു സാക്ഷി ഇതിൽ ഏതെങ്കിലും ഘട്ടത്തിൽ പൊലീസിൽ നൽകിയ മൊഴിക്ക് വിരുദ്ധമായോ കോടതിയിൽ നല്കിയ മൊഴി നിരാകരിച്ചോ ഖണ്ഡിച്ചോ പിന്നീട് മൊഴി നൽകിയാൽ അവരുടെ മൊഴി മൂല്യം നഷ്ടമാകുകയും അവരെ കൂറുമാറിയതായി കോടതിക്ക് കരുതാവുന്നതുമാണ്.

വിസ്താരത്തിന് ശേഷം വാദിപ്രതികളുടെ വാദം അതത് വക്കീലന്മാർ ഹാജരാക്കും. ഇപ്രകാരമുള്ള പ്രസംഗത്തിനു ശേഷം കുറ്റം സംശയമെന്യേ തെളിയുന്നപക്ഷം പ്രതിക്ക് അർഹമായ ശിക്ഷ നൽകിക്കൊണ്ട് കേസ് തീർപ്പാക്കാം. സംശയത്തിന്റെ ആനുകൂല്യം എപ്പോഴും പ്രതിക്കായിരിക്കും. കുറ്റം അന്തിമമായി തെളിയുംവരെ പ്രതിയെ കുറ്റവാളിയെന്ന് കരുതാവുന്നതല്ല. പ്രാഥമിക വിധിക്കെതിരെ മേൽക്കോടതിയിൽ അപ്പീൽ ഹാജരാക്കാം. അപ്പീൽ കോടതി കീഴ്കോടതി തീർപ്പും തെളിവും വാദങ്ങളും പരിശോധിച്ച് ആ വിധി സ്ഥിരപ്പെടുത്തുകയോ അസാധുവാക്കുകയോ ഭേദഗതിപ്പെടുത്തുകയോ ചെയ്യാം വധശിക്ഷയിൽ സെഷൻസ് കോടതി വിധി ഹൈക്കോടതിയുടെ അംഗീകരണത്തോടെ മാത്രമേ നടപ്പാക്കാൻ പാടുള്ളു. അത്തരം സാഹചര്യത്തിൽ സംസ്ഥാന ഗവർണർ, ഇന്ത്യൻ പ്രസിഡന്റ് എന്നിവർക്ക് ദയാഹർജി പരിഗണിച്ച് തീർപ്പാക്കാനുള്ള അവസരവും നിയമം നൽകുന്നുണ്ട്.

സാധാരണ ക്രിമിനൽ കേസുകൾ കാലതാമസം വരുന്നതിനാൽ അവ സത്വരനടപടിയനുസരിച്ച് തീർപ്പാക്കാൻ 1995 മുതൽ ആരംഭിച്ച കോടതികളാണ് അതിവേഗ(ഫാസ്റ്റ് ട്രാക്ക്) കോടതികൾ. ഇതിനുപുറമേ പ്രത്യേകനിയമങ്ങൾ പ്രകാരമുള്ള കേസുകൾ തീർപ്പാക്കാൻ ചുമതലപ്പെടുത്തിയ പ്രത്യേക കോടതികളുണ്ട്. വിദേശ നാണയവിനിമയ കുറ്റം, അഴിമതി കുറ്റങ്ങൾ, അവശ്യസാധന-മായംചേർക്കൽ നിരോധന നിയമങ്ങൾ തുടങ്ങിയവയെല്ലാം ഇത്തരം പ്രത്യേക കോടതികൾക്ക് പ്രവർത്തനാനുമതി നൽകുന്നു.

13

ശിക്ഷാനിയമം

ആയിരത്തി എണ്ണൂറ്റി അറുപതിൽ ക്രോഡീകൃതമായ ഇന്ത്യൻ ശിക്ഷാനിയമം ഗവർണർ ജനറലിന്റെ അംഗീകാരത്തോടെ 1860 ഒക്ടോബർ മുതൽ പ്രാബല്യത്തിൽ വന്നു. സ്വതന്ത്ര ഭാരതത്തിലും ഇതേ സംഹിത തുടർന്നുപോരുന്നു. ജമ്മുകാശ്മീർ ഒഴികെ ഇന്ത്യൻ ഭൂപ്രദേശത്താകെ ഇത് ബാധകമാണ്. ഇന്ത്യയിൽ പ്രാബല്യത്തിലുള്ള ഏതെങ്കിലും നിയമവ്യവസ്ഥയുടെ ലംഘനത്തിന് ഇതുപ്രകാരമുള്ള ശിക്ഷ വാദിക്കാൻ ഇടയായിരിക്കുന്നു. ഇന്ത്യയ്ക്കു പുറത്തു വച്ച് ചെയ്യുന്ന കൃത്യം ഇന്ത്യയിൽ വിചാരണചെയ്യാവുന്നതാണെങ്കിൽ ഈ നിയമപ്രകാരം ശിക്ഷ വിധിക്കാവുന്നതാണ്.

നിയമവിരുദ്ധമായ ഏതൊരു കൃത്യവും കൃത്യവിലോപവും ആയതിന് പ്രേരകമോ സഹായകമോ സാഹചര്യമൊരുക്കുന്നതോ ആയ കൃത്യവും കൃത്യവിലോപവും ഇപ്രകാരം ശിക്ഷയർഹിക്കുന്നു. കുറ്റകൃത്യം തെളിയിക്കപ്പെടാതിരിക്കാനോ തെളിവ് നശിപ്പിക്കാനോ കുറ്റവാളിയെ ഒളിപ്പിക്കാനോ രക്ഷപ്പെടാനോ അനുവദിക്കുന്ന പ്രവൃത്തിയും ഇതിനായി ബോധപൂർവ്വം കളവായ വിവരം നൽകുന്നതും ശിക്ഷാർഹമാണ്. എന്നാൽ സദുദ്ദേശപരമായിട്ടോ ദുരുദ്ദേശപരമല്ലാതെയോ ഒരാൾ മേൽ കൊടുത്തവിധം പ്രവൃത്തിക്കുന്നപക്ഷം ശിക്ഷാവിധി ബാധകമാകണമെന്നില്ല.

ഇന്ത്യൻ ശിക്ഷാനിയമം ഇന്ന് ലോകത്ത് നിലവിലുള്ള ഏറ്റവും സുസംഘടിതമായ സംഹിതകളിൽ ഒന്നായി കരുതപ്പെടുന്നു. കാലതാമസവും നടപടിക്രമസങ്കീർണ്ണതയും പലപ്പോഴും ശിക്ഷിക്കപ്പെടാനുള്ള സാധ്യതയില്ലാതാക്കുന്നു. കുറ്റാന്വേഷണപരിമിതികളും പിഴവുകളും ഇതിനിടയാക്കാറുണ്ട്. എന്നാൽ രണ്ട് അടിസ്ഥാനപ്രമാണങ്ങൾ ശിക്ഷാനിയമം പാലിക്കുന്നതായി കാണാം.

1. ആകാശം ഇടിഞ്ഞുവീണാലും നീതിപരിപാലിക്കപ്പെടണം
2. ആയിരം അപരാധികൾ രക്ഷപ്പെട്ടാലും ഒരു നിരപരാധിപോലും ശിക്ഷിക്കപ്പെടരുത്.

ഈ മുന്നുപാധികൾക്ക് വിധേയമായി ഇന്ത്യയിൽ നൽകാവുന്ന ശിക്ഷകൾ താഴെ ചേർക്കുന്നു.

വധശിക്ഷ/മരണശിക്ഷ ജീവപര്യന്തം തടവ്ശിക്ഷ കഠിനതടവ് വെറുംതടവ് സ്വത്തുവകകൾ കണ്ടുകെട്ടൽ പിഴശിക്ഷ

നീതിയുടെ പുനഃസ്ഥാപനത്തിനായി നിയമവിധേയമായി സ്വീകരിക്കുന്ന ഒരു ഉപാധി മാത്രമാണ് ശിക്ഷാനടപടി. ഇതിൽ സ്വകാര്യ കൃത്യങ്ങളും വ്യക്തിഗതകുറ്റങ്ങളും സിവിൽ നടപടിയിലൂടെയും ക്രിമിനൽ സ്വഭാവമുള്ള കൃത്യങ്ങൾ ക്രിമിനൽ നടപടിയിലൂടെയും വിചാരണ ചെയ്യപ്പെടുന്നു. സ്വകാര്യകൃത്യങ്ങളിൽ അർഹമായ പരിഹാരം, നഷ്ടം നികത്തൽ, തടസ്സംചെയ്യൽ, ഒഴിപ്പിക്കലും പ്രഖ്യാപനവും, നിർദ്ദിഷ്ട കൃത്യനിർവ്വഹണം എന്നിവയിലൂടെ തീർപ്പാകുമ്പോൾ ക്രിമിനൽ കൃത്യങ്ങൾക്ക് ശിക്ഷയിലൂടെ പരിഹാരം ലഭ്യമാക്കപ്പെടുന്നു. സമീപകാലത്ത് ശിക്ഷയ്ക്കൊപ്പം വിധേയരായവർക്കോ അവരുടെ ആശ്രിതർക്കോ നഷ്ടപരിഹാരം ലഭ്യമാക്കുന്നതിനും കോടതികൾ ശ്രദ്ധിച്ചുവരുന്നത് കാണാം. ഇത് ദണ്ഡനീതിയുടെ ഒരു പരിണാമമാണ്.

ദണ്ഡനീതി വിവിധ തലത്തിൽ പരിപാലിക്കപ്പെടുന്നു. കുറ്റവാളിയുടെ താൽപ്പര്യം സമൂഹതാൽപ്പര്യത്തിന് വിരുദ്ധമാകയാൽ കുറ്റാരോപണ വിധേയരെ ഇതര വ്യക്തികൾക്കുകൂടി പാഠമാകുംവിധം ശിക്ഷാവിധിക്ക് വിധേയമാക്കുക എന്നതിലൂടെ സമാനകൃത്യങ്ങൾ സംഭവിക്കുന്നത് തടയുക എന്നതായിരുന്നു ഒരു തലം. കുറ്റകൃത്യസാധ്യത മുൻകൂട്ടി കണ്ടറിഞ്ഞ് അതിനുള്ള അവസരം ഒഴിവാക്കാനും പ്രതിരോധിക്കാനും അതിലേക്കായി കൃത്യം ചെയ്യാൻ ഇടയുള്ളവരെ കരുതൽ തടങ്കലിൽ പാർപ്പിക്കുന്നത് ഉൾപ്പെടെ നടപടി സ്വീകരിക്കുകയാണ് മറ്റൊരു തലം. പ്രാചീനകാലം മുതൽ നിലനിന്നുവരുന്ന “കണ്ണിനു കണ്ണ് പല്ലിന് പല്ല്” എന്ന സമ്പ്രദായത്തിലുള്ളതും കുറ്റകൃത്യത്തിനിടയാക്കുന്നയാൾ സമാനശിക്ഷയ്ക്ക് വിധേയരാകുകവഴി കൃത്യം സാധൂകരിക്കപ്പെടും എന്ന സമീപനം പുലർത്തുന്നതുമാണ് മൂന്നാമത്തെ തലം. ഒരു പരിധിവരെ പ്രതിരോധസ്വഭാവംതന്നെയാണ് ഇതിലും സാധിച്ചിരിക്കുന്നത്. കൊലക്കുറ്റം ചെയ്തവർക്ക് വധശിക്ഷ വിധിക്കുന്നത് ഉദാഹരണം. ആധുനിക നീതിശാസ്ത്രമാണ് നാലാമത്തെ തലം പ്രോത്സാഹിപ്പിക്കുന്നത്. അതിൽ കുറ്റകൃത്യത്തെ അതിനിടയാക്കുന്ന പശ്ചാത്തലവും സാഹചര്യവും പ്രേരണയും പരിഗണിച്ച് വിശകലനം ചെയ്തുകൊണ്ട് കുറ്റവാളിക്ക് സ്വയം പരിഷ്കരിക്കപ്പെടാനും സമാനകൃത്യങ്ങൾ ചെയ്യാതിരിക്കാൻതക്ക അവസ്ഥ കൈവരിക്കാനും അവസരമൊരുക്കുകയാണിവിടെ. മേൽക്കൊടുത്ത തലങ്ങളിലെല്ലാം കുറ്റവാളി മാത്രമാണ് പരിഗണിക്കപ്പെടുന്നത്. എന്നാൽ കുറ്റവിധേയരുടെയും ആശ്രിതരുടെയും സ്ഥിതി കണക്കിലെടുത്ത് അവർക്ക് അർഹമായ പരിഹാരംകൂടി ഉറപ്പാക്കുകയാണ് സമീപ

കാല കോടതി സമീപനം വ്യക്തമാക്കുന്നത്. ഇപ്രകാരം ഒരാൾ ശിക്ഷിക്കപ്പെടുന്നതിന് അയാൾക്കെതിരെ രണ്ട് ഘടകങ്ങൾ (1) കൃത്യം ചെയ്തുവെന്ന വസ്തുനിഷ്ഠ സാഹചര്യം (2) കുറ്റം ചെയ്യുന്നതിനുള്ള മാനസികഘടകം എന്നിവ സംശയാതീതമായി വെളിപ്പെടണം. അതുകൊണ്ടാണ് സ്വയം കുറ്റമേൽക്കുന്നതിലൂടെ സ്വമേധയാ ശിക്ഷവരിക്കുന്നതിനെതിരെ ഭരണഘടനതന്നെ മൗലിക സംരക്ഷണാവകാശം വ്യവസ്ഥ ചെയ്തിരിക്കുന്നത്. പ്രാകൃതവും അപരിഷ്കൃതവും എന്ന് ആധുനിക സമൂഹം ഗണിക്കുന്ന ശിക്ഷകൾ ഒഴിവാക്കാൻ കഴിയുന്നത്ര ശ്രദ്ധിക്കേണ്ടതുണ്ട്. എന്നാൽ വധശിക്ഷയും ജീവപര്യന്തം തടവും ഉൾപ്പെടെയുള്ള ശിക്ഷാവിധികൾ നമ്മുടെ നിയമസംഹിതയിൽ തുടരുവോളം അവ ശിക്ഷാവിധിയായി നിലനിൽക്കും. ഈ സ്ഥിതി പരിഗണിച്ചാണ് കടുത്ത ശിക്ഷകൾ ഇളവുചെയ്തുനൽകുന്നതിന് പ്രത്യേകാധികാരം ശിക്ഷാനിയമം അനുശാസിക്കുന്നത്. ആയതിനുള്ള അധികാരം ബന്ധപ്പെട്ട സർക്കാരിൽ നിക്ഷിപ്തമാണ്.

ചില സാഹചര്യങ്ങളിൽ വിചാരണ കാലയളവിൽതന്നെ തടങ്കലിൽ കഴിയേണ്ടിവന്നവർക്ക് വിധിതീർപ്പിൽ കോടതിതന്നെ ശിക്ഷാകാലയളവ് ഒഴിവുകൽപ്പിച്ച് നൽകും. മറ്റുചില ഘട്ടങ്ങളിൽ വ്യത്യസ്ത കൃത്യങ്ങൾക്ക് വ്യത്യസ്ത ശിക്ഷകൾ വിധിച്ചാലും സമാനകാലയളവിൽ ശിക്ഷ അനുഭവിച്ചാൽ മതിയാകും എന്നും കോടതിക്ക് കൽപ്പന പുറപ്പെടുവിക്കാവുന്നതാണ്. പിഴശിക്ഷ വിധിച്ചവർ പിഴയൊടുക്കാതിരിക്കുകയോ ജീവനാംശകേസിൽ ബോധപൂർവ്വം ജീവനാംശം നിഷേധിക്കുകയോ ചെയ്യുന്നവർക്കും അക്കാരണങ്ങളാൽ തടവുശിക്ഷ നൽകാവുന്നതാണ്. പ്രതികൾക്ക് ജാമ്യാനുവാദം നൽകുമ്പോൾ പ്രതി ഒളിവിൽ പോകുകയോ കോടതി ആവർത്തിച്ചാവശ്യപ്പെട്ടാലും ഹാജരാകാതിരിക്കുകയോ ചെയ്യുന്ന ഘട്ടത്തിൽ ജാമ്യക്കാർ എന്ന നിലയിൽ സിവിൽ ജയിലിൽ തടവിന് വിധിക്കാവുന്നതാണ്.

പ്രത്യേക സാഹചര്യങ്ങളിലും പൊതുവായും ചില ഒഴിവുകഴിവുകൾ ശിക്ഷാ നിയമം അനുവദിക്കുന്നുണ്ട്. നിയമാനുസൃത കൃത്യങ്ങൾ നിറവേറ്റാനായോ നീതിനിർവഹണ ഭാഗമായോ കോടതി ഉത്തരവ് മാനിച്ചോ ചെയ്യുന്ന കൃത്യങ്ങൾ ഇത്തരം മുന്നുപാധിയായി കരുതപ്പെടുന്നു. നിയമാനുസൃതമെന്ന് കരുതി നീതീകരിക്കപ്പെടുമെന്ന ബോധ്യത്തോടെ ചെയ്യുന്ന കൃത്യം, നിയമവിധേയകൃത്യം നിർവ്വഹിക്കുമ്പോൾ സംഭവിക്കാവുന്ന അപകടം, ഹാനികരമായൊരു കൃത്യമോ സംഭവമോ തടയുന്നതിലേക്ക് ചെയ്യുന്ന ഏതെങ്കിലും കൃത്യം, നിഷ്കളങ്ക ബാല്യാവസ്ഥ (ഏഴുവയസ്സിൽ താഴെയുള്ള കുട്ടി)യിൽ ചെയ്യുന്ന കൃത്യം, സ്ഥിരബുദ്ധിയില്ലാത്തവരോ കൃത്യത്തിന്റെ പ്രത്യാഘാതം തിരിച്ചറിയാനാകാത്തവിധം മദ്യപിച്ചോ ഉന്മത്താവസ്ഥയിലോ ചെയ്യുന്ന കൃത്യം എന്നിവയും ഒഴിവുകഴിവായി പറയാം. മരണഹേതുവാകാമെന്ന അറിവില്ലാതെയോ കൃത്യവിധേയരുടെ അനുമതിയോടെയോ ചെയ്യുന്ന കൃത്യം, കൃത്യവിധേയരുടെ ഗുണത്തിനെന്ന ഉത്തമവിശ്വാസത്തോടെ ചെയ്യുന്ന കൃത്യം

കുട്ടികൾ, ബുദ്ധിസ്ഥിരതയില്ലാത്തവർ എന്നിവരുടെ ഗുണത്തിനായോ അവരുടെ രക്ഷിതാക്കളുടെ അനുമതിയോടെയോ അനുഷ്ഠിക്കുന്ന കൃത്യങ്ങൾ, ഭീഷണിക്കുവഴങ്ങി ചെയ്യുന്ന കൃത്യം തുടങ്ങിയവയും ഒഴിവുകഴിവായി പൊതുവിൽ വ്യവസ്ഥചെയ്യുമ്പോൾതന്നെ മറിച്ച് സ്ഥാപിക്കാൻ പ്രോസിക്യൂഷന് കഴിഞ്ഞാൽ ഈ ഒഴിവുകഴിവുകൾ ഉപാധിയാക്കാനാകില്ല എന്നും കാണാം.

സ്വപ്രതിരോധമാണ് ശിക്ഷയിൽനിന്നൊഴിവാക്കാൻ ഉന്നയിക്കാവുന്ന മറ്റൊരു ഉപാധി. വ്യക്തിയുടെ ശരീരത്തിനോ സ്വത്തുവകകൾക്കോ ഹാനികരമായേക്കാവുന്ന ഒരു കൃത്യം ചെറുക്കാനോ ഒഴിവാക്കാനോ വേണ്ടി ചെയ്യുന്ന പ്രവൃത്തിയാണ് സ്വപ്രതിരോധംകൊണ്ട് അർത്ഥമാക്കുന്നത്. എപ്പോഴാണോ മറ്റാരുടെയെങ്കിലും പ്രവൃത്തി എനിക്കോ തന്റെ സ്വത്തുവകകൾക്കോ വിനാശകരമായി ഭവിക്കാനിടയുള്ളത് അപ്പോൾമുതൽ അത്തരം ഹേതു ഒഴിവാക്കുന്നതുവരേക്കും ഈ തരം സ്വപ്രതിരോധം നിലനിൽക്കും. മാരകമായ ആക്രമണത്തെ പ്രതിരോധിക്കുമ്പോൾ ആയത് നിഷ്കളങ്കരും നിരപരാധികളുമായവർക്കുകൂടി വിനാശകരമായി മാറാൻ ഇടയുണ്ടെന്നതും ശ്രദ്ധേയമാണ്.

ശിക്ഷാനിയമം ഉൾക്കൊള്ളുന്ന മറ്റൊരുഘടകം ഗൂഢാലോചന സംബന്ധിച്ചുള്ളതാണ്. രണ്ടോ അതിലധികമോ പേർ പൊതുലക്ഷ്യവും താൽപ്പര്യവും മുൻനിർത്തി കുറ്റകരമായൊരു പ്രവൃത്തി ചെയ്യുന്നതിനോ ചെയ്യാൻ സഹായിക്കുന്നതിനോ പ്രേരിപ്പിക്കുന്നതിനോ ഉള്ള മുന്നൊരുക്കവും തയ്യാറെടുപ്പും നിർവ്വഹിക്കുന്നതിനെയാണ് കുറ്റകരമായ ഗൂഢാലോചന എന്നത് അർത്ഥമാക്കുന്നത്. ഈ കൃത്യത്തിന് ശിക്ഷാനിയമം അനുശാസിക്കുന്ന കഠിനസ്വഭാവമുള്ള തടവോ ജീവപര്യന്തം തടവോ വധശിക്ഷതന്നെയുമോ വിധിക്കാവുന്നതാണ്. ധീരദേശാഭിമാനികളിൽ പലരുടെയും ജീവൻ ബ്രിട്ടീഷ് അധികാരികൾ കവർന്നെടുത്തത് പ്രധാനമായും ഈ വ്യവസ്ഥ ഉപയോഗിച്ചായിരുന്നു.

മത-ആരാധനാലയങ്ങൾ തകർക്കുക, കളങ്കിതമാക്കുക, മതബോധത്തെ വ്രണപ്പെടുത്തുക, മത-വർഗ്ഗീയ കലാപം ഇളക്കിവിടുക, മതസമ്മേളനത്തെ അലങ്കോലപ്പെടുത്തുക, പട്ടടകൾ, കബറിടങ്ങൾ, സ്മൃതികുടീരങ്ങൾ തുടങ്ങിയവ മലിനപ്പെടുത്തുക. മതവികാരം വ്രണപ്പെടുത്തുംവിധം വാക്കോ ഭാവമോ വ്യംഗ്യമോ ഉപയോഗിക്കുക എന്നിവ ശിക്ഷാനിയമം കുറ്റകരമായി വ്യവസ്ഥപ്പെടുത്തുന്നു.

മനുഷ്യശരീരത്തെ ബാധിക്കുന്ന കൃത്യങ്ങൾ, സ്വൈര്യജീവിതവും ജീവനും ഇല്ലാതാക്കുന്ന കൃത്യങ്ങൾ എന്നിവ ഗുരുതരമായ ഗണത്തിലാണ് ഉൾച്ചേർത്തിട്ടുള്ളത്. കൊലപാതകം, മനഃപൂർവ്വമല്ലാത്ത ഹത്യ, ഭ്രൂണഹത്യ, ശിശുഹത്യ, മർദ്ദനം, കഠിനമായ മർദ്ദനം, വിവിധതരം പീഡനം, ഭീഷണി, അന്യായതടങ്കൽ, ബലപ്രയോഗം, കയ്യേറ്റം, തട്ടിക്കൊണ്ടുപോകൽ, അടിമത്തം, നിർബന്ധിത തൊഴിലെടുപ്പിക്കൽ, ലൈംഗികകുറ്റകൃത്യങ്ങൾ, ബലാത്സംഗം, പ്രകൃതിവിരുദ്ധ നടപടികൾ, കളവ്, കവർച്ച, ഭവനഭേദനം, സ്വത്ത് കയ്യേറ്റം, വിശ്വാസവഞ്ചന, കളവുമുതൽ

സ്വീകരിക്കലും സൂക്ഷിപ്പും, വ്യാജരേഖകൾ നിർമ്മിക്കലും കൈമാറ്റവും, പൊതുശല്യം, അതിക്രമിച്ചുകടക്കൽ തുടങ്ങിയവ ഈ ഗണത്തിൽ ഉൾപ്പെടുത്തിയിരിക്കുന്നു. ഇവയോരോന്നിനും അതതിന്റെ ഗുരുലഘു ത്വമനുസരിച്ച് ശിക്ഷയും ഏർപ്പെടുത്തുന്നു.

മുദ്രകൾ, കണക്കുകൾ, രേഖകൾ മുതലായവയിലെ കൃത്രിമം, വ്യാജരേഖ ചമയ്ക്കൽ, കരാർലംഘനം, വിശ്വാസലംഘനം എന്നിവയും ശിക്ഷാർഹമായി പ്രതിപാദിച്ചിരിക്കുന്നു.

മാനഭംഗം, അപകീർത്തിപ്പെടുത്തൽ എന്നിവയും സ്ത്രീകളോട് വാക്കാലോ പ്രവൃത്തിയാലോ പെരുമാറ്റത്താലോ അപമര്യാദയായി ഇട പെടുക, കുട്ടികളുടെ അവകാശങ്ങൾ നിഷേധിക്കുകയും ദുരുപയോഗം ചെയ്യുകയും തുടങ്ങിയവ ഉൾപ്പെടെ ശിക്ഷാനിയമം അതീവ ഗുരുതര മായ കൃത്യങ്ങളായി കാണുന്നു. ഇവയ്ക്കോരോന്നിനും പ്രത്യേകമായും മറ്റേതെങ്കിലും കൃത്യത്തോടനുബന്ധമായും വിധിക്കാവുന്ന ശിക്ഷാക്ര മവും അനുശാസിക്കുന്നു. സാമൂഹ്യനീതിക്കു നിരക്കാത്ത ഏതുതരം പ്രവർത്തനങ്ങളും കുറ്റകൃത്യങ്ങളുടെ പരിധിയിൽ വരും.

എന്നാൽ നിയമനീതി സ്ഥാപനങ്ങൾ വഴി ശിക്ഷയുറപ്പാക്കൽ അത്തരം ന്യായാധിപരുടെ മുമ്പിൽ ഹാജരാക്കപ്പെടുന്ന തെളിവുകളു ടെയും വിവരങ്ങളുടെയും പിൻബലത്തെ ആശ്രയിച്ചുമാത്രമേ കഴിയൂ. നിയമ-ചട്ടവ്യവസ്ഥ, പാരമ്പര്യാചാരം, മുൻകാലവഴക്കങ്ങൾ, യുക്തിസ ഹവും സ്വീകാര്യവുമായ കാരണങ്ങൾ എന്നിവ മുൻനിർത്തി തെളിവു കൾ വിശകലനം ചെയ്ത് ത്യാജ്യഗ്രാഹ്യബുദ്ധ്യാ തീരുമാനം എടുക്കുക മാത്രമാണ് ന്യായാധിപർക്ക് കരണീയം. ഇവിടെയാണ് തെളിവുനിയമ ത്തിന്റെ പ്രസക്തി.

14

തെളിവുനിയമം

ആയിരത്തി എണ്ണൂറ്റി എഴുപത്തി രണ്ടിൽ ഇതര നിയമസംഹിതകൾക്കൊപ്പം ക്രോഡീകരിക്കപ്പെട്ടതാണ് ഇന്ത്യൻ തെളിവുനിയമം. സാധാരണ സാഹചര്യത്തിൽ സ്ഥിരബുദ്ധിയുള്ള ഒരാൾക്ക് ഉൾക്കൊള്ളാനും പാരമ്പര്യബന്ധം സ്ഥാപിച്ച് തിരിച്ചറിയാനും കഴിയും വിധമുള്ള വസ്തുതകളും വസ്തുനിഷ്ഠ അവസ്ഥയുമാണ് തെളിവായി പരിഗണിക്കാവുന്നത്. നിശ്ചിത സാഹചര്യത്തിൽ, നിശ്ചിത സ്ഥലത്ത്, നിർണ്ണയിക്കപ്പെട്ട വസ്തുക്കൾ, നിശ്ചിത പരിക്രമത്തിൽ വിന്യസിക്കപ്പെടുമ്പോൾ, മനുഷ്യർ കണ്ടതും കേട്ടതും പറഞ്ഞതുമായ കാര്യങ്ങൾ ഉൾച്ചേർന്ന് രൂപപ്പെടുന്ന അവസ്ഥാവിശേഷത്തെയാണ് തെളിവായി കരുതാനാകുക. തെളിവുനിയമം ഇത്തരം വസ്തുതകളുടെ ആപേക്ഷികമൂല്യം നിർണ്ണയിക്കുകയും നീതിന്യായ വ്യവഹാരതീർപ്പിന് അവ എത്രകണ്ട് സ്വീകാര്യവും ബലവത്തും ആണ് എന്ന് സ്ഥാപിക്കുകയും അത് തീരുമാനിക്കുന്നതിനുള്ള മുന്നുപാധികളും ക്രമവ്യവസ്ഥകളും നിർദ്ദേശിക്കുകയും ചെയ്യുന്നു.

വാക്കാലുള്ളതോ രേഖാമൂലമുള്ളതോ ഭൗതികമോ സാന്ദർഭികമോ ആയ തെളിവുകൾ ഉണ്ട്. ഉദാഹരണം സാക്ഷിയുടെ മൊഴി, വാദിപ്രതികളുടെ മൊഴി എന്നിവ വാചികമായ തെളിവുകളാണ്. എഴുതപ്പെട്ടതോ ലിപികൾ, അക്കങ്ങൾ, മുദ്രകൾ, ചിത്രങ്ങൾ, ചിഹ്നങ്ങൾ എന്നിവയിലൂടെ ദ്യോതിപ്പിക്കപ്പെടുന്നതോ ആയ തെളിവുകൾ രേഖാമൂലമുള്ളവയാണ്. സ്ഥലപരിശോധനയിൽ ലഭിക്കുന്ന ഉപകരണങ്ങൾ, ഉത്തോലകങ്ങൾ, ഉപാധികൾ തുടങ്ങിയവ ഭൗതികരൂപത്തിലുള്ള തെളിവുകളാണ്. വിരലടയാളം ഉൾപ്പെടെയുള്ളവ സാന്ദർഭിക സാഹചര്യത്തെളിവുകളാണ്. ഇവയോരോന്നും മൂല്യാനുബന്ധമായി നേരിട്ടും സഹായകവും ആയ തെളിവുകളായി പരിണമിക്കുന്നുണ്ട്.

വസ്തുതകളെ അടിസ്ഥാനമാക്കി തെളിവുകൾ മൂന്ന് വിധമുണ്ട്. സാമാന്യബോധമുള്ള വ്യക്തിക്ക് ഒരു വസ്തുത നിലവിലുണ്ടെന്ന് ബോധ്യപ്പെടുത്തുന്നതു തെളിയിക്കപ്പെട്ട വസ്തുതയെന്നും അങ്ങനെ നിലവിലുള്ളതായി ബോധ്യപ്പെടുത്താനാകാത്ത വസ്തുത തെളിയിക്കപ്പെടാത്ത വസ്തുതയായും ഇതിന് രണ്ടിനും കഴിയാത്തവിധമുള്ള സ്ഥിതി തെളിയിക്കാനാകാത്ത വസ്തുതയെന്നും മൂന്നായാണ് നിയമം വ്യവസ്ഥപ്പെടുത്തുന്നത്.

ലഭ്യമാക്കപ്പെടുന്ന തെളിവുകളുടെ മൂല്യത്തിന് വിധേയമായി സാക്ഷികളെ നേർസാക്ഷി, എതിർസാക്ഷി, നിക്ഷിപ്തസാക്ഷി, കൂറുമാറിയ സാക്ഷി എന്നിങ്ങനെ തിരിച്ചിരിക്കുന്നതായും കാണാം. തെളിയിക്കാനാകാത്തത് എന്ന് കരുതാനാകാത്ത ഒരു വസ്തുത തെളിയിക്കപ്പെടാത്ത സ്ഥിതിയിലല്ലാതെ വെളിവാക്കപ്പെടുമ്പോൾ അതിനെ തെളിയിക്കപ്പെട്ട വസ്തുതയായി കോടതി കാണും. മറിച്ച് തെളിയിക്കപ്പെടാവുന്ന ഒരു വസ്തുത തെളിയിക്കപ്പെടാതെയിരിക്കുംവരെ ആയത് തെളിവായി കോടതി കരുതും. അതുകൊണ്ട് ഒരു വസ്തുതയുടെ നിർണ്ണായക തെളിവായി മറ്റൊരു വസ്തുത ഈ നിയമപ്രകാരം പ്രഖ്യാപിക്കുവാൻ കോടതിക്ക് അധികാരം വന്നുചേരുന്നു.

ആരോപണവിധേയരുടെ മനോഗതി, മാനസികവ്യാപാരം, താൽപര്യം, ആഭിമുഖ്യം എന്നിവ വെളിപ്പെടുത്തുക, കൃത്യത്തെ കർത്താവിന്റെ മാനസികനിലയോട് ബന്ധിപ്പിക്കുക, കൃത്യത്തിന്റെ വസ്തുനിഷ്ഠമായ നിയമവിരുദ്ധത ഉറപ്പാക്കുക, സമാന സാഹചര്യങ്ങളിലെ നിയാമകവും നീതി നടത്തിപ്പുമായി ബന്ധപ്പെട്ട സ്ഥിതി വെളിപ്പെടുത്തുക, ആകസ്മികത, അസ്വാഭാവികത, മനഃപൂർവ്വ സ്ഥിതി, കാര്യകാരണബന്ധം എന്നിവ വ്യവസ്ഥാപിതമാക്കുന്നതിനുള്ള ഉപാധി തുടങ്ങിയവ തെളിവുനിയമം അനുശാസിക്കുന്നു.

കുറ്റസമ്മതം, അതിന്റെ മൂല്യം, തെളിവായി സ്വീകരിക്കപ്പെടുന്നതിനുള്ള മാനദണ്ഡം, നടപടിക്രമം, പ്രത്യാഘാതം, സ്വാധീനത എന്നിവ തെളിവുനിയമം വ്യവസ്ഥപ്പെടുത്തുന്നു. എന്നാൽ സിവിൽ തർക്കങ്ങളിൽ കുറ്റസമ്മതത്തിന് നിയാമകമായോ തർക്കസംബന്ധിയായോ വലിയ പ്രസക്തി കല്പിക്കപ്പെടുന്നില്ല. എന്നാൽ പരപ്രേരണ കൂടാതെ, നിർബ്ബന്ധത്തിന് വഴങ്ങാതെ, പ്രത്യാഘാതങ്ങൾ ബോധ്യപ്പെട്ട്, സ്വമേധയാ ഒരാൾ മജിസ്ട്രേറ്റിന് മുമ്പാകെ നടത്തുന്നതും രേഖപ്പെടുത്തുന്നതുമായ കുറ്റസമ്മതത്തിന് നിർണ്ണായക തെളിവിന്റെ സ്ഥാനമാണുള്ളത്. എന്നാൽ പ്രതി പൊലീസ് കസ്റ്റഡിയിൽവച്ച്, പൊലീസ് അന്വേഷണത്തിൽ, നടത്തുന്ന കുറ്റസമ്മതത്തിന് തെളിവ് മൂല്യം കൽപ്പിക്കപ്പെടുന്നില്ല. വിചാരണയ്ക്കിടയിൽ ഏതവസരത്തിലും പ്രതിക്ക് ആയത് നിഷേധിക്കാനും കുറ്റനിഷേധം നടത്താനും സാധ്യത നിയമം നൽകുന്നുണ്ട്. തുടർന്ന് കുറ്റാരോപണം സംശയാതീതമായി തെളിയിക്കാനുള്ള ബാധ്യത പ്രൊസിക്യൂഷനിൽ നിക്ഷിപ്തമായിരിക്കുന്നു. സംയുക്ത കുറ്റവാളികളിൽ ഒരാളുടെ കുറ്റസമ്മതം തെളിയിക്കപ്പെട്ടാൽ മറ്റുപ്രതികൾക്കെതി

രായ തെളിവായും അത് കോടതിക്ക് സ്വീകരിക്കാവുന്നതാണ്. ഇക്കാരണങ്ങളാലാണ് സ്വയംകുറ്റസമ്മതത്തെയും ശിക്ഷ ഏറ്റെടുക്കലിനെയും ഭരണഘടനതന്നെ അനുചിതമായിക്കണ്ട് പ്രതിരോധിക്കാനും അതിനെതിരായ അവകാശം മൗലികവകാശമായി രേഖപ്പെടുത്താനും തുനിഞ്ഞിരിക്കുന്നത്.

മരണമൊഴി സംബന്ധിച്ച വ്യവസ്ഥകൾ, മരണാസന്നരായി കഴിയുന്നവരുടെ മൊഴി രേഖപ്പെടുത്തേണ്ടുന്ന മാർഗ്ഗം, മറ്റ് ദൃക്സാക്ഷികളുടെ അഭാവത്തിൽ മരണമൊഴിയുടെ പരിമിതമായ തെളിവുമൂല്യം, സഹായകത്തെളിവുകളുടെ അഭാവത്തിൽ മരണമൊഴിമാത്രം ആശ്രയിച്ചുള്ള ശിക്ഷാസാദ്ധ്യത, മരണമൊഴി ഖണ്ഡിക്കാനോ സ്ഥാപിക്കാനോ ഉതകുന്ന വിധമുള്ള ഇതരതെളിവുകളുടെ മൂല്യവും അവയുടെ അംഗീകരണവും നിയമം വ്യവസ്ഥപ്പെടുത്തുന്നു. എന്നാൽ പരപ്രേരിതമൊഴി നല്കപ്പെടാനിടയുള്ളപ്പോൾ മരണമൊഴിയുടെ തെളിവുസാധ്യത നിയമം പരിമിതപ്പെടുത്തുകയും ചെയ്യുന്നു. നിരപരാധികളെ നിയമക്കുരുക്കിൽപെടുത്തുന്നതിനുള്ള ബോധപൂർവ്വശ്രമം ഇതുവഴി തടയാനാകും.

രേഖാമൂലമുള്ള തെളിവുകൾ ഏതെല്ലാമെന്നും അവയോരോന്നിനുമുള്ള തെളിവുമൂല്യമെന്തെന്നും ഈ നിയമം പ്രതിപാദിക്കുന്നു. കൃത്രിമമായി ചമച്ചതോ വ്യാജമോ തിരുത്തപ്പെട്ടതോ ആയ രേഖകൾ, വിധിപ്പകർപ്പുകൾ,പ്രമാണങ്ങൾ മുതലായവ സാധൂകരിക്കപ്പെടാത്ത തെളിവായി പരിണമിക്കുമെന്നും ഈ നിയമം അനുശാസിക്കുന്നു. തങ്ങൾക്ക് അനുകൂലമായ വിധിതീർപ്പ് നേടാനായി വഞ്ചനാപരമായോ വ്യാജമായോ അനധികൃതമായോ നിയമാതീതമായോ സമർപ്പിക്കപ്പെടുന്ന തെളിവുകൾ പരിഗണിക്കാനാവുന്നതല്ലെന്നും വ്യവസ്ഥപ്പെട്ടിരിക്കുന്നു.

വിദഗ്ദ്ധാഭിപ്രായം, വിദേശനിയമ/വിധിവ്യവസ്ഥകൾ, അന്യഭാഷാരേഖകൾ/പ്രമാണങ്ങൾ, ശാസ്ത്ര-സാങ്കേതിക-വൈജ്ഞാനിക കാര്യങ്ങൾ മുതലായവ സംബന്ധിച്ച് അറിവും കഴിവും പ്രാവീണ്യവും പരിചയവും ഉള്ളവരിൽനിന്ന് സ്വീകരിക്കുന്ന തെളിവുകൾ, ലിപിസങ്കേതങ്ങൾ, കയ്യെഴുത്തുകൾ, വിരലടയാളങ്ങൾ, രാസപരിശോധനാവിവരങ്ങൾ, ഔഷധപരിശോധനാവിവരങ്ങൾ തുടങ്ങിയവ സംബന്ധിച്ച വെളിപ്പെടുത്തലുകൾ,മേലന്വേഷണത്തെളിവുകൾ എന്നിവ സംബന്ധിയായും തെളിവുനിയമം വ്യവസ്ഥപ്പെടുത്തുന്നു. ഒട്ടേറെ കോളിളക്കം സൃഷ്ടിച്ച കേസുകളിൽ നിർണ്ണായകസ്ഥാനം ഇത്തരം വിദഗ്ദ്ധവെളിപ്പെടുത്തലുകൾക്ക് നേടിയെടുക്കാനായതായി കാണാം.

സിവിൽ കേസുകളിൽ നിർണ്ണായകമായ ഇതരതെളിവുകൾക്കൊപ്പം ബന്ധപ്പെട്ടവരുടെ മുൻകാല സ്വഭാവം, ചെയ്തികൾ, നിലവിലുള്ള പദവി, അതിന്റെ സ്വാഭാവിക സ്വാധീനം എന്നിവ പരിഗണിക്കപ്പെടും. ഏഴുവയസ്സിൽ താഴെയുള്ള കുട്ടികളെ നിഷ്കളങ്കരായി കരുതിക്കൊണ്ടും 7–12 വരെ കുട്ടികളുടെ കാര്യപ്രാപ്തി പരിശോധിച്ചു ബോധ്യപ്പെട്ടുകൊണ്ടും 12ന് മുകളിൽ പ്രായമുള്ളവരുടെ ത്യാജ്യഗ്രാഹ്യശേഷി തിരിച്ചറിഞ്ഞും അവരുടെ മൊഴിയുടെ തെളിവുമൂല്യം നിർണ്ണയിക്കപ്പെടും.

എന്നാൽ നിയാമകവ്യവസ്ഥകൾ, പാർലമെന്റ്/നിയമസഭാ നടപടി വിവരം തുടങ്ങിയവ ഉൾപ്പെടെയുള്ള വസ്തുതകൾ തെളിവുമൂല്യത്തിന് അതീതമായി പരിഗണിക്കപ്പെടുമെന്നതും നിയമം ചൂണ്ടിക്കാട്ടുന്നു. സംശയാതീതവും നിരുപാധികവും ആയി അംഗീകരിക്കപ്പെടുന്ന വസ്തുതകൾക്ക് തെളിവ് അനിവാര്യമല്ലെന്നതും നിയമം അനുശാസിക്കുന്നു. എന്നാൽ മിത്തും മതബോധനവും ഇപ്രകാരം തെളിവായി കരുതപ്പെടാനാവില്ലെന്നതും ശ്രദ്ധേയം. (*ഭഗവത്ഗീതയ്ക്ക്* വിധേയമായി ഭാരതീയർ ജീവിക്കണം എന്ന് വിധി പുറപ്പെടുവിച്ച് സ്ഥാനം ഒഴിയുന്ന ന്യായാധിപന്മാർ തെളിവിന്റെ യുക്തിഭദ്രത തന്നെ ചോദ്യംചെയ്യുകയാണ്. സംഖ്യാജ്യോതിഷവിശ്വാസംമൂലം 13-ാം നമ്പർ കോടതിമുറി വേണ്ടെന്നുവയ്ക്കുന്ന തീരുമാനവും ഈ ഗണത്തിൽ പെടുത്താം.)

രേഖാമൂലമുള്ള തെളിവുകളെ പൊതുരേഖയെന്നും സ്വകാര്യ രേഖയെന്നും നിയമം വേർതിരിക്കുന്നു. പരമാധികാര അധികാരസ്ഥർ, ഔദ്യോഗിക സ്ഥാപനങ്ങൾ, നീതിന്യായാസനങ്ങൾ, ഇതര പൊതുസ്ഥാപനങ്ങൾ, വിദേശരാഷ്ട്ര നിർമ്മിതരേഖകൾ, രാഷ്ട്രാന്തര സംഘടനാരേഖകൾ, സ്വകാര്യകൈവശത്തിലുള്ള പൊതുരേഖകൾ എന്നിവയാണ് പൊതുരേഖകളായി പറയുന്നവ. ഇവയല്ലാത്തതും സ്വകാര്യ നിയന്ത്രണത്തിലുള്ളതുമായ രേഖകളാണ് സ്വകാര്യ രേഖകൾ. പൊതുരേഖകളുടെ തത്സമം എന്ന് സാക്ഷ്യപ്പെടുത്തിയ പകർപ്പുകൾക്കും സമാന മൂല്യമാണുള്ളത്. വിവരാവകാശ നിയമംവഴി സമാഹരിക്കപ്പെടുന്ന രേഖകളുടെ പകർപ്പിന്റെ പ്രസക്തി ഇവിടെ കാണാം.

മൂന്ന് പാർട്ടുകളിലായി XI അദ്ധ്യായങ്ങളും 167 വകുപ്പുകളും ഒരു പട്ടികയും ഉൾക്കൊള്ളുന്ന തെളിവുനിയമത്തിലെ നിർണ്ണായകമായ മറ്റൊരു ഘടകമാണ് തെളിയിക്കപ്പെടുന്നതിനുള്ള ബാധ്യത സംബന്ധിച്ച വ്യവസ്ഥകൾ. ഏതൊരു തെളിവും ഹാജരാക്കുന്നവർക്കാണ് അതിന്റെ നിജസ്ഥിതി തെളിയിക്കാനുള്ള ബാധ്യതയും നിലവിലുള്ളത്. ക്രിമിനൽ കേസുകളിൽ സാധാരണഗതിയിൽ തെളിയിക്കപ്പെടാനും പ്രതിക്കെതിരെ കുറ്റാരോപണം വ്യവസ്ഥാപിതമാക്കാനും ഉള്ള ബാധ്യത പ്രോസിക്യൂഷനിൽ നിക്ഷിപ്തമാണ്. എന്നാൽ സ്ത്രീകൾക്കെതിരായ ആക്രമണം, സ്ത്രീധനപീഡനം, ഗാർഹികാതിക്രമം തുടങ്ങിയ നിയമങ്ങളിൽ ഖണ്ഡനപരമായി തെളിയിക്കാനുള്ള ബാധ്യത പ്രതിയിൽ നിക്ഷിപ്തമായിരിക്കും. എന്നാൽ കേട്ടുകേഴ്വിക്കും ഊഹാപോഹത്തിനും തെളിവിന്റെ മൂല്യമോ സാധ്യതയോ ഉണ്ടായിരിക്കുന്നതല്ല. മരണപ്പെട്ടുവെന്നു കരുതി വർഷങ്ങൾക്കുശേഷം മടങ്ങിയെത്തുന്നവർ, ഏഴുവർഷത്തിലധികകാലമായി അപ്രത്യക്ഷരായവർ തുടങ്ങിയവരെ സംബന്ധിച്ച് തെളിവുകൾ ഹാജരാക്കുന്നവർക്കാണ് അതിന്റെ സത്യസന്ധത ഉറപ്പാക്കാനുള്ള ബാധ്യത.

ഇന്ത്യയിൽ നിയാമകമായി നിഷേധനിഷേധം എന്ന (എസ്റ്റോപ്പൽ) വ്യവസ്ഥ പാലിക്കുന്ന അപൂർവ്വം ഘട്ടങ്ങളിൽ ഒന്നാണ് തെളിവുനിയമത്തിലെ മൂന്നാം അധ്യായം. ഒരാളുടെ വാക്കോ പ്രവൃത്തിയോ ഒഴിവുക

ഴിവോ മൂലം മറ്റൊരാൾ ഉത്തമവിശ്വാസത്തോടെ ഒരു കൃത്യം നിർവ്വഹിക്കപ്പെട്ടശേഷം അതിനിടയാക്കിയ വ്യക്തിക്കോ ബന്ധപ്പെട്ടവർക്കോ ടി വസ്തുതക്ക് വിരുദ്ധമായോ ആയത് നിഷേധിച്ചോ പെരുമാറാൻ നിയമം അനുവദിക്കുന്നില്ല.

ഇതിനെല്ലാം പുറമേ സാക്ഷിമൊഴികൾ, അവ ലഭ്യമാക്കുന്നതിനുള്ള മാർഗ്ഗങ്ങൾ, അവയുടെ തെളിവുപരമായ സാധ്യതകളും മൂല്യവും ഉൾപ്പെടെയുള്ള കാര്യവും ഈ നിയമം പരാമർശിക്കുന്നു. ഉദാഹരണത്തിന് സ്ത്രീകൾക്കെതിരായ കുറ്റകൃത്യങ്ങളിലും പട്ടികജാതി/പട്ടികവർഗ്ഗ അതിക്രമങ്ങളിലും വിധേയരാക്കപ്പെടുന്നവരുടെ മൊഴിയുടെ വർദ്ധിച്ച മൂല്യം, ബധിരമൂകസാക്ഷികളുടെ തെളിവുമൂല്യം, ഔദ്യോഗിക വിവര വിനിമയത്തിന്റെ തെളിവ്മൂല്യം, സാങ്കേതികവും തൊഴിൽപരവുമായ ആശയവിനിമയത്തിന്റെ തെളിവ് മൂല്യം തുടങ്ങിയവയും ഈ നിയമം വ്യവസ്ഥപ്പെടുത്തുന്നു.

തെളിവെടുപ്പിന്റെ രീതിശാസ്ത്രവും തെളിവുനിയമം ക്രമപ്പെടുത്തുന്നുണ്ട്. അവ അന്യത്ര പരാമർശിച്ചിരിക്കുന്നതിനാൽ ഇവിടെ വിശദീകരിക്കുന്നില്ല. എന്നാൽ ചോദ്യകർത്താവ് പ്രതീക്ഷിക്കുന്ന ഉത്തരം മൊഴികർത്താവിന്റെ നാവിൽ തിരുകുംവിധമുള്ള നിയുക്ത ചോദ്യങ്ങൾ (loaded questions) വിചാരണയിലും വിസ്താരത്തിലും ഒഴിവാക്കണം എന്നനുശാസിക്കുന്നു. പക്ഷെ എതിർവിസ്താരത്തിൽ അപ്രകാരമുള്ള നിയുക്ത ചോദ്യങ്ങൾ ഉന്നയിക്കാവുന്നതാണ്. മൊഴികർത്താവ് നിർബന്ധിതമായിട്ടും ഉത്തരം നൽകേണ്ടതായ ഘട്ടത്തിൽ ഏതുതരം ചോദ്യങ്ങളാകാം എന്നത് കേടതിക്ക് യുക്തമായി തീരുമാനിക്കാം. അടിസ്ഥാനമില്ലാത്തതോ, വ്യക്തിയെ അപമാനകരമായി ചിത്രീകരിക്കുന്നതോ പ്രതിപാദിക്കുന്നതോ പരസ്പര വൈരവും വിദ്വേഷവും സൃഷ്ടിക്കുന്നതോ ആയ ചോദ്യം ഒഴിവാക്കപ്പെടണമെന്നും നിയമം അനുശാസിക്കുന്നുണ്ട്.

ഇങ്ങനെയെല്ലാമാണെങ്കിലും ഒരു തെളിവ് അനുചിതമായി സ്വീകരിക്കപ്പെടുന്നതോ അംഗീകരിക്കപ്പെടുന്നതോ തിരസ്കരിക്കപ്പെടുന്നതോ ആയ സാഹചര്യം തനതായി ഒരു കേസിന്റെ പുനഃപരിശോധനയ്ക്കോ പുനർവിചാരണയ്ക്കോ കാരണമാകില്ലെന്നും ഈ നിയമം വ്യവസ്ഥപ്പെടുത്തുന്നു.

1938 ലെ ഭേദഗതി നിയമം വഴി, മൂലനിയമത്തിൽ ഉൾപ്പെടുത്തപ്പെട്ടിരുന്ന പട്ടിക തെളിവുനിയമത്തിൽനിന്ന് ഒഴിവാക്കപ്പെട്ടു. നിലവിൽ ഉള്ള തെളിവുനിയമത്തിൽ ഇതരനിയമങ്ങളിലെ തെളിവുവ്യവസ്ഥകൾ സംബന്ധിച്ചുള്ള അനുബന്ധം മാത്രമാണ് ഉൾച്ചേർക്കപ്പെട്ടിട്ടുള്ളത്. നടപടിക്രമനിയമം, തെളിവുനിയമം, ശിക്ഷാനിയമം ഇവ മൂന്നും ഏകോപിപ്പിച്ചുകൊണ്ടും അതിനുതകും വിധം കോടതി നടപടിക്രമചട്ടം പരിപാലിച്ചുകൊണ്ടുമാണ് ഇന്ത്യയിലെ നിയമനീതി സ്ഥാപനങ്ങൾ പ്രവർത്തിച്ചുവരുന്നത്.

15

കരാർനിയമങ്ങൾ

വ്യക്തിജീവിതത്തിലും പൊതുജീവിതത്തിലും ഒരുപോലെ പ്രസക്തമാണ് കരാർ നിയമങ്ങൾ. ഒട്ടേറെ ഉപശാഖകളുള്ളതാണ് കരാർനിയമം. സിവിൽ നിയമ സംഹിതയുടെ ഭാഗമായിരുന്ന പൊതുകരാർ വ്യവസ്ഥകൾ മാത്രം പരാമർശിക്കാനാണ് ഇവിടെ ശ്രമിക്കുക.

രണ്ടോ അതിലധികമോ വ്യക്തികൾ പരസ്പര സമ്മതപ്രകാരം വാക്കാലോ രേഖാമൂലമോ പ്രവൃത്തിയിലൂടെയോ ഉറപ്പാക്കുന്നതായ അവകാശങ്ങൾ, അധികാരങ്ങൾ, ഉത്തരവാദിത്വങ്ങൾ, ബാധ്യതകൾ എന്നിവ സംബന്ധിച്ച കരണമാണ് കരാർ. നിലവിലുള്ള പൊതുനിയമ വ്യവസ്ഥകൾക്ക് അനുരോധമായി കരാറിൽ ഏർപ്പെടുന്നതിനും അവ പ്രാബല്യത്തിൽ വരുത്തുന്നതിനുമുള്ള മാർഗ്ഗം, നിബന്ധനകൾ, നടപടിക്രമം, തർക്കങ്ങൾ, അവയുടെ പരിഹാരം തുടങ്ങിയവയാണ് കരാർനിയമത്തിന്റെ ഉള്ളടക്കം. ഇതിനുപുറമേ പ്രത്യേകതരം കരാറുകളായ പണയ പാട്ടം, വായ്പകൾ, ജാമ്യം, ഏജൻസി, നഷ്ടോത്തരവാദിത്വം തുടങ്ങിയവ പ്രതിപാദിക്കുന്ന ഉപഘടകങ്ങളും കരാർ നിയമത്തിൽ അടങ്ങിയിരിക്കുന്നു.

നിയമാനുസാരിയായ ഘടകങ്ങൾ ഉറപ്പാക്കി കരാർ കക്ഷികൾ പരസ്പര സമ്മതപ്രകാരം ധാരണയിലെത്തുന്നതും നിലവിലുള്ള നിയമങ്ങളുടെ അംഗീകരണമുള്ളതും പ്രായോഗികവും നിയമാനുസൃത നിവൃത്തിമാർഗ്ഗം അവലംബിക്കാവുന്നതുമായ പരസ്പര വാഗ്ദത്തമാണ് കരാറിന്റെ അടിത്തറ. കരാറിൽ ഏർപ്പെടാൻ നിയമാനുസൃതയോഗ്യതയുള്ളവരും അയോഗ്യത ബാധകമാക്കപ്പെടാത്തവരും ആയ രണ്ടുപേരെങ്കിലും സാധുവായ കരാറിന് അനുപേക്ഷണീയമാണ്. ഇതിൽ ഒന്നാം കക്ഷിയായ ഒരാൾ ഉന്നയിക്കുന്ന നിർദ്ദേശം മറുപക്ഷം (2–ാം കക്ഷി) സ്വീകരിച്ച് ആയതിന് നിയമാനുസൃതമായ മൂല്യം കൈപ്പറ്റിക്കൊണ്ട് എത്തിച്ചേരുന്ന ഫലത്തെയാണ് കരാർ സൂചിപ്പിക്കുന്നത്. പ്രേഷിതർക്കും

സ്വീകർത്താക്കൾക്കും ഇടയിൽ തന്മൂലം നിർവ്വചിക്കപ്പെടാവുന്ന അവകാശങ്ങളും ബാധ്യതകളും സംജാതമാകും. എന്നാൽ പരസ്യങ്ങൾ, നോട്ടീസുകൾ, അഭ്യർത്ഥനകൾ മുതലായവ പ്രത്യേക പ്രേക്ഷിതരോ വിധികർത്താക്കളോ ഇല്ലാത്ത പൊതു അറിയിപ്പ് മാത്രമായാണ് കരുതുന്നത്. ഏതൊരാൾ അവ സ്വാംശീകരിച്ച് പ്രാബല്യത്തിൽ വരുത്തുന്നുവോ അതോടെ പൊതുനിർദ്ദേശം മാനിച്ചുള്ള പരസ്പരബന്ധിത കരാർ രൂപം കൊള്ളുന്നതായി നിയമം അനുശാസിക്കുന്നു. ഇത്തരം നിർദ്ദേശങ്ങൾ പ്രാവർത്തികമാക്കുകവഴി സംഭവിച്ചേക്കാവുന്ന നഷ്ടം നികത്താൻ മറുകക്ഷി ബാധ്യസ്ഥരാകുകയും ചെയ്യും. ബാങ്ക്, ചിട്ടി, വ്യാപാര, വാണിജ്യസ്ഥാപനങ്ങളുടെ പരസ്യം, ഫോറം തുടങ്ങിയവ ഇതിന് ഉദാഹരണം.

നിർദ്ദിഷ്ട കാലാവധിക്കുള്ളിൽ മറുകക്ഷി നിർദ്ദേശം സംബന്ധിച്ച് തീരുമാനം അറിയിച്ച് കരാർ പൂർത്തിയാക്കിയിരിക്കണം. എന്നാൽ മാത്രമേ കരാർ സാധുവായിരിക്കുകയുള്ളു. റദ്ദുചെയ്തതോ പിൻവലിക്കപ്പെട്ടതോ ആയ വാഗ്ദാനം, കാലാവധി കഴിഞ്ഞ നിർദ്ദേശം, നിർദ്ദിഷ്ട കാലാവധി നിശ്ചയിക്കാത്തപ്പോൾ ന്യായമായ കാലാവധി, നിബന്ധനാവിധേയ നിർദ്ദേശങ്ങൾ, നിബന്ധന പാലിക്കാതിരിക്കുമ്പോൾ നിർദ്ദേശകർ മരണപ്പെടുന്നുവെങ്കിൽ, നിർദ്ദേശകർ സ്ഥിരബുദ്ധി നഷ്ടമാകുന്ന സ്ഥിതിയിൽ തുടങ്ങിയ അവസ്ഥകളിൽ ഇത്തരം നിർദ്ദേശങ്ങളെ ആസ്പദമാക്കിയുള്ള കരാറിന് മൂല്യം ഉണ്ടായിരിക്കില്ല.

മൂല്യവത്തായ പ്രതിഫലം സ്ഥാപിക്കാതെയോ കൈമാറാതെയോ ഉള്ള കരാറുകളും സാധുവായി കരുതാനാവില്ല. എന്നാൽ സ്നേഹവാത്സല്യങ്ങൾ, മുൻകാല സേവന പാരിതോഷികം, കാലഹരണപ്പെട്ട കടം തിരികെ കൊടുക്കൽ, അവിഹിത സഹവാസത്തിനുള്ള പ്രതിഫലം മുതലായവ സംബന്ധിച്ച് സൃഷ്ടിക്കപ്പെടുന്ന കരാറുകൾ ഇപ്രകാരം മൂല്യവത്തായ പ്രതിഫലസാധ്യത ഉള്ളവയായി കരുതാനാവില്ല.

ഇന്ത്യൻ കരാർ നിയമവ്യവസ്ഥകൾ അനുസരിച്ച് പ്രായപൂർത്തിയെത്തിയ, സാമാന്യബോധമുള്ള, സ്ഥിരബുദ്ധിയുള്ള പാപ്പരാക്കപ്പെടാത്തവരായ ഏതൊരാൾക്കും കരാറിൽ ഏർപ്പെടുന്നതിന് കഴിയും. എന്നാൽ പ്രായപൂർത്തിയെത്താത്ത കുട്ടികൾ, ബുദ്ധിമാന്ദ്യം ബാധിച്ചവർ, നിയമപ്രകാരം അയോഗ്യരാക്കപ്പെട്ടവർ എന്നിവർക്ക് കരാറിൽ ഏർപ്പെടാനാവില്ല. പ്രായപൂർത്തിയാകാത്ത ഒരാൾ തന്റെ നിലനിൽപ്പിനായി വേണ്ടുന്ന അവശ്യ ഘടകങ്ങൾക്കായി വാഗ്ദത്തം നൽകിയിട്ടുണ്ടെങ്കിൽ ആയത് അനുസരിച്ച് നിവൃത്തി തേടാൻ മറുകക്ഷിക്ക് കഴിയും. മൈനറുടെ ഗുണം ലക്ഷ്യമാക്കിയും അവർക്ക് ബാധ്യതയില്ലാത്തതുമായ കരാറിൽ അവർക്ക് ഏർപ്പെടാവുന്നതാണ്. ബുദ്ധിസ്ഥിരത എന്നത് സ്വമേധയാ നിരുപാധിക സമ്മതം നൽകുന്നതിന് അടിസ്ഥാന മുന്നുപാധിയാകയാൽ ബുദ്ധിമാന്ദ്യം സംഭവിച്ചവരുടെ കരാർ സ്വമേധയാ അസാധുവായിരിക്കും.

തദ്ദേശീയരോ വിദേശീയരോ ആയ ഏതൊരു കക്ഷിയുമായി വ്യവസ്ഥാപിത കരാറിൽ ഏർപ്പെടാം. ഒരു ശത്രുപക്ഷ രാജ്യത്തെ വ്യക്തിയു

മായി ഉണ്ടായേക്കാവുന്ന കരാർ യുദ്ധകാലസാഹചര്യത്തിൽ റദ്ദാക്കപ്പെടാം. കമ്പനികൾ, കൂട്ടുസ്ഥാപന സംരംഭങ്ങൾ മുതലായവയുമായി ഏർപ്പെടുന്ന കരാറുകൾ അവയുടെ നിയമാനുസൃത ലക്ഷ്യത്തിനും വ്യവസ്ഥാപനകരാറിനും വിധേയമായിരിക്കണം. ഉദാഹരണമായി ഒരു കമ്പിനിയുമായി അതിന്റെ പ്രഖ്യാപിത ലക്ഷ്യത്തിന് വിരുദ്ധമായി ഏർപ്പെടുന്ന കരാറിന് നിയമസാധുത ഉണ്ടായിരിക്കില്ല.

ഭീഷണി, അനുചിത സ്വാധീനം, ദുഃസ്വാധീനം, നിർബന്ധം, വഞ്ചന, കബളിപ്പിക്കൽ, തെറ്റിദ്ധാരണ മുതലായവയിലൂടെ എത്തിച്ചേരുന്ന കരാറിന് സ്വതന്ത്രസമ്മതമില്ല എന്ന കാരണത്താൽ സാധുത നഷ്ടമാകുന്നു. എന്നാൽ വസ്തുനിഷ്ഠസാഹചര്യത്തെപ്പറ്റി തെറ്റിദ്ധാരണമൂലം സംഭവിച്ച കരാർ ബന്ധപ്പെട്ട കക്ഷികൾ അംഗീകരിച്ച് സാധൂകരിച്ചാൽ ആയതിന് പ്രാബല്യം ഉണ്ടാകുന്നതാണ്. കരാർ കക്ഷികളുടെ പരസ്പരസമ്മതവും അതിന് സഹായകമായ മാനസിക രഞ്ജിപ്പുമാണ് കരാറിന്റെ മൂല്യവും പ്രാബല്യവും ഉറപ്പാക്കുന്നത്.

നിർദ്ദിഷ്ട സമയപരിധിക്കുള്ളിൽ കരാർ പ്രാബല്യത്തിൽ വന്നിരിക്കണം. എന്നാൽ നിബന്ധനാധിഷ്ഠിത കരാറുകൾ തദനുസരണമായിരിക്കും നടപ്പാക്കപ്പെടുക. സമയം വ്യവസ്ഥ ചെയ്യപ്പെടുന്നില്ലെങ്കിൽ ന്യായമായ കാലയളവിനുള്ളിൽ കരാർ പാലിക്കപ്പെട്ടിരിക്കണം. ഒരു കക്ഷി ക്രമപ്രകാരം കരാർ പാലിക്കുന്നില്ലെങ്കിൽ, മറുകക്ഷിക്ക് മുറപ്രകാരം കരാർ പാലിച്ച് പൂർത്തിയാക്കുകയും വീഴ്ചവരുത്തിയവരെ സംബന്ധിച്ചിടത്തോളം കരാർ അസാധുവാക്കിക്കിട്ടാൻ നടപടിയെടുക്കുകയും ചെയ്യാവുന്നതാണ്. അന്യോന്യ നിർവ്വഹണ കരാറുകൾ ഏകപക്ഷീയമായി നിറവേറ്റപ്പെടുകവഴി സാധൂകരിക്കപ്പെടില്ല. കരാറിന്റെ സ്വഭാവമനുസരിച്ചായിരിക്കും നിർവ്വഹണരീതി നിശ്ചയിക്കപ്പെടുക. കക്ഷികൾ പരസ്പരസമ്മതപ്രകാരം യോജിച്ച നിർവ്വഹണരീതി നിർണ്ണയിക്കാവുന്നതാണ്.

നിലവിലുള്ള കരാർ നിറവേറ്റപ്പെടാതിരിക്കുകയോ പുതിയ കരാർ സാധ്യമാകുകയോ നിർദ്ദിഷ്ട കരാർ റദ്ദുചെയ്യപ്പെടുകയോ അസാധുവാക്കപ്പെടുകയോ കരാർ വ്യവസ്ഥകളിൽ മാറ്റം വരുത്തുകയോ ചെയ്താൽ ആദ്യ കരാറിന് പ്രാബല്യം ഉണ്ടാകില്ല. അത്തരം അവസ്ഥയിൽ പുതിയ കരാറിന് രൂപംനൽകേണ്ടതായി വരും.

കരാർ കക്ഷികൾ ബാധ്യത നിർവ്വഹിക്കാൻ കഴിയാത്തവരായിത്തീരുകയോ നിർവ്വഹിക്കപ്പെടേണ്ട ബാധ്യതകൾ ഉപേക്ഷിക്കപ്പെടുകയോ കക്ഷിയുടെ പ്രവൃത്തിയാൽ പൂർണ്ണമായോ ഭാഗികമായോ കരാർ ലംഘനം ഉണ്ടാകുകയോ ചെയ്താൽ കരാർ നിർവ്വഹണം സാധ്യമല്ലാതാകും. ഇത് നിർവ്വഹണഘട്ടത്തിലോ അതിനുമുമ്പോ സംഭവിക്കാം. മുൻകൂറായോ തത്സമയത്തോ സംഭവിക്കുന്ന കരാർലംഘനത്തിന് നഷ്ടപരിഹാര ബാധ്യത വന്നുചേരുന്നതാണ്.

കരാർ വ്യവസ്ഥകൾ, കരാർലംഘനം വഴിയുണ്ടാകുന്ന കഷ്ടനഷ്ടങ്ങൾ, കരാർലംഘനത്തിന്റെ സ്വഭാവം, കക്ഷിയുടെ താൽപ്പര്യം എന്നിവ കണക്കിലെടുത്തായിരിക്കും നഷ്ടോത്തരവാദിത്വം നിർണ്ണയിക്കുക.

സ്വാഭാവികമായും ആനുപാതികമായും ഉള്ള നഷ്ടപരിഹാരം മാത്രമേ ഈടാക്കാൻ കഴിയു. സംഭവിക്കാവുന്ന കരാർലംഘനം മുൻകൂർ നിബ സ്ഥനയായി വച്ച് നഷ്ടപരിഹാരവും കരാറിൽതന്നെ വ്യവസ്ഥപ്പെടു ത്താൻ കഴിയും. യഥാർത്ഥ നഷ്ടത്തിലും കവിഞ്ഞാണ് ഇത്തരം ഉപാ ധിയെങ്കിലും ആയത് ഈടാക്കിയെടുക്കാനാവും.

16

നഷ്ടപരിഹാര നിയമങ്ങൾ

മനുഷ്യസ്വഭാവം, പെരുമാറ്റം, ബന്ധവൈരുദ്ധ്യങ്ങൾ, താൽപ്പര്യങ്ങൾ, അവയുടെ സംഘർഷം, അതിനുള്ള പരിഹാരം എന്നിവയെല്ലാം ഉൾക്കൊള്ളുന്ന തത്ത്വങ്ങൾക്ക് ന്യായശാസനാനിയമങ്ങൾ എന്ന് വിളിക്കാം. ഇത്തരത്തിൽ മനുഷ്യർ തങ്ങളുടെ നിലനിൽപ്പിനും സന്തുലിതാവസ്ഥയ്ക്കും വികാസത്തിനും സഹായകമായി രൂപപ്പെടുത്തുന്ന പ്രമാണങ്ങളാണ് നിയമങ്ങൾ. അതുകൊണ്ടാണ് നിയമം നിയമത്തിനുവേണ്ടിയും മനുഷ്യൻ നിയമത്തിനുവേണ്ടിയും ഉള്ളതല്ല, നിയമം മനുഷ്യനുവേണ്ടിയുള്ള ഉപാധിയാണെന്ന് വ്യാഖ്യാനിക്കപ്പെടുന്നത്.

ഒരു വ്യക്തിയുടെ ഏതൊരു ക്രിയയും അയാളുടെ താൽപ്പര്യം സാർത്ഥകമാക്കുന്നതിനായിരിക്കും. സ്വസംതൃപ്തിക്കായി അനുഷ്ഠിക്കുന്ന ഒരു കൃത്യവും ക്രിയയും മറ്റൊരാളിന്റെ താൽപ്പര്യത്തെയോ അവകാശത്തെയോ ഹനിക്കുവാൻ ഇടയാക്കിക്കൂടാ. അതിന് വിരുദ്ധമായി മറ്റൊരു വ്യക്തിയുടെ താൽപ്പര്യം ഹനിക്കപ്പെടുമ്പോഴാണ് അതിനിടയാക്കുന്നവരിൽ ബാധ്യത വന്നുചേരുന്നത്. ഈ വിശകലനം എത്തിച്ചേരുക ഏതൊരു അവകാശത്തിനും അത് ഹനിക്കപ്പെടുന്നപക്ഷം അതിനുള്ള പരിഹാരവും ഉണ്ടായിരിക്കും എന്ന പൊതുനിയമത്തിൽ ആയിരിക്കും. എന്നാൽ ഇതൊരു സാർവ്വകാലിക സ്വയംസമ്പൂർണ്ണ തത്ത്വമല്ല. ഇങ്ങനെയല്ലാതെതന്നെ അവകാശവും പരിഹാരവും നിർദ്ദേശിക്കുന്ന നിയമങ്ങൾ കാണാം. ഉദാഹരണത്തിന് ഭരണഘടന വിഭാവനംചെയ്യുന്ന മൗലികാവകാശം പ്രത്യേക ബാധ്യത സ്ഥാപിക്കുമ്പോഴുണ്ടാകുന്നതല്ല, പൗരത്വസിദ്ധമായ അവകാശമാണത്. അതുപോലെ പെൻഷൻ ആനുകൂല്യം ഏതെങ്കിലും അവകാശനഷ്ടത്തിനുള്ള പരിഹാരമല്ല, സാമൂഹ്യസുരക്ഷാഭാഗമാണത്

എന്നാൽ നിയമാനുസൃതം അംഗീകൃതവും പ്രായോഗികവുമായ

ഒരു അവകാശം ഒരാളുടെ കൃത്യമോ കൃത്യവിലോപമോ മൂലം ഹനിക്കപ്പെടുകയോ ഹനിക്കപ്പെടാൻ അവസരമൊരുങ്ങുകയോ ചെയ്താൽ തന്മൂലം സംഭവിക്കുന്ന ചേതം അഥവാ നഷ്ടം നികത്തിക്കൊടുക്കാനും നിയമാനുസൃതമായ കൃത്യം നിറവേറ്റാനുമുള്ള ബാധ്യത വന്നുചേരുമെന്ന തത്ത്വത്തെ ആശ്രയിച്ചു വികസിച്ചുവന്ന വിപുലമായ നിയമശാസ്ത്രശാഖയാണ് നഷ്ടപരിഹാര നിയമം.

ഏറെക്കാലം നിയമചരിത്രത്തിൽ കരാർനിയമത്തിന്റെ ഘടകങ്ങളായി വർത്തിച്ചുപോന്നതാണ് നഷ്ടപരിഹാര തത്ത്വവും. എന്നാൽ വിശ്വാസവഞ്ചന, വ്യാജ ഉടമ്പടി, അവിഹിത ഇടപാട് തുടങ്ങിയ ഘടകങ്ങളിൽനിന്നും വ്യത്യസ്തമായ ഒരു ശാഖ, സ്വകാര്യ കുറ്റകൃത്യങ്ങളെ അവലംബിച്ച് വിപുലപ്പെട്ടതാണ് നഷ്ടപരിഹാരനിയമം. ഇംഗ്ലണ്ടിൽ 9–ാം നൂറ്റാണ്ടുമുതൽ പ്രാരംഭം കുറിച്ച് 14–ാം നൂറ്റാണ്ട് ആയപ്പോഴേക്കും പ്രചാരംനേടിയ ഈ ശാഖ ഇന്ത്യയിലും സുപ്രധാന സ്ഥാനം നേടിയിരിക്കുന്നു.

ഒരു വ്യക്തിയുടെ കൃത്യമോ കൃത്യവിലോപമോ ആണ് ഈ ശാഖയ്ക്ക് ആധാരം. തന്മൂലം മറ്റൊരാളുടെ ഏതെങ്കിലും നിയമപരമായ അവകാശതാൽപ്പര്യത്തിന് ഭംഗം വരണം. എന്നാൽ എല്ലായ്പ്പോഴും ഒരാളിന്റെ പിഴവ് തന്നെയാകണം നഷ്ടപരിഹാരവ്യവസ്ഥയെ ആകർഷിക്കുന്ന ഘടകം എന്നില്ല. ഉദാഹരണത്തിന് വാഹനാപകടം സംഭവിച്ചതറിഞ്ഞിട്ട് ഒരു നിമിഷം മാത്രം വാഹനം നിർത്തി ഉടൻ അതിവേഗം ഓടിച്ച് സ്ഥലംവിടാൻ ഒരാൾ ശ്രമിച്ചെങ്കിൽ അയാൾ നിയമനീതി ധർമ്മം അതിലംഘിക്കുകയാണെന്ന് കരുതാം. അപകടത്തിന് കാരണക്കാർ അവരല്ലെങ്കിലും നിയമപരമായ ബാധ്യത നിറവേറ്റാത്തതിന് നടപടി എടുക്കാവുന്നതാണ്. യഥാർത്ഥ അപകടകാരണത്തേക്കാൾ ഉപരി ഇവിടെ കുറ്റകരമായി ഭവിച്ചത് വാഹന ഉടമയുടെ ഉപേക്ഷയാണ് കാരണം. അതിലടങ്ങിയിട്ടുള്ള മാനസികാവസ്ഥയാണ് കുറ്റകരമായി പരിണമിക്കുന്നത്.

സ്വകാര്യനഷ്ടം രണ്ടു വിധത്തിലാകാം. ഒന്ന് നിർണ്ണായകമായ നഷ്ടമോ ഹാനിയോ സംഭവിച്ചു എന്നതിന് തെളിവുകൾ ഇല്ലെന്നിരിക്കിലും നഷ്ടപരിഹാര നടപടി തേടാവുന്ന തരം. രണ്ടാമത്തേതാകട്ടെ ഏതെങ്കിലും വിധമുള്ള നഷ്ടം സംഭവിച്ചു എന്ന് സംശയരഹിതമായി തെളിയിച്ചാൽ മാത്രം പരിഹാരം തേടാനുതകുന്ന തരം. ഒരാളിന്റെ കൃത്യം മറ്റൊരാളെ ബാധിച്ചാൽതന്നെ, തന്മൂലം യാതൊരു നഷ്ടമോ ഹാനിയോ സംഭവിച്ചില്ലെങ്കിൽക്കൂടി നിയമാനുസൃത നഷ്ടപരിഹാരം തേടാവുന്നതാണ് ആദ്യ ഇനം. മറിച്ച് ഏതെങ്കിലുംവിധം നഷ്ടം ഒരാൾക്ക് മറ്റൊരാളുടെ പെരുമാറ്റ ഫലമായി സംഭവിച്ചാൽ ആയതിനിടയാക്കാവുന്നവിധം ഹാനികരമായി പ്രസ്തുത പ്രവൃത്തി അഥവാ ഉപേക്ഷ കണക്കിലെടുക്കണം. ഇത്തരം ബന്ധമോ ഉത്പ്രേരകത്വമോ എത്രതന്നെ നേരിട്ടുള്ളതോ വിദൂരസ്ഥമോ ആയിരുന്നാലും അതിനുള്ള പരിഹാരമാണ് നഷ്ടപരിഹാര നിയമം നിർദ്ദേശിക്കുക.

നഷ്ടപരിഹാര നിയമത്തിലെ പരിഹാര ഉപാധി ആത്യന്തികമായ നഷ്ടവും ആയതിന് ആനുപാതികവും പൂരകവുമായ പരിഹാരവും

തന്നെയാണ്. എന്നാൽ പൊതുവായ ചില ഒഴിവുകഴിവുകൾ നഷ്ടോത്തരവാദിത്വത്തിന് എതിരായി നിയമം അംഗീകരിക്കുന്നതും കാണാം. സ്വയംസന്നദ്ധമായ (സ്വതന്ത്രമായും സ്വമേധയായും ലഭിക്കുന്ന സമ്മതം) ഭയാശങ്കയോ പാക്ഷികാഭിമുഖ്യമോ കൂടാതെയുള്ള സമ്മതമോ ആയ പ്രവൃത്തിയുടെ പ്രത്യാഘാതം. അവിഹിത ഇടപാടുകളുടെ ഫലം, പങ്കാളിത്ത ഉപേക്ഷ, അന്യായക്കാരൻതന്നെ കൃതകാരണമായിത്തീരുക, ഒഴിവാക്കാനാകാത്ത അപകടം, പ്രകൃതിദുരന്തം അസാധാരണവും അസ്വാഭാവികവുമായ സാഹചര്യം, സ്വപ്രതിരോധം-യാദൃച്ഛികമായ പിശക്- നിയമപരമായ അനിവാര്യത, നിയാമക പദവിയുടെ പ്രയോഗം എന്നിവ ഇത്തരത്തിൽ ഒഴിവുകഴിവുകളായും കുറ്റവിമുക്തി നേടാനുള്ള മാർഗ്ഗമായും നിയമം നിർദ്ദേശിക്കുന്നു. ഇത്തരത്തിൽ ഉള്ള നഷ്ടോത്തരവാദിത്വം അഥവാ നഷ്ടപരിഹാര ബാധ്യത തീർപ്പാക്കുന്നതിന് രണ്ട് പ്രധാന ഘടകങ്ങൾ പരിശോധനാവിധേയമാക്കണം.

1. നഷ്ടമോ ഹാനിയോ സംഭവിക്കാനിടയുണ്ടെന്ന മുൻവിധി/മുൻധാരണ.
2. കൃത്യവും കൃത്യവിലോപവും സംഭവിച്ച നഷ്ടവുമായി എത്രയളവ് നേരിട്ടും അല്ലാതെയും ബന്ധപ്പെട്ടിരിക്കുന്നു എന്നത്.

എന്നാൽ നഷ്ടത്തിന്റെ അസംഭാവ്യതയോ അസാധ്യതയോ നഷ്ടപരിഹാരബാധ്യതയിൽനിന്ന് ഒരാളെ ഒഴിവാക്കാൻ സഹായിക്കുന്നില്ല എന്നതും ശ്രദ്ധേയമാണ്.

നഷ്ടപരിഹാര നിയമത്തിൽ നിർണ്ണായക ഘടകം ഒരാൾക്ക് അന്യായക്കാരനായിട്ടോ ബാധ്യസ്ഥനായിട്ടോ വ്യവഹാരകാര്യത്തിന്റെ നടത്തിപ്പിൽ ഏർപ്പെടുന്നതിനുള്ള യോഗ്യതയാണ്. ആ നിലയ്ക്ക് രാഷ്ട്രത്തിനും കമ്പനികൾക്കും കുട്ടികൾക്കും ഗർഭസ്ഥശിശുവിനും നഷ്ടപരിഹാര ഉപാധിക്ക് അർഹതയുണ്ട്. എന്നാൽ രാഷ്ട്രപരമാധികാര കൃത്യങ്ങൾ, നിഷ്കളങ്കിത ബാല്യങ്ങളുടെ ചെയ്തികൾ, പ്രകൃതി പ്രതിഭാസങ്ങൾ, അപ്രതീക്ഷിതവും യാദൃച്ഛികവുമായ അപകടങ്ങൾ എന്നിവ ഇത്തരം നഷ്ടോത്തരവാദിത്വത്തിനുള്ള ഒഴിവുകഴിവുകളാണ്.

നിയമാധിഷ്ഠിതമല്ലാത്ത അധികാരപ്രയോഗം, അധികാരദുർവിനിയോഗം, നിയാമകവ്യക്തിത്വങ്ങൾ വ്യവസ്ഥാപിത സംവിധാനങ്ങൾ എന്നിവയുടെ ചെയ്തികൾ തുടങ്ങിയവയ്ക്ക് അതിനുത്തരവാദികളായവർ നഷ്ടോത്തരവാദികൾ ആയിത്തീരും. കുട്ടികളുടെ കൃത്യങ്ങളിൽ രക്ഷിതാക്കളും തൊഴിലാളിയുടെ കൃത്യത്തിൽ മുതലാളിയും ഏജന്റിന്റെ കൃത്യത്തിൽ പ്രിൻസിപ്പലും ബാധ്യസ്ഥരായിത്തീരും. കൃത്യത്തിന്റെ ഗൗരവം, കൃത്യത്തിലെ പങ്കാളിത്തം, കൃത്യത്തിന്റെ ഫലമായ പ്രത്യാഘാതവ്യാപ്തി എന്നിവ പരിഗണിച്ച് ഒറ്റയ്ക്കും കൂട്ടായും പ്രത്യേകം പ്രത്യേകം ആയിട്ടുള്ള നഷ്ടോത്തരവാദിത്വ ബാധ്യത വന്നുചേരും.

കൂട്ടുത്തരവാദിത്വം എന്നതും കർക്കശബാധ്യത എന്നതും നഷ്ടപരിഹാര നിയമത്തിലെ മറ്റു രണ്ട് സുപ്രധാന സങ്കല്പനങ്ങളാണ്. സഹപ്രവർത്തകർ, സഹജീവികൾ, മുതലാളിയും തൊഴിലാളിയും ഉടമയും

കുടിയാനും ഇത്തരത്തിൽ കൂട്ടുത്തരവാദിത്വമുള്ളവരായി പരിഗണിക്കപ്പെടുന്നു. ഉദാഹരണത്തിന് തൊഴിലാളിയുടെ ഉപേക്ഷമൂലം സംഭവിക്കുന്ന നഷ്ടത്തിന് പരിഹാരം നൽകാൻ തൊഴിലുടമ (നഷ്ടത്തിൽ നേരിട്ട് പങ്കാളിയല്ലെങ്കിലും) വഹിക്കേണ്ടിവരുന്നത്. ഉദ്യോഗസ്ഥരുടെ വീഴ്ചയ്ക്ക് പഞ്ചായത്ത് പ്രസിഡന്റ് കൂട്ടുത്തരവാദിത്തമേൽക്കേണ്ടിവരുന്നതും ഉദാഹരണമാണ്. കർക്കശ ബാധ്യതയാകട്ടെ നഷ്ടത്തിന്റെ അളവോ ഹാനിയുടെ തലമോ ആയതിലുള്ള പങ്കാളിത്തത്തിന്റെ പ്രത്യക്ഷ പരോക്ഷ സ്വഭാവങ്ങളോ പരിഗണിക്കാതെ നഷ്ടോത്തരവാദിത്വം ഏൽപ്പിച്ചുകൊടുക്കുക എന്നതാണ്. അമിത മദ്യപാനം, വ്യാജമദ്യ ഉപയോഗം എന്നിവയിലൂടെ ഹാനി സംഭവിച്ചവരുടെ ആശ്രിതർക്ക് സർക്കാർ നഷ്ടപരിഹാരമേർപ്പെടുത്തുന്നത് ഉദാഹരണം.

വ്യത്യസ്തതരത്തിൽ നഷ്ടപരിഹാര നിയമ പ്രയോഗതലങ്ങൾ രേഖപ്പെടുത്തിയിരിക്കുന്നു.

1. അതിക്രമം: വ്യക്തിയിലോ സ്വത്തിലോ നടത്തുന്ന കടന്നാക്രമണമോ കയ്യേറ്റമോ ആണ് അതിക്രമം. നിയമവിരുദ്ധമായ കയ്യേറ്റം, വിനിയോഗം, ബലപ്രയോഗം, നിയമവിരുദ്ധമായ തടങ്കൽ, സഞ്ചാരസ്വാതന്ത്ര്യം തടസ്സപ്പെടുത്തൽ തുടങ്ങിയവ ഇതിൽ പെടും. നഷ്ടപരിഹാരം, സ്വയംപരിരക്ഷ, കക്ഷി/വസ്തു നേരിട്ട് കോടതിയിൽ ഹാജരാക്കിക്കുക എന്നിവകകൾ എന്നിവയാണിതിന് പരിഹാരം.

2. മാനനഷ്ടം: വാക്കാലോ പ്രവൃത്തിയാലോ ചേഷ്ടകളാലോ വ്യംഗ്യമായോ മാനഹാനിക്കിടയാക്കുക, ജാതിപ്പേരു വിളിക്കുക, തീണ്ടൽ, തൊട്ടുകൂടായ്മ തുടങ്ങിയവ ആചരിക്കുക, മൃതദേഹത്തോട് അനാദരവ് കാണിക്കുക, ദൃശ്യ-മുദ്രണ മാധ്യമങ്ങളിലൂടെ മാനഹാനിക്കിടവരുത്തുക, തുടങ്ങിയവ ഈ വിഭാഗത്തിൽ പെടുന്നു.

എന്നാൽ നിർദ്ദിഷ്ട കൃത്യം നീതിമത്കരിക്കപ്പെടുക, സദുദ്ദേശപരമായ അഭിപ്രായപ്രകടനം എന്ന് കരുതപ്പെടുക, പൊതുതാൽപ്പര്യാർത്ഥം പ്രവർത്തിക്കുക, പ്രത്യേകാവകാശങ്ങളുടെ ഭാഗമായി പ്രയോഗിക്കുക തുടങ്ങിയവ ഇതിന് പ്രതിരോധ ഉപാധികളായി ഉന്നയിക്കാവുന്നതാണ്. ഉദാഹരണത്തിന് നിയമസഭാപ്രയോഗത്തിന് പ്രത്യേകാവകാശ പരിരക്ഷ ലഭിക്കുന്ന സ്ഥിതി. എപ്പോഴെങ്കിലും ഇത്തരം പ്രതിരോധം ഫലപ്രദമാകണമെങ്കിൽ യാതൊരുവിധ ദുരുദ്ദേശപരമായ താൽപ്പര്യവും അതിൽ വെളിപ്പെടാനിടയാകരുത്. മാധ്യമങ്ങളിൽ പ്രസിദ്ധീകൃതമാകുന്ന മാനഹാനിക്കിടയാകുന്ന പ്രയോഗങ്ങൾ ക്ഷണിച്ചുവരുത്തിയേക്കാവുന്ന ദുഃസ്ഥിതി ഒഴിവാക്കാൻ ക്ഷമാപണവും നിരുപാധിക തിരുത്തും പ്രയോഗിക്കുന്നത് ഇത്തരമൊരു പരിഹാര ഉപാധിയായി കരുതാം.

3. ശല്യകാരകമാകുകയാണ് നഷ്ടപരിഹാര നിയമത്തിലെ മറ്റൊരു തലം. സ്വകാര്യ-വ്യക്തിഗത ശല്യം, പൊതുശല്യം എന്നിങ്ങനെ

രണ്ടായി തിരിക്കപ്പെട്ടിരിക്കുന്നു. പൊതുസ്വാസ്ഥ്യം, ആരോഗ്യ ശുചിത്വം, ശുദ്ധമായ പരിസ്ഥിതി എന്നിവയ്ക്ക് ഭംഗംവരുത്തുന്ന ഏതൊരു കൃത്യവും കൃത്യവിലോപവും പൊതുശല്യമാണ്. ചപ്പുചവറുകൾ പൊതുസ്ഥലത്ത് നിക്ഷേപിക്കുന്നത്, പൊതുജലാശയങ്ങൾ മലിനീകരിക്കുന്നത്, പൊതുനിരത്തുകൾ തടയുന്നത് തുടങ്ങിയവ ഉദാഹരണം. സ്വകാര്യവ്യക്തിക്ക് ബാധകമാകാവുന്ന ശല്യകാരകമാകുന്ന കൃത്യമോ കൃത്യവിലോപമോ ആണ് വ്യക്തിഗത ശല്യം.

എന്നാൽ യുക്തവും കാര്യകാരണസഹിതവും ഉള്ള മുൻകരുതൽ, നിയാമക കൃത്യനിർവ്വഹണം, പൊതുനന്മ തുടങ്ങിയവ ഇത്തരമവസ്ഥയിൽ പ്രതിരോധവാദമായി ഉന്നയിക്കാവുന്നതാണ്.

4. അമിതാധികാരം, അധികാരദുർവിനിയോഗം, നിഷ്ക്രിയത്വം എന്നിവയാണ് നഷ്ടപരിഹാര നിയമത്തിൽ വരുന്ന മറ്റൊരു തലം. ദുരുദ്ദേശം, പക്ഷപാതിത്വം, നിക്ഷിപ്ത താൽപ്പര്യങ്ങൾ എന്നിവ ഇതിനിടയാക്കാവുന്ന സാഹചര്യങ്ങളാണ്.

5. ഉപേക്ഷ: നിയമപരമായ ബാധ്യതയോ ഉത്തരവാദിത്തമോ, നിയമപരമായ മുൻകരുതൽ ബാധ്യതയോ നിർവ്വഹിക്കുന്നതിൽ സംഭവിക്കുന്ന വീഴ്ചയാണ് ഉപേക്ഷ. എന്നാൽ ഇത്തരം ബാധ്യത ഉന്നയിക്കപ്പെടുക കാര്യകാരണസാഹചര്യത്തിൽ, യുക്തിപൂർവ്വമായി മുൻകൂട്ടി കാണാനാകാവുന്ന ഹാനിയോ നഷ്ടമോ സംഭവിച്ചിരിക്കണം എന്ന അവസ്ഥവരുമ്പോഴാണ് ഉപേക്ഷ ബോധപൂർവ്വമോ മനഃപൂർവ്വമോ സംഭവിക്കുന്നതായിരിക്കണം. ഉത്തരവാദിത്വലംഘനവും കൃത്യവിലോപവും ഈ പരിധിയിൽ പെടും. വക്കീലിന് കക്ഷിയോടും ഡോക്ടർക്ക് രോഗിയോടും ഉള്ള ബാധ്യത ഉദാഹരണം. ഡ്രൈവറുടെ അശ്രദ്ധയും ഉപേക്ഷയും അപകടകാരണമായാൽ നഷ്ടപരിഹാരം ഉറവെടുക്കുന്നത് ഇതനുസരിച്ചാണ്. എന്നാൽ നഷ്ടവും ഉപേക്ഷയുമായുള്ള ബന്ധം തെളിയിക്കപ്പെടേണ്ടത് നഷ്ടോത്തരവാദിത്വത്തിന് അനിവാര്യമാണ്. തീർപ്പുകൽപ്പിക്കാൻ ഏറെ വൈഷമ്യമുള്ള നിയമതലമാണിത്.

6. വിനാശകരവും അപകടകാരികളുമായ വസ്തുവകകൾ ശേഖരിക്കുക, സംഭരിക്കുക, സൂക്ഷിക്കുക, വിനിയോഗിക്കുക എന്നിവ ചെയ്യുമ്പോൾ തനത് ഉത്തരവാദിത്വം, നിയമവിധേയ മുൻകരുതൽ, അയൽപക്ക സുരക്ഷ, സഹജീവി പരിരക്ഷ എന്നിവ കണക്കിലെടുത്തും പാലിച്ചും മാത്രമായിരിക്കണം എന്ന് നിയമം അനുശാസിക്കുന്നു. 1984 ൽ ഇന്ത്യയിൽ സംഭവിച്ച ഭോപ്പാൽ വാതകദുരന്തത്തിൽ എന്നിവയിലെല്ലാം അടിസ്ഥാനമാക്കപ്പെട്ടത് ഈ പ്രമാണമാണ്.

7. കരാറുകൾ, കരണങ്ങൾ എന്നിവയ്ക്കും സ്ഥാവരജംഗമങ്ങൾക്കും സാഭവിക്കുന്ന ക്ഷതമോ നാശമോ വിഘാതമോ ഇത്ത

രത്തിൽ ഉൾപ്പെടുത്താവുന്ന ഘടകമാണ്. അവിഹിത കരാറുടമ്പടികൾ, അമിത–അന്യായപലിശ, അധാർമ്മികവ്യാപാര–വാണിജ്യ നേട്ടം മുതലായവയ്ക്കായുള്ള പ്രവൃത്തികൾ ഇത്തരത്തിൽപ്പെടുത്താം. മായംചേർക്കൽ, അളവുതൂക്ക കൃത്രിമം, വിൽപ്പന സൗജന്യം മുതലായവ ഇതിന് ഉദാഹരണം. ഇവയോരോന്നും പ്രത്യേക നിയമങ്ങളിൽ ഉൾപ്പെടുത്തിയിട്ടുണ്ട്.

8. വളർത്തുമൃഗങ്ങൾ, ഓമനമൃഗങ്ങൾ, തുടങ്ങിയവയുടെ അപായകരമായ പെരുമാറ്റം അവിചാരിതമായ പെരുമാറ്റം എന്നിവമൂലം ക്ഷതമോ, നഷ്ടമോ സംഭവിക്കുന്നതിന് ആയതിന്റെ ഉടമയോ കൈവശക്കാരോ ബാധ്യസ്ഥരായിത്തീരും. കന്നുകാലികളുടെ കടന്നുകയറ്റവും തന്മൂലം ഉണ്ടാകുന്ന വിളനഷ്ടവും ഉദാഹരണം.

9. കരാർപ്രവൃത്തികൾ, ഉടമ്പടിപ്രവൃത്തികൾ മുതലായവയുടെ കാലതാമസമോ തകരാറോ സൃഷ്ടിക്കുകമൂലം സംഭവിക്കുന്ന നഷ്ടം ഇത്തരത്തിൽപ്പെടും.

10. തെറ്റിദ്ധാരണ, ഊഹാപോഹം, കേട്ടുകേഴ്‌വി എന്നിവ പരത്തുന്നതുമൂലമോ അന്ധവിശ്വാസപ്രചാരണത്താലോ സംഭവിക്കുന്ന നഷ്ടവും ചേതവും ഹാനിയും ഈ ഗണത്തിൽ വരും. മന്ത്ര–തന്ത്ര വിദ്യകൾ, മന്ത്രവാദചികിത്സ, ജ്യോതിഷപ്രവചനം, മാമൂലുകൾ, ദിവ്യാത്ഭുത പ്രവൃത്തികൾ, ആൾദൈവങ്ങൾ തുടങ്ങിയവ ഈ ഗണത്തിൽ പെടുത്താൻ കഴിയും.

നഷ്ടപരിഹാരം തന്നെയാണ് മേൽ സൂചിപ്പിച്ച സാഹചര്യങ്ങളിലെ സാമാന്യ പ്രതിവിധി. എന്നാൽ തടസ്സം, പ്രതിരോധം, മുൻകരുതൽ തുടങ്ങിയവയും നിർദ്ദേശകപ്രതിവിധികളായി കരുതാവുന്നതാണ്. ഇത്തരം നിയമസാധ്യതകൾ സാധാരണ ഉപയോഗപ്പെടുത്തുന്ന മേഖലകൾ താഴെ കൊടുക്കുന്നു. ഇവ പ്രാബല്യത്തിൽ വരുത്താൻ പ്രത്യേക നിയമങ്ങളും രൂപപ്പെട്ടിട്ടുണ്ട്.

പൊതുനഷ്ട ഇൻഷ്വറൻസ് സംവിധാനം വ്യവസായം, വാണിജ്യം, വ്യാപാരം തുടങ്ങി ഹാനികരവും അപായകരവും അപകടകാരികളുമായ വസ്തുവകകൾ ഉപയോഗിച്ചുനടത്തുന്ന പ്രവൃത്തികളുടെ ഫലമായി പൊതുസമൂഹത്തിന് പ്രത്യക്ഷമായും പരോക്ഷമായും നേരിട്ടും അല്ലാതെയും സംഭവിക്കാവുന്ന നഷ്ടപരിഹാരാർത്ഥം ഏർപ്പെടുത്തപ്പെട്ട കോർപ്പസ് ഫണ്ടിന്റെ സഹായധന സാധ്യത ഉറപ്പാകുന്ന നിയമസംവിധാനം. 1991 ൽ ഇത് സംബന്ധിച്ച നിയമം രൂപപ്പെട്ടു.

തികച്ചും വ്യക്തിഗതവും സ്വകാര്യവും ആയ തലത്തിൽനിന്നും നേരിയ വ്യത്യാസത്തിൽ ഇത്തരം കൃത്യമോ കൃത്യവിലോപമോ പൊതുസമൂഹഘടനയ്ക്കെതിരായ കൃത്യമായി മാറുകയും ക്രിമിനൽ കുറ്റമായും മാറാനുള്ള സാധ്യത വളരെ പ്രകടമാണിവിടെ.

17

ബദൽ തർക്കപരിഹാര മാർഗ്ഗങ്ങൾ

നിയമ-നീതി പരിപാലനത്തിന് വിഭാവനം ചെയ്ത നിലവിലുള്ള ഉപാധികൾ അവയുടെ സ്വയസിദ്ധവും നിർവ്വഹണപരവുമായ കാരണങ്ങളാൽ, അപ്രാപ്യമായിത്തീരുകയാണിന്ന്. ആന്തരികവും ബാഹ്യവും ആയ പരിമിതികൾ അവ പ്രകടമാക്കുന്നു. അതുകൊണ്ടുതന്നെ സ്വീകാര്യവും പ്രാപ്യവും പ്രായോഗികവുമായ മറ്റ് ഉപാധികൾ തർക്കപരിഹാരത്തിൽ തേടുകയാണിന്ന് സമൂഹം.

തർക്കങ്ങളുടെ ബാഹുല്യം, സങ്കീർണ്ണമായ നടപടിക്രമം, കാലദൈർഘ്യം, ചെലവിന്റെ വർദ്ധനവ്, വഴക്കമില്ലായ്മ, മാറ്റങ്ങൾക്കുള്ള വിമുഖത, സ്ഥിരസ്ഥിതിയുടെ അവിശ്വസനീയത, പൊതുതാൽപ്പര്യത്തോടുള്ള വിമുഖത, നിയമനീതിയുടെ പരിമിതി എന്നിവയെല്ലാം നീതിന്യായ-അർദ്ധനീതിന്യായ വ്യവസ്ഥാപനത്തെ ബാധിച്ചു. അമിതാധികാരം, അഴിമതി, വിവേചനാധികാരം, പക്ഷപാതിത്വം, ഉപേക്ഷ, ക്രമവിരുദ്ധത എന്നിവയെല്ലാം കാര്യനിർവ്വഹണ വിഭാഗത്തെയും ബാധിച്ചു. ഇന്ത്യയിലാകട്ടെ സാമാന്യനീതിക്കും ധാർമ്മികതയ്ക്കും നിയാമകത്വം കൽപ്പിച്ചുകാണുന്നുമില്ല. ആയതിനാൽ ബദൽ തർക്കപരിഹാര സാധ്യതയ്ക്ക് സമീപഭൂത-വർത്തമാനകാലം ഏറെ പ്രാമുഖ്യം നൽകിയതായി കാണാം. അതിദ്രുതം മാറുന്ന ആഗോള പശ്ചാത്തലത്തിൽ ഇത്തരം ബദൽ തർക്കപരിഹാര ഉപാധികൾ നിയാമകമായി ഉൾക്കൊള്ളാൻ 1995ൽ തന്നെ ഇന്ത്യയും തയ്യാറായി. ഇപ്പോൾ ലോകവ്യാപകമായി പ്രവർത്തിക്കുന്നതും പാരീസ് കേന്ദ്രീകൃതവുമായ പെർമനെന്റ് ആർബിട്രേഷൻ കോടതി (പി എ സി) ദില്ലിയിൽ ശാഖ തുറക്കുകവഴി ഈ പ്രക്രിയ ഭാരതത്തിലും സ്ഥിരപ്രതിഷ്ഠ നേടുകയാണ്.

ബദൽ മാർഗം മാത്രമാണ് ഇതുകൊണ്ട് അർത്ഥമാക്കുക. നീതിന്യായ-അർദ്ധനീതിന്യായ-കാര്യനിർവ്വഹണ ഉപാധികൾ നിലനിൽക്ക

വെതന്നെ അവയ്ക്ക് ഒപ്പം സ്വീകാര്യവും പ്രാപ്യവും പ്രായോഗികവും എന്നതാണ് ബദൽ തർക്കപരിഹാരമാർഗം ഉദ്ദേശിക്കുന്നത്. അതുതന്നെ തർക്കകക്ഷികൾക്ക് പരസ്പരസമ്മതപ്രകാരമോ കരാർപ്രകാരമോ സ്വീകാര്യവും അതിന്റെ നടപടിക്ക് വഴങ്ങാൻ കക്ഷികൾ സ്വമേധയാ തയ്യാറും ആണെങ്കിൽ മാത്രം ബാധകമാക്കാവുന്നതാണ് ഈ ഉപാധികൾ. അപ്രകാരം തർക്കപരിഗണനയും പരസ്പരസമ്മത തീർപ്പും ഉണ്ടായിക്കഴിഞ്ഞാൽ നീതിന്യായ കോടതിയുടെ തീർപ്പിന് തുല്യമായ പ്രാബല്യവും നടത്തിപ്പും ഉറപ്പാക്കാനാകുമെന്നതും ശ്രദ്ധേയമാണ്.

1996 ന് മുമ്പുതന്നെ ഇത്തരം ഉപാധികൾ ഇന്ത്യയിൽ നിലവിലുണ്ടായിരുന്നു. 1940 ൽ ബ്രിട്ടീഷ് വാഴ്ചക്കാലത്ത് നിലവിൽവന്ന ഇന്ത്യൻ ആർബിട്രേഷൻ ആക്ട് ഇതിന്റെ ഉദാഹരണമാണ്. എന്നാൽ സമീപകാലത്ത് ഇത്തരം ഉപാധികൾക്ക് വർദ്ധിച്ച പ്രചാരം വന്നുചേരാനിടയായത് ലോകവാണിജ്യ ഉടമ്പടി തന്നെയാണ്. 1994 ൽ ഇന്ത്യയും ഇതിൽ അംഗമായി തീർന്നു. അതോടെ 1985 ൽ തന്നെ ഐക്യരാഷ്ട്രസംഘടന പ്രസിദ്ധംചെയ്ത ബദൽതർക്കപരിഹാരമാതൃകാനിയമം സ്വാംശീകരിച്ച് നിയമനിർമാണം നടത്താൻ ഇന്ത്യയും നിർബന്ധിക്കപ്പെട്ടുതുടങ്ങി. അങ്ങനെയാണ് 1996 ലെ ഇന്ത്യൻ ആർബിട്രേഷനും കൺസീലിയേഷനും നിയമം രൂപപ്പെട്ടത്. അന്തർദ്ദേശീയ വ്യാപാര-വാണിജ്യ തർക്കങ്ങളോ ഏതെങ്കിലും വിദേശരാജ്യമോ വിദേശസ്ഥാപനമോ കക്ഷിയായി വരുന്ന തർക്കങ്ങളോ ഉൾപ്പെടെ തീർപ്പാക്കാനുതകും വിധവും, രാഷ്ട്രാന്തര കരാറുകൾക്ക് (ന്യൂയോർക്ക് കരാർ, ജനീവ കരാർ എന്നിവ) പ്രാബല്യം നൽകാൻ പറ്റുന്നതരത്തിലും ഇന്ത്യയിൽ നിലവിലുണ്ടായിരുന്ന നിയമങ്ങൾ പരിഷ്കരിക്കുകയായിരുന്നു ചെയ്തത്.

ഇത്തരം മാറ്റത്തിന്റെ സൂചനയാണ് 1987 ൽ ഭോപ്പാൽ വാതകദുരന്ത കേസിൽ യൂണിയൻ കാർബൈഡ് എന്ന ബഹുരാഷ്ട്ര കുത്തക കമ്പനിയും ഇന്ത്യാഗവൺമെന്റും തമ്മിലുള്ള വ്യവഹാരം കോടതിക്കു പുറത്ത് ഒത്തുതീർക്കാനും നഷ്ടപരിഹാരത്തുക നിശ്ചയിച്ച് ഉഭയസമ്മതപ്രകാരം സുപ്രീംകോടതിയിലെ വ്യവഹാരം അവസാനിപ്പിക്കാനും ഇടയായത്.

മറ്റൊരു പ്രധാന ബദൽ തർക്കപരിഹാരമാർഗം ആർബിട്രേഷൻ (ഒത്തുതീർപ്പ്) സമ്പ്രദായമാണ്. തർക്കകക്ഷികൾ പരസ്പരസമ്മതത്തോടെയോ, തർക്കകക്ഷികളെ പ്രതിനിധീകരിച്ച് ഒറ്റസംഖ്യാക്രമത്തിൽ നിയോഗിക്കപ്പെടുന്നവരോ, അവർ ചേർന്ന് നിയോഗിക്കുന്ന മുഖ്യ ആർബിട്രേറ്ററോ, തർക്കകക്ഷികളുടെ ആവശ്യപ്രകാരം ഹൈക്കോടതി/ സുപ്രീംകോടതി ചീഫ് ജസ്റ്റീസ് ചട്ടപ്രകാരം നിയോഗിക്കുന്നവരോ അടങ്ങുന്ന ആർബിട്രേഷൻ (ഏകാംഗത്വമോ ബഹു അംഗത്വമോ ആകാം) സമിതികളാണ് തർക്കം പരിഗണിച്ച് തീർപ്പാക്കുക. സ്ഥിരം സമിതി, താൽക്കാലിക സമിതി, സ്ഥാപനതല സമിതി, അന്താരാഷ്ട്ര സമിതി എന്നിങ്ങനെ വിവിധ തലത്തിൽ ആർബിട്രേഷൻ സംവിധാനം പ്രവർത്തിക്കുന്നു. തർക്കകക്ഷികൾ പരസ്പരധാരണയോടെ ഏൽപ്പിക്കുന്ന

ഏതൊരു തർക്കവിഷയവും ഇപ്രകാരം പരിഗണിച്ച്, പരിശോധിച്ച്, പരസ്പര സമവായത്തോടെയുള്ള തീർപ്പുകൾ (അവാർഡ്) പ്രഖ്യാപിക്കാൻ ആർബിട്രേഷന് അധികാരമുണ്ട്. എന്നാൽ ഒരു തർക്കത്തിൽ പ്രഥമ വിവരപത്രിക സമർപ്പിക്കും മുമ്പ് എപ്പോൾ വേണമെങ്കിലും ഏതെങ്കിലും തർക്കകക്ഷിക്ക് ആർബിട്രേഷൻ നടപടി ഉപേക്ഷിച്ച് പിന്മാറുകയോ കോടതിയെ സമീപിക്കുകയോ ചെയ്യാം. ആർബിട്രേഷൻ ഫീസുൾപ്പെടെ നടത്തിപ്പ് ചെലവ്, നഷ്ടപരിഹാര തുകകൾ തുടങ്ങിയവ സഹിതം തീർപ്പാക്കാൻ ആർബിട്രേഷന് കഴിയും. എന്നാൽ നടപടിക്രമം, നിഷ്പക്ഷത, ആധികാരികത, തുടങ്ങിയ കാരണങ്ങൾ ഉന്നയിച്ച് അവാർഡ് കോടതിയിൽ ചോദ്യം ചെയ്യപ്പെടാം. അവാർഡ് പുനഃപരിശോധിക്കുക, തിരുത്തുക, പ്രാഥമിക അവാർഡ് പുറപ്പെടുവിക്കുക, അതുകൂടി ഉൾക്കൊണ്ട് അന്തിമ അവാർഡ് പ്രഖ്യാപിക്കുക എന്നീ അധികാരങ്ങളും ആർബിട്രേഷന് ഉണ്ടായിരിക്കും. സ്വയം കൃത്യനിർവ്വഹണം വിട്ടൊഴിയുകയോ, കാര്യകാരണസഹിതം നടപടിപാലിച്ച് ഒഴിവാക്കുകയോ,തർക്കവിഷയമോ തർക്കകക്ഷികളിൽ ഒരാളോ ഇല്ലാതാകുകയോ ചെയ്യുന്നപക്ഷം ആർബിട്രേഷന്റെ ആവശ്യകതയും ഇല്ലാതാകും. ആർബിട്രേഷന്റെ സാധുവായ വിധിതീർപ്പിന് സമാനമായ നീതിന്യായകോടതി തീർപ്പിന് തുല്യമായ മൂല്യവും പ്രയോഗക്ഷമതയും ഉണ്ടായിരിക്കും.

മറ്റൊരു സുപ്രധാന ബദൽ തർക്കപരിഹാര ഉപാധിയാണ് കൺസീലിയേഷൻ (സമവായം). ആർബിട്രേഷനിൽനിന്ന് ഈ മാർഗത്തിനുള്ള പ്രധാന അന്തരം ഇവിടെ തർക്കകക്ഷികൾ ഒരു നിർദ്ദേശക സംവിധാനത്തിന്റെ പിന്തുണയോടെ പരസ്പരസമ്മതമായ തീരുമാനത്തിൽ എത്തുന്നു എന്നതാണ്. ഒത്ത്തീർപ്പിൽ ആകട്ടെ തർക്കകക്ഷികളുടെ പത്രികകൾ പരിഗണിച്ചും അഭിപ്രായമാരാഞ്ഞും സ്വീകാര്യമായ വിധിതീർപ്പ് ആർബിട്രേറ്റർ പ്രഖ്യാപിക്കുന്ന രീതിയാണുള്ളത്. അതുകൊണ്ടു തന്നെ ഏറ്റവും പ്രചാരവും പ്രസക്തിയും ഉള്ള ബദൽ തർക്കപരിഹാര ഉപാധി ആയി സമവായം പരാമർശിക്കപ്പെടുന്നു. സമവായശ്രമം പരാജയപ്പെട്ടാൽ മാത്രമേ കോടതിയിലേക്ക് പോകേണ്ടതുള്ളു. സമവായത്തിനുമേൽ അപ്പീലോ റിവ്യുവോ ഉൾപ്പെടെ തർക്കസാധ്യതയും ഇല്ല. നിയമപരമായോ തർക്കകക്ഷി സമ്മതത്തോടെയോ നിയോഗിക്കപ്പെടുന്ന സമവായകാര്യസഹായി (കൺസിലിയേറ്റർ) ആയിരിക്കും ഈ പ്രക്രിയ വിജയത്തിലെത്തിക്കുന്നത്.

മാദ്ധ്യസ്ഥം ആണ് മറ്റൊരു ബദൽ തർക്കപരിഹാര മാർഗ്ഗം. നാട്ടുകൂട്ടം, ഗ്രാമക്കൂട്ടം, കരക്കൂട്ടം, വീട്ടുകൂട്ടം തുടങ്ങി പ്രാചീന സമൂഹത്തിൽ നിലനിന്ന തർക്കപരിഹാര ഉപാധികളുടെ പുനരുജ്ജീവനമാണ് മാദ്ധ്യസ്ഥം. തർക്കകക്ഷികൾക്കുവേണ്ടി അവർക്ക് സ്വീകാര്യമായ മദ്ധ്യസ്ഥർ കൈക്കൊള്ളുന്ന തീരുമാനം പരിഗണിച്ച് അംഗീകരിച്ച് സ്വാംശീകരിച്ച് പ്രയോഗത്തിൽ വരുത്തുകയാണ് ഈ രീതി. സാമ്പത്തിക കൊടുക്കൽ വാങ്ങൽ മുതൽ അന്താരാഷ്ട്ര തർക്കംവരെ വ്യക്തികൾ, ഗോത്രങ്ങൾ, രാജ്യങ്ങൾ, രാഷ്ട്രസമുച്ചയങ്ങൾ എന്നിവ തമ്മിലുള്ള തർക്കങ്ങൾ തീരു

മാനിക്കാൻ യഥാകാലം മദ്ധ്യസ്ഥത ഉപയോഗപ്പെടുത്തുന്നതായി കാണാം.

ശ്രദ്ധേയമായ മറ്റൊരു ബദൽ തർക്കപരിഹാരമാർഗ്ഗം വിലപേശൽ പ്രക്രിയയാണ് (നെഗോസിയേഷൻ) തർക്കകക്ഷികളോ അവരുടെ നേർ പ്രതിനിധികളോ നേർക്കുനേർ വിലപേശി തങ്ങളുടെ ഭാഗം സാധൂകരിച്ച് പരസ്പരഅംഗീകാരത്തോടെയുള്ള തീരുമാനത്തിലെത്തുകയാണിവിടെ രീതി. തൊഴിൽ അവകാശതർക്കം, വ്യവസായതർക്കം, വാണിജ്യ തർക്കം മുതലായവയിൽ ഈ രീതി സാർവ്വത്രികമാണ്. മുതലാളി–തൊഴിലാളികൾക്കിടയിലും തൊഴിലാളികൾ തമ്മിലും അവർക്കിടയിലും, മുതലാളിമാർക്കിടയിലും നിലവിലുള്ള ഭിന്നതകൾ പരിഗണിക്കാനും നേരിട്ട് പരിശോധിച്ച് തള്ളേണ്ടത് തള്ളിയും കൊള്ളേണ്ടത് എടുത്തും ഉള്ളതാണ് വിലപേശലിന്റേതായ രീതി. വ്യവസായ സ്ഥാപനങ്ങളിലെ വർക്സ് കമ്മിറ്റി ഇതിന് ഉദാഹരണമാണ്.

ഡിപ്ലോമാറ്റിക് (നയതന്ത്രകാര്യ)മാർഗമാണ് മറ്റൊരു രീതി. അന്തർദ്ദേശീയ തർക്കങ്ങൾ തീർപ്പാക്കുന്നതിൽ രാഷ്ട്രനേതാക്കൾ, നയതന്ത്രജ്ഞർ എന്നിവരുടെയോ ഔദ്യോഗിക പ്രതിനിധികളുടെയോ ഇടപെടലും പരസ്പരചർച്ചയും നിഗമനവും ധാരണാപത്രവും ഉപയോഗപ്പെടുത്തുന്നതാണിതിലെ മാർഗ്ഗം. അതിർത്തിപ്രശ്നം, അഭയാർത്ഥിപ്രശ്നം മുതലയാവയെല്ലാം ഇപ്രകാരം തീർപ്പാക്കപ്പെടാം.

നിയമോപദേശകരീതി (ക്ലയന്റ് കൗൺസിലിംഗ്)യും പ്രചാരത്തിലുള്ള മാർഗമാണ്. തർക്ക കക്ഷികൾ ഹാജരാക്കുന്ന വിഷയങ്ങൾ നിയമദൃഷ്ട്യാ വിശകലനം ചെയ്യുകയും പരിഹാര ഉപദേശനിർദ്ദേശം നൽകുകയും സമ്യക്കായ തീരുമാനത്തിലെത്താൻ പ്രേരിപ്പിക്കുകയും പ്രോത്സാഹനം നൽകുകയും ചെയ്യുന്ന നിയമോപദേഷ്ടാക്കളാണിവിടെ കാണാനാകുക.

ഇവയ്ക്കെല്ലാം പുറമേ തദ്ദേശ ഭരണസംവിധാനം ഏറെ പ്രസക്തമാകുന്ന സാഹചര്യത്തിൽ ഗ്രാമന്യായാലയങ്ങൾ നടപ്പാക്കാവുന്നതാണ്. ലഘുതർക്കങ്ങൾ ഉൾപ്പെടെ നിയുക്തമായ ഗ്രാമീണ തർക്കപരിഹാര സമിതി വഴി തീർപ്പാക്കുകയും തദ്ദേശഭരണ തലവന്റെ അംഗീകാരത്തോടെ (ആവശ്യമെങ്കിൽ സന്നദ്ധ നിയമസേവന കർത്താക്കളുടെ സഹായസാധ്യതയും തേടാവുന്നതാണ്) തീരുമാനം നടപ്പിലാക്കുകയാണ് ഇവിടെ. ഇത്തരമൊരു നിയമപരിഷ്കരണശുപാർശ പഞ്ചായത്ത് രാജ് നിയമത്തിൽ കേന്ദ്രപാർലമെന്റിന്റെ പരിഗണനയിലുണ്ട്. 1983ൽ കർണ്ണാടക പഞ്ചായത്ത് രാജ് നിയമത്തിലെ രണ്ടാം ഭാഗം ന്യായപഞ്ചായത്തുകളുടെ ഘടന, രൂപീകരണം, നിർവ്വഹണം എന്നിവ സംബന്ധിച്ചുള്ളതായിരുന്നു.

ഈ വിഭാഗത്തിൽ ഇനിയും പരാമർശിക്കേണ്ടതായ ഒരു സാധ്യത ലോക് അദാലത്തുകളാണ്. 1987 ലെ നിയമസേവന അഥോറിറ്റി നിയമത്തിന്റെ ഭാഗമായി നിർദ്ദേശിക്കപ്പെട്ടതാണ് ലോക് അദാലത്തുകൾ. നിയമസാക്ഷരത, നിയമസഹായം, നിയമസേവനം എന്നിവ അർഹരായവർക്ക്

എത്തിച്ചുകൊടുത്ത് സത്വരവും ചെലവുകുറഞ്ഞതും പ്രാപ്യവുമായ നീതിന്യായ ഉപാധി ഉറപ്പാക്കാനാണ് ലോക് അദാലത്ത് നിർദ്ദേശിക്കപ്പെട്ടത്. താൽക്കാലികമായും സ്ഥിരമായും നിയോഗിക്കപ്പെടുന്ന ലോക് അദാലത്തുകളുണ്ടിന്ന്.

നിലവിലുള്ളതോ വിരമിച്ചതോ ആയ ഏതെങ്കിലും ന്യായാധികാരസ്ഥർ അദ്ധ്യക്ഷനായും ഒരു പൊതുപ്രവർത്തക, ഒരു സന്നദ്ധ നിയമസേവകൻ എന്നിവർ അംഗങ്ങളായും ഉള്ള പാനലായിരിക്കും ലോക് അദാലത്തായി പ്രവർത്തിക്കുക.

ലോക് അദാലത്തിന് മുമ്പാകെ പുതിയ തർക്കം കക്ഷികൾ നേരിട്ട് ഹാജരാക്കപ്പെടാം. കോടതികളിൽ നിലവിലുള്ളതും സിവിൽ സ്വഭാവമുള്ളതും ഒത്ത്തീർക്കപ്പെടാവുന്നതുമായ തർക്കങ്ങൾ കോടതി റഫർചെയ്യുന്നതുമാകാം. 1997 ൽ സിവിൽ നടപടിനിയമത്തിൽ നിർദ്ദേശിക്കപ്പെട്ട മാറ്റമനുസരിച്ച് ഏതൊരു സ്വകാര്യതർക്കവും ലോക് അദാലത്തിന്റെ പരിഗണനയ്ക്കുശേഷവും തീർപ്പാക്കാനാകാത്തപക്ഷമേ കോടതിയിൽ അന്യായം സമർപ്പിക്കാൻ പാടുള്ളു എന്ന് നിർദ്ദേശിക്കപ്പെടുന്നു. പരസ്പരസമ്മത തീരുമാനമാണ് ലോക് അദാലത്തുവഴി തീർപ്പാകുന്നത്. പ്രഖ്യാപിക്കുക. അങ്ങനെയുള്ള പ്രഖ്യാപനത്തിന് സമാനതലത്തിലെ സിവിൽകോടതിയുടെ തീർപ്പിന് തുല്യമായ പ്രായോഗികമൂല്യം ഉണ്ടായിരിക്കും. എന്നാൽ ഇപ്പോഴും ഈ മാർഗത്തിന് നിർബന്ധിതസ്വഭാവം ആർജിക്കാൻ കഴിഞ്ഞിട്ടില്ല.

നീതിമേളകൾ ആണ് മറ്റൊരു ബദൽ തർക്കപരിഹാരവേദി. തികച്ചും അനൗപചാരികവും ഒത്തുതീർപ്പ് സമ്പ്രദായവും ആകയാൽ ഇവയുടെ തീർപ്പിന് പ്രാബല്യം ലഭിക്കണമെങ്കിൽ കോടതിയിൽ സംയുക്ത ഹർജി സമർപ്പിച്ച് വിധിപ്രസ്താവം നേടണം എന്ന പരിമിതിയുണ്ട്.

വിവിധ ഭരണകാര്യ-സേവന വകുപ്പുകളും സ്ഥാപനങ്ങളും നടത്തുന്ന അദാലത്തുകൾ മറ്റൊരു പരിഹാരമാർഗമാണ്. റവന്യു, റയിൽവേ, തപാൽ, സഹകരണം, ബാങ്കിങ് തുടങ്ങിയ സംവിധാനങ്ങൾ പരക്കെ ആവർത്തിച്ചും സമയബന്ധിതമായും ഇത്തരം അദാലത്തുകൾ നടത്തുന്നുണ്ട്. തങ്ങൾ കക്ഷികളായതോ, തങ്ങളുടെ പരിഗണനയിലുള്ളതോ ആയ പ്രശ്നങ്ങൾ തീർപ്പാക്കാൻ ഈ വേദി ഉപയോഗപ്പെടുന്നതായിക്കാണാം.

നവ ഉദാരവൽക്കൃത സാമൂഹ്യ-സാമ്പത്തിക ഘടനയിൽ ഇത്തരം ബദൽ തർക്കമാർഗങ്ങൾ വിപുലവും വിശ്വസനീയവും ആയി സ്വീകരിക്കപ്പെടാനും നിലവിൽ വരാനുമുള്ള സാധ്യതയുണ്ട്. അവിടെ അന്താരാഷ്ട്ര തർക്കപരിഹാര ഏജൻസികൾ, സ്വകാര്യ പരാതിപരിഹാര സ്ഥാപനങ്ങൾ എന്നിവ വ്യവസ്ഥാപിതമാക്കപ്പെടുകയും ചെയ്യും. ഇത് സ്ഥിരപ്രതിഷ്ഠിതമായ നമ്മുടെ നീതിന്യായപ്രക്രിയയ്ക്കുമേൽ കടുത്ത സ്വാധീനത്തിന് വഴിയൊരുക്കും.

18

ക്ഷേമകാര്യ നിയമങ്ങൾ

ജനാധിപത്യവ്യവസ്ഥ, നിയമവാഴ്ച, സംയുക്ത സാമ്പത്തിക ക്രമം എന്നിവയിൽ അടിസ്ഥാനമാക്കിയുള്ള സാമൂഹ്യസംവിധാനമാണ് ക്ഷേമരാഷ്ട്രസങ്കൽപ്പനം മുന്നോട്ട് വയ്ക്കുന്നത്. ആയതിനാൽ സാമൂഹ്യനീതിക്കും സുരക്ഷയ്ക്കും സുപ്രധാനമായ പങ്കാണ് ക്ഷേമരാഷ്ട്ര സംവിധാനത്തിൽ നിറവേറ്റാനുള്ളത്.

സാമൂഹ്യസുരക്ഷയും സാമൂഹ്യനീതിയും ഏറ്റവും ശക്തമായി പരിപാലിക്കാൻ ശ്രമിച്ച നവോത്ഥാനചരിത്രത്തിന്റെ ഈടുവയ്പാണ് കേരളത്തെ ലോകത്തിനും രാജ്യത്തിനും മുമ്പിൽ സവിശേഷസമൂഹമായും ജനതയായും ഉയർത്തിക്കാട്ടിയതിനുപിന്നിലെ ഒരു കാരണം. അതിൽതന്നെ നിർണായകമായി കരുതാവുന്നതാണ് സുരക്ഷാ പെൻഷൻ പദ്ധതികൾ, ക്ഷേമനിധികൾ എന്നിവ നടപ്പാക്കുന്നതിനായി രൂപപ്പെടുത്തപ്പെട്ട നിയമങ്ങൾ.

കർഷകത്തൊഴിലാളികൾ, കൈവേലക്കാർ, കയർ–കൈത്തറി–കശുവണ്ടി തുടങ്ങിയ പാരമ്പര്യ തൊഴിൽ മേഖലകൾ, അസംഘടിത തൊഴിലാളികൾ, ചുമട്–നിർമാണ–മോട്ടോർവാഹന തൊഴിൽ രംഗങ്ങൾ, ചെത്ത്–മദ്യവ്യവസായമേഖല തുടങ്ങി വിവിധ രംഗങ്ങളിൽ ഏർപ്പെടുത്തപ്പെട്ട ക്ഷേമനിധി നിയമങ്ങൾ ഇതിൽ ശ്രദ്ധേയമാണ്. ബീഡി തൊഴിലാളികൾക്കായി സമാരംഭിച്ച ക്ഷേമ ഉപാധികളുടെ പിൻബലത്തിൽ ഉയർന്നുവന്ന ദിനേശ് സഹകരണപ്രസ്ഥാനം ഈ രംഗത്തെ മാതൃകതന്നെയാണ്.

വാർദ്ധക്യകാല പെൻഷൻ, വിധവാപെൻഷൻ, അഗതിപെൻഷൻ, കർഷകതൊഴിലാളികൾ, വികലാംഗർ തുടങ്ങിയവർക്കായി ഏർപ്പെടുത്തപ്പെട്ട പെൻഷൻ ആനുകൂല്യങ്ങൾ എന്നിവ ഇത്തരത്തിൽ എടുത്തുപറയാവുന്നവയാണ്. ഇത്തരം സുരക്ഷാഉപാധികൾ ഉൽപ്പാനദക്ഷമമ

ല്ലാത്ത പാഴ്ചെലവുകളായി കരുതി പരിഹസിച്ചവരോട് മുൻമുഖ്യമന്ത്രി ഇ കെ നായനാർ 1980 ൽ പ്രതികരിച്ചത് നാടിന്റെ ഉൽപ്പാദനക്ഷമതയ്ക്കായി പ്രവർത്തിച്ചവർക്ക് അവരുടെ നിരാലംബാവസ്ഥയിൽ സമൂഹം നൽകുന്ന പ്രത്യുപകാരമോ നഷ്ടപരിഹാരമോ ആയി കരുതുക എന്നതായിരുന്നു. തീർച്ചയായും സാമൂഹ്യനീതിയുടെ പ്രബലമായ നഷ്ടസമീകരണബാധ്യതാ തത്വം തന്നെയാണ് അദ്ദേഹം അവിടെ സ്ഥാപിച്ചെടുത്തത്.

ഇത്തരം നിയമങ്ങളിൽ ഏറ്റവും സവിശേഷത അർഹിക്കുന്ന ദേശീയ നിയമ നിർമാണം 1995 ജീവിത വെല്ലുവിളി നേരിടുന്നവരുടെ സമത്വ–അവസര അവകാശസംരക്ഷണനിയമം ആണ്. ശാരീരികവും ബുദ്ധിപരവുമായി വ്യതിരിക്തശേഷിയുള്ളവരുടെ പരിരക്ഷയും പുനരധിവാസവും അവസരതുല്യതയും ഈ നിയമം ലക്ഷ്യമിടുന്നു. ഇന്ത്യയുടെ ഭരണഘടനയും സാർവ്വദേശീയ മനുഷ്യാവകാശപ്രമാണവും ഇതിന് നിയമപിൻബലം ഉറപ്പാക്കുന്നു. 1992 ൽ ബീജിംഗിൽ ചേർന്ന ഏഷ്യ–പസഫിക് രാഷ്ട്ര സാമ്പത്തിക–സാമൂഹ്യ കമ്മീഷൻ പ്രഖ്യാപനമാണ് ഈ നിയമത്തിന്റെ അടിത്തറ. അതിൽ അംഗരാജ്യമായ ഇന്ത്യയും പ്രഖ്യാപനത്തിന് നിയമപ്രാബല്യം ഉറപ്പാക്കാൻ ബാധ്യസ്ഥമായി.

പൊതുജീവിതത്തിലും ജീവനഉപാധിയിലും അതിജീവനത്തിലും മുഖ്യധാരാ സമൂഹത്തിനൊപ്പം വെല്ലുവിളി നേരിടുന്ന ന്യൂനപക്ഷത്തിനും തുല്യതയും അവസരസമത്വവും സ്വാതന്ത്ര്യവും പരിരക്ഷയും ഉറപ്പാക്കുകയാണ് നിയമലക്ഷ്യം. വെല്ലുവിളികൾക്ക് കാരണമാകാവുന്നത്.

പൂർണമായ അന്ധത നിശ്ചിത പരിധി കവിഞ്ഞുള്ള ഭാഗീകാന്ധത മസ്തിഷ്ക സ്തംഭനാവസ്ഥ ബുദ്ധിമാന്ദ്യം പരിമിത ബുദ്ധിവികാസം മാനസിക അസ്ഥിരത കേൾവിക്കുറവും പൂർണബധിരതയും ഭേദപ്പെടുത്താനാകാത്ത കുഷ്ഠരോഗം സമാനമായ വൈകല്യകാരണമാകാവുന്ന ചലന ദൗർബ്ബല്യങ്ങൾ തുടങ്ങിയ വൈകല്യങ്ങൾ ഉള്ളവർക്ക് പ്രത്യേകാവകാശങ്ങൾ നൽകുന്നതിന് രാഷ്ട്രത്തിനുള്ള ബാധ്യത, അവ അനുവർത്തിക്കാൻ വ്യക്തികൾക്കും സ്ഥാപനങ്ങൾക്കുമുള്ള ധാർമികവും നൈതികവും എന്നതിലുപരി നിയാമക ഉത്തരവാദിത്വം അവയ്ക്കുള്ള നടപടിക്രമം എന്നിവ ഈ നിയമം പ്രതിപാദിക്കുന്നു.

രാഷ്ട്രഘടകങ്ങൾ റവന്യൂസ്ഥിതിയനുസരിച്ച് അതായത് കേന്ദ്ര സംസ്ഥാന–തദ്ദേശഭരണ സ്ഥാപനങ്ങൾ വിഭവലഭ്യതയുറപ്പാക്കിക്കൊണ്ട് മേൽ വിവരിച്ചവർക്കായുള്ള ക്ഷേമ–സുരക്ഷ–പുനരധിവാസ–വികസന നടപടികൾക്ക് രൂപംനൽകി നടപ്പാക്കണം. സർക്കാർ, ഇതരസ്ഥാപനങ്ങൾ തുടങ്ങിയവ ഈ വിഭാഗത്തിലെ ജീവനക്കാർക്കും മറ്റുമായി പ്രത്യേക ഇൻഷ്വറൻസ്, സുരക്ഷാ, ക്ഷേമനിധി സംവിധാനങ്ങൾ ഏർപ്പെടുത്തണം. ഇതരവിഭാഗത്തിനൊപ്പം പൊതു അവസരതുല്യത ഉറപ്പാക്കാൻ പ്രത്യേക സംവരണം ഏർപ്പെടുത്തുകയും പ്രത്യേക തൊഴിലവസരസംവിധാനം നടപ്പാക്കുകയും ചെയ്യണം. ഈ വിഭാഗത്തിൽ പെടു

ന്നവരുടെ തൊഴിൽ ഇല്ലായ്മ, തൊഴിൽ നഷ്ടം എന്നിവ പരിഹരിക്കാൻ പ്രത്യേക പദ്ധതികളും സംരക്ഷണ വേതനവും ഏർപ്പെടുത്തണം. 80 ശതമാനത്തിലധികം വൈകല്യം ബാധിച്ചവരെയാണ് ഗുരുതരവൈകല്യം നേരിടുന്നവരായി കരുതുന്നത്.

വിദ്യാഭ്യാസ സൗകര്യം, പരിശീലന സൗകര്യം, ഉദ്യോഗ സംവരണം, പ്രത്യേക പ്രായപരിധി ഇളവുകൾ, ഫീസ് സൗജന്യം, സബ്സിഡികൾ, ധനകാര്യ-ഭൗതിക പിന്തുണാസംവിധാനം, ആരോഗ്യ-അപകട ഇൻഷ്വറൻസ് സുരക്ഷാ പദ്ധതികൾ തുടങ്ങിയവ യഥാകാലം ആവിഷ്കരിച്ചും പരിഷ്കരിച്ചും നടപ്പാക്കാനും സർക്കാർ ബാധ്യസ്ഥമാണ്. 5 ശതമാനത്തിലധികം വൈകല്യബാധിതർ പ്രവൃത്തിയെടുക്കുന്ന സ്ഥാപനങ്ങൾക്ക് പ്രത്യേക പദവിപരിഗണനന നൽകാനും വ്യവസ്ഥചെയ്യുന്നു.

വികസനാസൂത്രണ പ്രക്രിയയിൽ ജീവിതവെല്ലുവിളി നേരിടുന്നവർക്കായി 5 ശതമാനം പ്രത്യേക വിഹിതം വകയിരുത്താനും ദാരിദ്ര്യദൂരീകരണ പദ്ധതികളിൽ 3 ശതമാനം ഈ വിഭാഗത്തിൽ പെടുന്നവർക്കായി നീക്കിവയ്ക്കാനും നിർദ്ദേശിക്കപ്പെട്ടതും ഇതിന്റെ ഫലമാണ്.

മാനസികാരോഗ്യം പൂർണ്ണമായി പ്രകടമാകാത്തവരെയും ബുദ്ധിമാന്ദ്യവും അസ്ഥിരതയുള്ളവരെയും പരിരക്ഷിക്കുന്നതിന് വ്യക്തമായ സാമൂഹ്യ സുരക്ഷാവ്യവസ്ഥ അനിവാര്യമാണന്ന് 1912 ൽ ഇംഗ്ലീഷ് ഭരണകാലത്ത് ഇന്ത്യൻ ലൂണസി ആക്ട് രൂപംകൊണ്ടിരുന്നു. ഈ നിയമം പൂർണ്ണമായും നിരാകരിച്ചുകൊണ്ടാണ് 1987 ലെ മാനസികാരോഗ്യ നിയമം തയ്യാറാക്കപ്പെട്ടത്. 1993 ൽ ഈ നിയമം പ്രാബല്യത്തിൽ വന്നു. മാനസികരോഗ ചികിത്സാലയങ്ങൾ പുനരധിവാസകേന്ദ്രങ്ങൾ തുടങ്ങിയവയുടെ നടത്തിപ്പ്, അവയുടെ പശ്ചാത്തല അപര്യാപ്തതകൾ, മാനസികരോഗം ബാധിച്ചവരോടുള്ള വിവേചനവും വിമുഖതയും ഉൾപ്പെടെ ഈ നിയമത്തിന് പ്രേരകമായിട്ടുണ്ട് (ഇപ്പോൾ എയ്ഡ്സ് അണുബാധിതരും എയ്ഡ്സ് രോഗികളും ഇത്തരം ഒരു പരിരക്ഷാനിയമം ആവശ്യപ്പെടുന്ന സ്ഥിതിയിലാണ്). ജസ്റ്റിസ് മാലിമഠ് കമ്മിറ്റി ഇത്തരം നിയമ നിർമിതിയും നടത്തിപ്പും ഗൗരവപൂർണമായി നിർദ്ദേശിക്കുന്നു. മുൻകാല നിയമങ്ങളിൽനിന്ന് വ്യത്യസ്തമായി രോഗികളുടെ സംരക്ഷണം, ചികിത്സ, പുനരധിവാസം, അവരുടെ സ്വത്ത് പരിപാലനം, പിൻതുടർച്ചാവകാശം, ചികിത്സാലയങ്ങളുടെ അംഗീകരണം, അവയുടെ നിയന്ത്രണം, പരിഷ്കരണം എന്നീ ലക്ഷ്യങ്ങളാണ് നിയമം ഉൾക്കൊള്ളുന്നത്.

രോഗചികിത്സ, രോഗമുക്തി സാക്ഷിപത്രം, കിടത്തി ചികിത്സ, ഔഷധ നിർണയവും വിൽപ്പനയും പ്രയോഗവും, ദീർഘകാല പരിചരണം എന്നിവ നിയമം വ്യവസ്ഥചെയ്യുന്നു. ഈവക സംഗതിയിൽ മജിസ്ട്രേറ്റിന്റെ അധികാരവും നടത്തിപ്പും നിയമം അനുശാസിക്കുന്നു.

സ്ഥിരബുദ്ധി നഷ്ടപ്പെട്ട് അലഞ്ഞുതിരിയുക, അക്രമവാസന പ്രകടമാക്കുക തുടങ്ങിയ നിലയിലുള്ളവരെ സംരക്ഷണാർത്ഥം കസ്റ്റഡിയിലെടുക്കുക, ബന്ധുമിത്രാദികളെ വിവരം അറിയിക്കുക, 24 മണിക്കൂറിനകം തൊട്ടടുത്ത മജിസ്ട്രേറ്റിനുമുമ്പിൽ ഹാജരാക്കുക, മജിസ്ട്രേറ്റിന്റെ

ഉത്തരവുപ്രകാരം ചികിത്സാസൗകര്യം ഉറപ്പാക്കുക എന്നീ ഉത്തരവാദിത്വങ്ങൾ അതതിടങ്ങളിലെ പൊലീസ് അധികാരികൾക്ക് ഈ നിയമം ഏൽപ്പിച്ചുകൊടുക്കുന്നതായി സുപ്രീംകോടതി ചൂണ്ടിക്കാട്ടിയിട്ടുണ്ട്. മാനസികരോഗികളെ പീഡിപ്പിക്കുകയോ ചികിത്സ നൽകാതിരിക്കുകയോ ചെയ്യുന്നതായി ലഭിക്കുന്ന വിവരം പൊലീസിനോ സ്വകാര്യ വ്യക്തിക്കോ സാമൂഹ്യസംഘടനയ്ക്കോ പൊതുതാല്പര്യാർത്ഥം മജിസ്ട്രേറ്റിന് റിപ്പോർട്ട് ചെയ്യാവുന്നതാണ്. ഇതിന് കാരണക്കാരാകുന്ന വ്യക്തിയിൽനിന്നും 2000 രൂപവരെ പിഴ ഈടാക്കാനും നിയമം അനുശാസിക്കുന്നു. രോഗമുക്തി നേടിയ വ്യക്തിയുടെ അപേക്ഷയിന്മേലോ മെഡിക്കൽ ബോർഡിന്റെ ശുപാർശയിന്മേലോ സംരക്ഷണദാതാവായ ബന്ധു/സ്നേഹിതർ എന്നിവരുടെ അപേക്ഷയിന്മേലോ മാത്രമേ ചികിത്സാവിധേയരെ വിടുതൽ ചെയ്യാൻ നിയമം അനുവദിക്കുന്നുള്ളു. മനോരോഗികൾക്ക് സംരക്ഷിതമായ പാർപ്പിടം, ശാസ്ത്രീയ ചികിത്സ, മനുഷ്യത്വപൂർണ്ണ പരിചരണം, പുനരധിവാസവും സുരക്ഷയും തുടങ്ങിയ മനുഷ്യാവകാശങ്ങൾ ഈ നിയമം അനുശാസിക്കുന്നു. മാനസികരോഗ ചികിത്സാലയങ്ങൾക്കും പുനരധിവാസ സ്ഥലങ്ങൾക്കും അംഗീകാരവും അനുമതിയും ഉൾപ്പെടെ വ്യവസ്ഥപ്പെടുത്തുന്നു.

സ്വാധീനിച്ചോ, നിർബന്ധിച്ചോ, പ്രലോഭിപ്പിച്ചോ, ഭീഷണിപ്പെടുത്തിയോ സ്വേഛാപരമല്ലാത്ത കൃത്യങ്ങൾക്ക് വിധേയരാക്കാൻ എളുപ്പം കഴിയുന്നവരാണ് മനോരോഗികൾ. തന്മൂലം അവരുടെ സ്വത്തുവകകൾ പലപ്പോഴും അന്യാധീനപ്പെട്ടുപോകാൻ ഇടയുണ്ട്. ചതി, വഞ്ചന എന്നിവയ്ക്കടിപ്പെടാനും ഏറെ സാധ്യതയുണ്ട്. ഇതുകൊണ്ടാണ് പ്രസ്തുത സാഹചര്യങ്ങളിൽ മനോരോഗി ഒപ്പുവയ്ക്കുന്നതോ എഴുതിപ്പിടിക്കുന്നതോ ആയ രേഖകൾക്കോ കരണങ്ങൾക്കോ നിയമസാധുത ഉണ്ടായിരിക്കില്ലെന്ന് വ്യവസ്ഥപ്പെടുത്തിയിരിക്കുന്നത്. സ്വത്തും ആസ്തിയും കൈകാര്യം ചെയ്യുന്നതിനു തക്കതായ ശേഷി സംബന്ധിച്ച് കോടതിമുഖേന അന്വേഷിപ്പിക്കുന്നതിനും അപ്രകാരം കൈകാര്യ കർതൃത്വശേഷി ഇല്ല എന്ന് തെളിയുന്നവരുടെ സ്വത്തുവകകളുടെ ഗുണപരമായ നിലനിൽപ്പും പരിപാലനവും ഉറപ്പാക്കാനായി റിസീവറെയോ മാനേജരെയോ ഏർപ്പെടുത്താനും അപ്രകാരം നിയോഗിക്കപ്പെടുന്നവരുടെ സേവനം തൃപ്തികരമല്ലെങ്കിൽ മാറ്റി നിയമിക്കാനും കോടതിക്ക് അധികാരം നൽകിക്കൊണ്ട് നിയമം വ്യവസ്ഥചെയ്യുന്നു.

19

വ്യക്തിനിയമങ്ങളും കുടുംബനിയമങ്ങളും

വൈജാത്യവും വൈവിധ്യവും നിറഞ്ഞതാണ് ഇന്ത്യയിലെ വ്യക്തിനിയമങ്ങളും കുടുംബനിയമങ്ങളും. ചരിത്രപരവും ഭൂമിശാസ്ത്ര പരവും നരവംശശാസ്ത്രപരവുമായ കാരണങ്ങളാൽ വിവിധ വിഭാഗ ങ്ങൾ വ്യത്യസ്തമായ വ്യക്തി–കുടുംബ നിയമവ്യവസ്ഥകൾ ഇന്നും പരി പാലിച്ചുവരികയാണ്. ആത്മീയവും മതപരവുമായ വിശ്വാസാചാരക്രമ ങ്ങളും വ്യവസ്ഥകളുമാണ് ഈ നിയമങ്ങളുടെ ഉറവിടം. അതുകൊണ്ടു തന്നെ നിലവിൽ ഹിന്ദു, മുസ്ലീം, ക്രിസ്ത്യൻ, പാഴ്സി എന്നിങ്ങനെ വ്യത്യ സ്തമായിട്ടാണ് വ്യക്തി–കുടുംബനിയമങ്ങൾ പാലിക്കപ്പെടുന്നത്.

ഇന്ത്യൻ ഭരണഘടനയുടെ 4–ാം ഭാഗം 44–ാം ഖണ്ഡം രാജ്യ ത്താകെ എല്ലാ മത–ജാതി–ഗോത്ര വിഭാഗങ്ങൾക്കും ബാധകമാണ്. ഏകീ കൃത വ്യക്തിനിയമസംഹിത (പെഴ്സണൽ കോഡ്) രൂപപ്പെടുത്തി നട പ്പാക്കുന്നതിന് രാഷ്ട്രത്തിന് ഉത്തരവാദിത്വമുണ്ടെന്ന് അത് അനുശാസി ക്കുന്നു. ആ നിർദ്ദേശകതത്വം ഇന്നും പാലിക്കപ്പെട്ടിട്ടില്ല. തന്മൂലം നൂറ്റാ ണ്ടുകളായി പുലരുന്ന മതാധിഷ്ഠിത വ്യക്തി–കുടുംബനിയമം തന്നെ യാണിന്നും തുടരുന്നത്. വിവാഹം, കുടുംബം, വിവാഹമോചനം, സ്വത്ത വകാശം, പാരമ്പര്യാവകാശം, ദത്തവകാശം, രക്ഷാകർത്തൃത്വം തുടങ്ങി യവയിലെല്ലാം ഈ വൈജാത്യം ദൃശ്യമാണ്. ഹിന്ദു എന്ന് നിർവ്വചിക്ക പ്പെടുന്നവർക്കും മുസ്ലീം, ക്രിസ്ത്യൻ, പാഴ്സി വിഭാഗത്തിൽ പെടാത്ത വർക്കും ഹിന്ദുനിയമം, മുസ്ലീം വിഭാഗത്തിന് ഖുർ–ആനിക് ശരിഅത്ത് നിയമങ്ങൾ, ക്രിസ്തീയ വിഭാഗത്തിൽപ്പെട്ടവർക്ക് ഇന്ത്യൻ വ്യക്തിനി യമം എന്ന രീതിയിൽ ബാധകമാക്കപ്പെടുകയാണിവിടെ. സമീപകാലത്ത് സുപ്രീംകോടതി നിർദ്ദേശപ്രകാരം ഏകീകൃത നിർബന്ധിത വിവാഹര ജിസ്ട്രേഷൻ ചട്ടം നടപ്പാക്കാൻ എടുത്ത ശ്രമങ്ങൾപോലും കടുത്ത മത വർഗീയ ചെറുത്തുനിൽപ്പ് ക്ഷണിച്ചുവരുത്തിയിരിക്കുകയാണ്.

വിവാഹനിയമത്തിൽ ഏറ്റവും പ്രസക്തവും സാധൂകരണമുള്ളതുമായി കരുതേണ്ടത് ഏതു വിഭാഗത്തിൽപ്പെട്ടവരായാലും നിയമാനുസൃതം അർഹരായ വധൂവരന്മാർക്ക് നിയമവിധേയമായി വിവാഹം രജിസ്റ്റർ ചെയ്യുന്നതിന് അനുവാദം നൽകുന്നതും നടപടിക്രമം നിർദ്ദേശിക്കുന്നതും അതിനുള്ള രജിസ്ട്രാർമാരെ നിയോഗിക്കാൻ വ്യവസ്ഥ ചെയ്യുന്നതുമായ പ്രത്യേക വിവാഹനിയമമാണ്. സ്ത്രീധനം ഒഴിവാക്കാനും ധൂർത്തില്ലാതാക്കാനും ആഡംബരം കുറയ്ക്കാനും നിയമപ്രാബല്യം ഉറപ്പാക്കാനും പരിരക്ഷ ലഭ്യമാക്കാനും ഈ നിയമം ഉത്തമ മാർഗമാണ്.

നിയമപ്രകാരം യുക്തരും അവകാശം സിദ്ധിച്ചവരും, നിലവിൽ ഒരു ഭാര്യയോ ഭർത്താവോ ഇല്ലാത്തവരുമായ നിഷിദ്ധബന്ധമുറയിൽ വരാത്ത, ഏതൊരു മതജാതി സമുദായവിഭാഗത്തിൽപ്പെട്ട വധൂവരന്മാർക്കും സ്വമേധയാ തയ്യാറാക്കി രണ്ടിലേറെ സാക്ഷികളുടെ കയ്യൊപ്പോടെ, ഒപ്പിട്ട് സമർപ്പിക്കുന്ന അപേക്ഷ പരിഗണിച്ച് വിവാഹ രജിസ്ട്രാർക്ക് വിവാഹം നടത്തിക്കൊടുക്കാം. 30 ദിവസത്തെ നോട്ടീസ് കാലാവധി പൂർത്തിയാകുന്ന മുറയ്ക്ക് നിയുക്ത അന്വേഷണം വഴി നിജസ്ഥിതി ബോധ്യപ്പെട്ട് പരാതിയോ ആക്ഷേപമോ ഇല്ലെന്നും നിലനിൽക്കില്ലെന്നും ഉറപ്പാക്കി, വിവാഹ പ്രതിജ്ഞയെടുപ്പിച്ച്, സാക്ഷികളുടെ ഒപ്പുസഹിതം വിവാഹം റജിസ്റ്ററിൽ രേഖപ്പെടുത്തി സാക്ഷിപത്രം നൽകുകവഴിയാണ് പ്രത്യേക വിവാഹം സാധുവാക്കപ്പെടുക. ദാമ്പത്യാവകാശങ്ങൾ, സ്വത്തവകാശം, പിന്തുടർച്ചാവകാശം, ജീവനാംശാവകാശം എന്നിവ ഇതിലൂടെ പൂർണമായും പരിരക്ഷിക്കപ്പെടും.

1955 ലെ ഹിന്ദു വിവാഹനിയമമാണ് ആ മതവിഭാഗക്കാർക്ക് ബാധകമാക്കപ്പെടുന്നത്. നിശ്ചിത വയസ് പരിധി പൂർത്തിയാക്കിയ (സ്ത്രീക്ക് 18 വയസ് പുരുഷന് 21 വയസ്) നിലവിൽ ഭാര്യയോ ഭർത്താവോ ഇല്ലാതിരിക്കുന്ന, സ്വമേധയാ വിവാഹസമ്മതം നൽകാനാകാവുന്ന, നിഷിദ്ധബന്ധമുറയിലോ സപിണ്ഡമുറയിലോ വരാത്ത സ്ത്രീപുരുഷന്മാർ അവരിൽ ആരെങ്കിലും ഒരാളുടെ ആചാരമര്യാദപ്രകാരം വിവാഹബന്ധത്തിലേർപ്പെടുകയും ആയത് 15 ദിവസത്തിനകം നിർദ്ദിഷ്ട ഹിന്ദു വിവാഹ രജിസ്ട്രാർ (നിലവിൽ തദ്ദേശഭരണ സ്ഥാപനസെക്രട്ടറിമാർ) മുമ്പാകെ രജിസ്റ്റർ ചെയ്ത് സാക്ഷിപത്രം നേടുകയുമാണ് ഇവിടെ ചെയ്യുക. വിവാഹവേളയിൽ സ്ത്രീ പരപുരുഷനാൽ ഗർഭവതിയായിരിക്കുക, ദമ്പതികളിലൊരാൾ പ്രത്യുൽപ്പാദനശേഷിയില്ലാത്തവരായിരിക്കുക, ഭേദപ്പെടുത്താനാകാത്ത മാനസികാസ്വാസ്ഥ്യം ഉണ്ടായിരിക്കുക, സ്വമേധയാ അല്ലാതെ വിവാഹസമ്മതം നേടിയിരിക്കുക, വഞ്ചനവഴി വിവാഹത്തിന് വഴങ്ങുക എന്നീ കാരണം മുൻനിർത്തി ഹർജി സമർപ്പിച്ച് കുടുംബകോടതി വിധിയിലൂടെ ഇത്തരം വിവാഹം അസാധുവാക്കപ്പെടാം. അസാധുവാക്കപ്പെട്ട വിവാഹബന്ധത്തിലൂടെ ജനിക്കുന്ന കുട്ടികൾക്ക് നിയമസാധുവായ കുട്ടികളുടെ പദവിയും സ്വത്ത്-രക്ഷാകർതൃപരിഗണനയും അവകാശവും ലഭ്യമായിരിക്കും. എന്നാൽ ദമ്പതികൾക്ക് ഭാര്യാ-ഭർതൃപദവി സാധ്യമായിരിക്കില്ല.

കരാർ നിയമപ്രകാരം രജിസ്ട്രറാക്കപ്പെടുന്ന പരസ്പരസമ്മത പത്രം ആധാരമാക്കിയുള്ള വിവാഹവും നിലവിലുണ്ട്. ഇത് ഏത് ജാതി മത വിഭാഗത്തിൽപ്പെട്ട വധൂവരന്മാർക്കും കരാറിലേർപ്പെടാനുള്ള പദവി ഉറപ്പാക്കിക്കൊണ്ട് നിർവ്വഹിക്കാമെങ്കിലും കരാർ നിലനിൽക്കുംവരെയോ ലംഘിക്കപ്പെടുംവരെയോ മാത്രമേ ദാമ്പത്യത്തിന് സാധുത പുലരുകയുള്ളു. മറിച്ച് സംഭവിക്കുന്നതോടെ ഭാര്യാഭർതൃ പദവിയും കുട്ടികളുടെ നിയമസാധുതയും നഷ്ടമാകും. ജീവനാംശ അവകാശം മാത്രമേ കുട്ടികൾക്ക് ലഭിക്കുകയുള്ളു. കരാർ ലംഘിക്കപ്പെട്ടാൽ വിശ്വാസവഞ്ചനയ്ക്ക് നടപടിയെടുക്കാമെന്നല്ലാതെ ദാമ്പത്യപുനഃസ്ഥാപനാർത്ഥമുള്ള നടപടികൾ സാധ്യമാകില്ലെന്ന പരിമിതിയുമുണ്ട്.

ഖുർ ആനിക് ശരിഅത്ത് പ്രകാരം മുസ്ലീം വിവാഹം കരാർബന്ധം മാത്രമാണ്. ഏത് ഘട്ടത്തിലും കരാർ ലംഘിക്കപ്പെടാം. സാധുവായ കാരണത്താലായിരിക്കണം ലംഘനം. നിർദ്ദിഷ്ട നഷ്ടപരിഹാരം ഉറപ്പാക്കുകയും ചെയ്യണം. ആയതിനാൽ ദാമ്പത്യസംബന്ധിയായ എല്ലാ കടമകളും നിർവ്വഹിക്കാനും അവകാശങ്ങൾ പരിപാലിക്കാനും കഴിയുന്ന പുരുഷന് ഒരേ കാലയളവിൽ നാലുവരെ ഭാര്യമാരെ പുലർത്താൻ ഇന്ത്യൻ ശരിഅത്ത് വ്യവസ്ഥ അനുവദിക്കുന്നു. എന്നാൽ ഖുർ ആനിക് വ്യവസ്ഥകൾ വന്ധ്യത ഉൾപ്പെടെ പ്രത്യേക സാഹചര്യങ്ങളിൽ മാത്രമേ ബഹുഭാര്യാത്വം അനുവദിക്കുന്നുള്ളു എന്നത് ശ്രദ്ധിക്കുക. പക്ഷെ ബഹുഭർതൃത്വം മുസ്ലീംസ്ത്രീക്ക് നിയമം അനുവദിക്കുന്നില്ലെന്നതും കാണാം. അപൂർവ്വ സാഹചര്യത്തിൽ മാത്രമേ വിധവാവിവാഹവും പുനർവിവാഹവും മുസ്ലീം നിയമം അനുവദിക്കുന്നുള്ളു. നിശ്ചിത കാലയളവിലേക്ക് നിശ്ചിത പ്രതിഫലം നൽകി വിവാഹബന്ധത്തിലേർപ്പെടുന്ന മ്യൂട്ടാവിവാഹവും അറബിക്കല്യാണവും സാധുവാക്കപ്പെടാനും മുസ്ലീം വിവാഹവ്യവസ്ഥ ഇടയാക്കുന്നു.

1872 ൽ നിലവിൽവന്നതും 1972 ൽ പരിഷ്ക്കരിക്കപ്പെട്ടതുമായ ഇന്ത്യൻ ക്രിസ്ത്യൻ വിവാഹനിയമമാണ് ക്രിസ്തുമതാനുയായികൾക്ക് ബാധകമാക്കപ്പെടുന്നത്. വധൂവരന്മാരിലൊരാൾ ക്രിസ്ത്യാനിയാണെങ്കിൽ ഈ നിയമം ബാധകമാണ്. നിയുക്ത മതശുശ്രൂഷകൻ, പള്ളിയിലെ പാതിരി, നിയമാനുവാദം നേടിയ മതപുരോഹിതൻ, നിയമനിയോഗത്താൽ പ്രവർത്തിക്കുന്ന വിവാഹരജിസ്ട്രാർ, വിവാഹസാക്ഷിപത്രം നല്കാൻ ചുമതലപ്പെട്ടയാൾ എന്നിവർക്ക് ക്രിസ്ത്യൻ വിവാഹം സാധുവായി നടത്തിക്കൊടുക്കാം. ഇതിന് അധികൃതമാക്കേണ്ടത് അതത് സംസ്ഥാനസർക്കാരുകളാണ്. ദമ്പതികളുടെയോ രക്ഷിതാക്കളുടെയോ സമ്മതം നേടിക്കൊണ്ട്, അനുവദനീയ സമയപരിധി പാലിച്ച്, നിർദ്ദിഷ്ട വിവാഹശുശ്രൂഷ നടത്തി രജിസ്ട്രറാക്കുന്നതുവഴിയാണ് വിവാഹബന്ധം സാധൂകരിക്കപ്പെടുക. വിവാഹനോട്ടീസ് കിട്ടി രണ്ടു മാസത്തിനകം വിവാഹം നടത്തപ്പെട്ടില്ലെങ്കിൽ നടപടി അസാധുവാകും. പുനർവിവാഹനോട്ടീസ് വഴി നടപടി സാധൂകരിച്ചാൽ മാത്രമേ വിവാഹം നടത്താനാകൂ. എന്നാൽ വിദേശയാത്രയും മറ്റും അനുവദനീയമാകണമെങ്കിൽ

നിർദ്ദിഷ്ട വിവാഹരജിസ്ട്രേഷൻ സർട്ടിഫിക്കറ്റ്തന്നെ ആവശ്യമായിവരുന്നത് പ്രായോഗിക പ്രശ്നമായി ഇവിടെ നിലനിൽക്കുന്നു.

മൂന്നു ഘട്ടങ്ങളിലായുള്ള നടപടികളാണ് ഹിന്ദുവിവാഹമോചന വ്യവസ്ഥ അനുശാസിക്കുന്നത്. (1) വിവാഹബന്ധ പുനഃസ്ഥാപനാർത്ഥം സഹവാസവും ദാമ്പത്യാനുവാദവും (2) താൽക്കാലിക വേർപെടുത്തൽ (3) സ്ഥിരമായ വിവാഹബന്ധം വേർപെടുത്തൽ എന്നിവയാണ് മൂന്ന് ഘട്ടങ്ങൾ. ദാമ്പത്യബന്ധപുനഃസ്ഥാപനം സാധ്യമോ ഉചിതമോ അല്ലാത്ത സ്ഥിതി, കോടതിയുത്തരവുമൂലം വേർപെടുത്തൽ, ഉഭയസമ്മതപ്രകാരമുള്ള വേർപിരിയൽ എന്നിവയാണ് വിവാഹമോചനകാരണങ്ങൾ, അന്തസ്സുകെട്ട പെരുമാറ്റം, അമിത മദ്യപാനം, മാനസിക രോഗം, ക്രൂരതയും പീഡനവും, അക്രമാസക്തി, ബലാൽക്കാരമായുള്ള ലൈംഗികവേഴ്ച, ജാരസംസർഗ്ഗം, പരസ്ത്രീഗമനം, ചാരിത്ര്യസംശുദ്ധിയിലുള്ള സംശയം, സപത്നി സമ്പ്രദായം തുടങ്ങിയവ വിവാഹമോചന കാരണമാകാം. ഉപേക്ഷിച്ചുപോകുക, സന്യാസവൃത്തി സ്വീകരിക്കുക, ഭേദപ്പെടുത്താനാകാത്ത ചിത്തഭ്രമത്തിനടിപ്പെടുക, ചികിത്സിച്ചു മാറ്റാനാവാത്ത കുഷ്ഠരോഗമോ ലൈംഗികരോഗമോ ബാധിക്കുക, ഏഴുവർഷത്തിലധികം അജ്ഞാതരായിരിക്കുക എന്നിവയും വിവാഹമോചനകാരണമാകാം. ദാമ്പത്യപുനഃസ്ഥാപനം കഴിയാതെവരികയോ ഭർത്താവ് ലൈംഗികകുറ്റകൃത്യത്തിന് ശിക്ഷിക്കപ്പെടുകയോ ചെയ്താലും വിവാഹമോചനം ആവശ്യപ്പെടാം. ഉഭയസമ്മതപ്രകാരമുള്ള വിവാഹമോചന ഹർജി വിവാഹ തീയതിക്ക് ഒരു വർഷത്തിന് ശേഷമോ അല്ലാത്തപക്ഷമുള്ള വിവാഹ മോചനഹർജി ചുരുങ്ങിയത് 18 മാസത്തിന് ശേഷമോ കുടുംബകോടതിയിൽ പരിഗണിച്ച് വിധിതീർപ്പ് ലഭിക്കാവുന്നതാണ്.

മുസ്ലീം വ്യക്തിനിയമപ്രകാരം, ഖുർ ആനിക് അനുമതിയായി സ്ത്രീക്ക് ഏർപ്പെടുത്തി നൽകിയ തലാക്ക് സമ്പ്രദായം, ഇന്ന് പുരുഷന് സ്ത്രീയിൽനിന്ന് വിവാഹമോചനത്തിനുള്ള ഉപാധിയായി പരിണമിച്ചിരിക്കുന്നു. ആവർത്തിച്ച്, വ്യവസ്ഥകൾ പാലിച്ച്, നഷ്ടപരിഹാരം ഉറപ്പാക്കി മൂന്നു വട്ടം തലാക്ക് ഉച്ചരിക്കപ്പെടുമ്പോഴാണ് വിവാഹമോചനം സാധ്യമാകുക. എന്നാൽ സവിശേഷ ഘട്ടത്തിൽമാത്രം സ്ത്രീക്ക് പുരുഷനിൽനിന്ന് ബന്ധം വേർപെടുത്താൻ അനുവദിക്കുന്ന “ഫസഹ്” എന്ന വ്യവസ്ഥയും നിലവിലുണ്ട്.

ഹിന്ദു വിവാഹനിയമത്തിലെ മാനദണ്ഡംപോലെതന്നെ ക്രിസ്ത്യൻ വിവാഹമോചന വ്യവസ്ഥകളും സമാനമാണ്. എന്നാൽ ക്രിസ്ത്യൻ നിയമം പുരുഷന് നിർദ്ദിഷ്ടമായ ഏതു കാരണവും ചൂണ്ടിക്കാട്ടി വിവാഹമോചനഹർജിയനുവദിക്കുമ്പോൾ സ്ത്രീക്ക് ഭർത്താവിന്റെ പരസ്ത്രീഗമനംകൂടി തെളിയിച്ചാൽ മാത്രമേ മോചനസാധ്യത അനുവദിക്കുന്നുള്ളു എന്നത് ശ്രദ്ധേയം. ജാരനെയും പ്രതിചേർക്കാനും ജാരനിൽനിന്ന് കോടതിച്ചെലവ് തേടാനും പുരുഷന് ഈ നിയമം അനുവാദം നൽകുന്നുവെന്നത് വിവാഹബന്ധത്തിന്റെ നൈതികതയെത്തന്നെ ചോദ്യംചെയ്യുന്ന തരത്തിലെത്തിക്കുന്നു.

ഇന്ത്യൻ ശിക്ഷാനിയമം 125–ാം വകുപ്പ് പ്രകാരമാണ് പരിത്യക്ത വ്യക്തികൾക്കുള്ള ജീവനാംശ വ്യവസ്ഥ നിർണയിക്കപ്പെടുക. സ്വന്തനിലയിൽ അതിജീവന സാധ്യതയില്ലാത്ത ഭാര്യാഭർത്താക്കന്മാർ, നിയമാനുസൃത–നിയമാതീതബന്ധമുറയിലുണ്ടാകുന്ന സന്തതികൾ, നിരാലംബരായ മാതാ–പിതാക്കൾ എന്നിവർക്കാണ് ഇതുമൂലം ജീവനാംശ പരിരക്ഷ ലഭിക്കുക. 1986 ലെ മുസ്ലീംപരിത്യക്ത വനിതാപരിരക്ഷാനിയമം ഇത്തരത്തിൽപ്പെട്ട മുസ്ലീം സ്ത്രീകളെ സ്വന്തം കുടുംബത്താലോ വഖഫ് സ്വത്തുക്കളാലോ പരിരക്ഷിക്കണമെന്നും വ്യവസ്ഥചെയ്യുന്നു. ഷാബാനുബീഗം കേസിലെ ജീവനാംശ വിധിപ്രസ്താവം ഈനിലയിൽ ചരിത്രപ്രാധാന്യം നേടിയതാണ്.

വിവാഹ–വിവാഹ മോചനകാര്യത്തിലെന്നപോലെ വ്യത്യസ്തവും സങ്കീർണവുമാണ് സ്വത്തവകാശ–പാരമ്പര്യാവകാശ വ്യവസ്ഥകളും. ഹിന്ദു പിൻതുടർച്ചാവകാശം സ്ത്രീ–പുരുഷന്മാരുടെ കാര്യത്തിൽ പ്രത്യേക ചട്ടങ്ങൾ നിർദ്ദേശിക്കുന്നു. ഹിന്ദു പിൻതുടർച്ചപ്രകാരം ക്ലാസ് 1 (മകൻ, മകൾ, വിധവ, മാതാവ് തുടങ്ങിയവർ) ക്ലാസ് 2 (പിതാവ്, 1, 2, 3 ബന്ധുമുറയിലെ പിൻതുടർച്ചക്കാർ എന്നിങ്ങനെ) ക്ലാസ് 1ലെ അവകാശികളുടെ അഭാവത്തിൽ പിൻതുടർച്ചാവകാശം സാധിച്ചുകിട്ടുന്നവർ എന്നതാണ് വിഭജനം. സ്ത്രീയുടെ പിൻതുടർച്ചയാകട്ടെ ഒസ്യത്തോ തത്തുല്യരേഖകളോ നിലവിലില്ലാത്ത ഘട്ടത്തിൽ ആൺമക്കൾ, പെൺമക്കൾ, ഭർത്താവ്, ഭർതൃബന്ധുക്കൾ, മാതാപിതാക്കൾ എന്നീ മുറയിലായിരിക്കും. സന്തതികളില്ലാതെ മരണപ്പെട്ട ഹിന്ദു സ്ത്രീക്ക് മാതൃദായക്രമത്തിൽ കിട്ടിയ സ്വത്ത് പിതാവിന്റെ പിൻതുടർച്ചക്കാർക്കും ഭർതൃസംബന്ധിയായി ലഭിച്ച സ്വത്ത് ഭർത്താവിന്റെ ബന്ധുക്കൾ ആയ അവകാശികൾക്കും ആയിരിക്കും ചെന്നുചേരുക. തനിക്കുമുമ്പേ മരണപ്പെട്ടുപോയ അവകാശികളുടെ സ്വത്തവകാശം അവരുടെ പിൻതുടർച്ചാവകാശികൾക്കിടയിൽ വിഭജിക്കപ്പെടും. ഇത്പ്രകാരം ക്ലാസ് 1ലെ പിൻതുടർച്ചക്കാർക്കിടയിൽ വിധവ, മക്കൾ, മാതാവ് എന്നിവർക്കായി ഓരോ ഓഹരികൾ തുല്യമായി വിഭജിക്കപ്പെടും. മക്കൾക്ക് ലഭിക്കുന്ന ഓഹരി അവർക്കിടയിലും തുടരവകാശികൾക്ക് ലഭിക്കുന്ന ഓഹരി അവർക്കിടയിലും തുല്യമായി വിഭജിക്കപ്പെടും.

ക്രിസ്ത്യൻ മതവിഭാഗത്തിൽപ്പെട്ടവർക്ക് ഇന്ത്യൻ പിൻതുടർച്ചാവകാശനിയമമാണ് ബാധകമാക്കപ്പെടുന്നത്. ഒസ്യത്തോ വിൽപ്പത്രമോ നിലവിലില്ലാത്ത സാഹചര്യത്തിൽ നേരവകാശികൾക്കും രക്തബന്ധമുറയിലുള്ള അവകാശികൾക്കും വിധവ–വിഭാര്യൻ എന്നിവരുടെ ഇതര ബന്ധമുറയിലുള്ളവർക്കും പിൻതുടർച്ചക്കാർ എന്നനിലയിൽ സ്വത്തുക്കൾ ഓാഹരിയാക്കപ്പെടും. ആൺപെൺ ഭേദമില്ലാതെ, ഭാര്യാഭർതൃബന്ധമുറയിൽ ജനിക്കുന്ന മക്കളാണ് നേരവകാശികളായി വരുന്നത്. നിയമാനുസൃത വിവാഹബന്ധംവഴി രക്തബന്ധമുള്ളവരായി തീരുന്നവരാണ് പ്രസ്തുത പിൻതുടർച്ചയിൽ വരുന്നത്. ഭാര്യ, ഭർത്താവ്, വിധവ, വിഭാര്യൻ, ഭാര്യാമാതാവ്, പോറ്റമ്മ തുടങ്ങിയവർ ഇതിൽപ്പെടില്ല. വിധവ, നേര

വകാശികൾ, രക്തബന്ധത്തിൽപ്പെട്ടവർ എന്നീ ക്രമത്തിൽ അവകാശികളാരുമില്ലാത്ത വസ്തുവകകൾ സർക്കാരിൽ നിക്ഷിപ്തമാക്കപ്പെടും. സ്വത്തിന്റെ വിഭജനക്രമം പിൻതുടർച്ചക്കാർക്കിടയിൽ ഏതേത് അനുപാതത്തിലായിരിക്കണം എന്നത് ക്രിസ്ത്യൻ സമൂഹത്തിന് നിർണായകമായി നിശ്ചയിക്കപ്പെട്ടിരിക്കുന്നു. എന്നാൽ 1956 ലെ തിരുവിതാംകൂർ-കൊച്ചി ക്രിസ്ത്യൻ പിൻതുടർച്ചാവകാശ നിയമം മേരിറോയി കേസിലൂടെ ചരിത്രപ്രാധാന്യം നേടുകയുണ്ടായി. ക്രിസ്ത്യൻ കുടുംബസ്വത്തിൽ സ്ത്രീക്ക് പുരുഷന്റെ സ്വത്തിന്റെ പകുതിയോ 5000 രൂപയോ ഏതാണ് കുറവ് ആയത് മാത്രം നൽകുക എന്ന രീതി ഈ കേസിൽ നിരാകരിക്കപ്പെട്ടു. പുരുഷാവകാശിക്ക് തുല്യമായ ഓഹരി സ്ത്രീയവകാശിക്കും വിധിച്ചു. എന്നാൽ നാളിതുവരെ വിധിനടത്തിപ്പിന് കഴിഞ്ഞിട്ടില്ലെന്നത് കടുത്ത പരിമിതിയായി തുടരുന്നു.

ഖുർആനിക് ശരിഅത്ത് സമ്പ്രദായപ്രകാരം സുന്നി, ഷിയാ, ഹനഫ് വിഭാഗങ്ങൾ തുടങ്ങി ഓരോ ശാഖകളിലും ഉൾപ്പെട്ടവർക്ക് ബാധകമായ പ്രത്യേക വ്യവസ്ഥകളാണ് മുസ്ലീം പിൻതുടർച്ച-സ്വത്തവകാശരംഗത്ത് പാലിക്കപ്പെടുന്നത്. നബിവചനം, പണ്ഡിതവ്യാഖ്യാനം, മതപ്രമാണം എന്നിങ്ങനെ സുന്ന, ഫത്വ തുടങ്ങിയവ ആധാരമാക്കിയാണ് ആയത് തീരുമാനിക്കപ്പെടുക. ഇസ്ലാമിക നിയമത്തിൽ മുഴുവൻ സ്വത്തും ഒരാൾക്ക് ഒസ്യത്ത് വഴി കൈമാറാനാകില്ല. ആകെ സ്വത്തിന്റെ ബാധ്യത കഴിച്ചുള്ളതിൽ 1/3 വരെ പരമാവധി ഒസ്യത്തിലൂടെ ഒരാൾക്ക് കൈമാറാനാകും. മറിച്ചുചെയ്യുന്നതിന് അവകാശികളുടെ സമ്മതം ആവശ്യമാണ്. മത-പുണ്യ പ്രവൃത്തികൾക്കാണെങ്കിൽക്കൂടി ഇഷ്ടദാന രീതി മുസ്ലീം നിയമം നിയന്ത്രിക്കുന്നതായി കാണാം.

പങ്കുകാർ, പാർശ്വസ്ഥർ, മുൻമുറ-പിൻമുറക്കാർ, ഒഴിവുകഴിവുകാർ, പിൻപറ്റുകാർ എന്നിങ്ങനെ വിവിധ വിഭാഗങ്ങളിൽപ്പെടുന്നവർക്ക് സുന്നി, ഷിയ, ഹനഫ് വിഭാഗങ്ങൾ പ്രത്യേകം പ്രത്യേകം ദായക്രമപരിധി നിർണയിക്കപ്പെട്ടിരിക്കുന്നു. അതിൽ ഒരു സംഗതി എടുത്തുപറയേണ്ടത് ഇതര മതങ്ങളെ അപേക്ഷിച്ച് സ്ത്രീക്ക് കുടുംബസ്വത്തിൽഅവകാശം ഉറപ്പാക്കാൻ മുസ്ലീംനിയമം അനുശാസിക്കുമ്പോൾതന്നെ അതിന്റെ ആനുപാതിക അളവ് പുരുഷാവകാശികളെ അപേക്ഷിച്ച് ഏറെ കുറവായിതീരുന്നു എന്ന ദോഷവും നിലനിൽക്കുന്നുണ്ട്.

ദത്തെടുക്കൽ, ദത്തവകാശം, രക്ഷാകർതൃത്വം എന്നിവയിലും മതാചാരക്രമത്തിലുള്ള വ്യതിയാനം ദർശിക്കാം. എന്നാൽ ഇന്ത്യൻ സുപ്രീം കോടതി തന്നെ ചൂണ്ടിക്കാട്ടിയതുപ്രകാരം ഹിന്ദുസ്ത്രീക്ക് തന്റെ പ്രായപൂർത്തിയാകാത്ത സന്തതികളുടെ രക്ഷാകർതൃത്വം അവരുടെ അച്ഛന്റെ അഭാവത്തിലോ അച്ഛനാരെന്ന് തീർച്ചയില്ലാത്ത സന്ദർഭത്തിലോ മാത്രമേ അവകാശപ്പെടാനാകൂ എന്നത് ഉൾപ്പെടെ അപരിഷ്കൃതവും സ്ത്രീവിരുദ്ധവുമായ സ്ഥിതി ഇപ്പോഴും തുടരുകയാണ്. ക്രിസ്ത്യൻ വിവാഹമോചന വ്യവസ്ഥകളും സ്വത്തവകാശ വ്യവസ്ഥകളും, മുസ്ലീം ശരിഅത്ത് പ്രകാരം വിവാഹ-വിവാഹ മോചന വ്യവസ്ഥകളും, സ്വത്ത്-പിൻതു

ടർച്ചാവകാശ നടപടികളും സ്ത്രീപദവി തുല്യത പുലർത്തുന്നില്ലെന്ന വിമർശനം ഉയർന്നുവരുന്നുണ്ട്. ഇവകൂടി പരിഗണിച്ചുകൊണ്ടാകണം ഏകീകൃത വ്യക്തിനിയമ സംഹിതയ്ക്ക് രൂപം നൽകപ്പെടേണ്ടത്.

വ്യക്തി-കുടുംബ നിയമതർക്കങ്ങൾ മുമ്പ് സാധാരണ സിവിൽ കോടതികളായിരുന്നു തീർപ്പാക്കിയിരുന്നത്. എന്നാൽ 1984ൽ ഇന്ത്യൻ പാർലമെന്റ് അംഗീകരിച്ച കുടുംബകോടതി നിയമം ഈ മേഖലയിലെ വ്യവഹാരങ്ങൾ തീർപ്പാക്കാനായി പ്രത്യേകം കോടതികൾ നിയമിക്കാൻ നിർദ്ദേശിക്കുന്നു. 1989 ൽ ഇതുപ്രകാരമുള്ള ജില്ലാതല കോടതികൾ കേരളത്തിൽ ഉൾപ്പെടെ നിലവിൽ വന്നു. ജില്ലാജഡ്ജി പദവിയിലുള്ള ന്യായാധികാരിയായിരിക്കും വിധികർത്താവ്. ചെലവുകുറഞ്ഞതും, സത്വര നടപടിവ്യവസ്ഥ പാലിക്കാവുന്നതും, നിയന്ത്രിത നടപടി (ഇൻക്യാമറ) ബാധകമായിട്ടുള്ളതുമായ രീതിയാണ് കുടുംബകോടതിക്ക് നിർദ്ദേശിക്കപ്പെട്ടിട്ടുള്ളത്. തർക്കങ്ങൾ രമ്യമായി തീർപ്പാക്കുന്നതിലേക്ക് പരിശീലനം സിദ്ധിച്ച സാമൂഹ്യസേവകരുടെ സാധ്യത ഉപയോഗിക്കുക, കോടതിച്ചെലവ് പരമാവധി കുറയ്ക്കുക, സൗജന്യ നിയമസേവന സഹായം ലഭ്യമാക്കുക, സത്വര വിധിതീർപ്പും വിധിനടത്തും സാധ്യമാക്കുക, വിധിനിഷേധത്തിന് പിഴയും തടവും ഉൾപ്പെടെ ശിക്ഷകൾ അനുശാസിക്കുക എന്നീ അധികാരങ്ങൾ കുടുംബകോടതികൾക്ക് ഈ നിയമം വ്യവസ്ഥ ചെയ്യുന്നുണ്ട്.

20

തൊഴിൽ നിയമങ്ങൾ

വർഗ്ഗ വിഭജനവും വർഗ്ഗസമരവും മാനവരാശിയുടെ സ്വയംനിർമ്മിതിയുടെ ചരിത്രപരവും ദ്വന്ദാത്മകവുമായ മാർഗ്ഗസവിശേഷതകളാണ്. അടിമ–ഉടമ, ജന്മി–കുടിയാൻ, മുതലാളി–തൊഴിലാളി ബന്ധങ്ങളിൽ എല്ലാം ഇത്തരം വിരുദ്ധ താൽപ്പര്യങ്ങളുടെ സംഘർഷവും അതിൽനിന്ന് ഉരുത്തിരിഞ്ഞുവരുന്ന പരിഹാരവും നാം കാണുന്നുണ്ട്. വ്യത്യസ്ത താല്പര്യങ്ങളുടെ സമീകരണത്തിനുള്ള സാമൂഹ്യ ഉപകരണമാണ് നിയമം. അത്തരത്തിൽ നിയമത്തെ ഏറ്റവും കൂടുതൽ ഉപയോഗപ്പെടുത്താൻകഴിഞ്ഞ മേഖലയാണ് വ്യവസായ–തൊഴിൽ മേഖലകൾ. അതിദ്രുത വ്യവസായവൽക്കരണം വ്യവസായബന്ധ–തൊഴിൽ അവകാശ–ക്ഷേമമേഖലയിൽ രാഷ്ട്രത്തിന്റെ ഉത്തരവാദിത്തവും ഇടപെടലും വർദ്ധിപ്പിച്ചു. രണ്ട് സുസംഘടിത വിഭാഗങ്ങൾ–തൊഴിലുടമയും തൊഴിലാളിയും–തമ്മിലുള്ള ബന്ധത്തെയും അതിലെ സങ്കീർണ തലങ്ങളെയും സംബന്ധിച്ച നിയമങ്ങളാണ് തൊഴിൽ നിയമങ്ങൾ.

ക്ഷേമകാര്യ നിയമശാസ്ത്രശാഖയിൽ ഏറ്റവുമധികം വികാസം നേടിയ മേഖലയാണ് തൊഴിൽനിയമം. 20–ാം നൂറ്റാണ്ടിലെ യൂറോപ്പ് മറ്റ് പല രംഗത്തും എന്നതുപോലെ തൊഴിൽ–ക്ഷേമനിയമങ്ങളുടെയും ഈറ്റില്ലമായിട്ടാണ് കരുതപ്പെടുന്നത്. ഭാരതത്തിലാകട്ടെ നഗര–ഗ്രാമ പാരസ്പര്യത്തിലൂടെ കൊണ്ടും കൊടുത്തും നിലനിന്ന കൈവേലക്കാരുടെയും പരമ്പരാഗത തൊഴിൽ മേഖലകളിൽ പണിയെടുക്കുന്നവരുടെയും ശൃംഖലയാണ് ദൃശ്യമാകുക. എന്നാൽ ഇന്ത്യൻ സ്വാതന്ത്ര്യസമരത്തിന്റെ പ്രധാന ശ്രേണിയെന്നനിലയിൽ മുംബൈയിലെയും കൊൽക്കത്തയിലെയും തൊഴിലിടങ്ങളിൽ മുളപൊട്ടി വികസിച്ച തൊഴിലാളിപ്രസ്ഥാനം നിർണായകമായ വളർച്ചയും പ്രസക്തിയും ഇന്ത്യാചരിത്രത്തിൽ നേടിയെടുക്കുന്നതും കാണാം. തുണിമിൽ തൊഴിലാളികൾ, ചണമിൽ തൊഴിലാളികൾ, കപ്പൽ–തുറമുഖ തൊഴിലാളികൾ എന്നുതുടങ്ങി കാർഷിക–

കൃഷിയനുബന്ധ മേഖലകളിലും ആധുനിക വിവരസാങ്കേതിക വിദ്യാമേഖലകളിലും തൊഴിലെടുക്കുന്നവർ ഉൾപ്പെടെ സംഘടിത-അസംഘടിത വിഭാഗങ്ങളിലെ അധ്വാനവിഭാഗം ഉൾക്കൊള്ളുന്നതാണ് ഇന്നത്തെ തൊഴിലാളിവർഗം. കായികവും ബൗദ്ധികവും ആയ തന്റെ അധ്വാന ശേഷി വിറ്റഴിക്കുന്നതിലൂടെ കാലയാപനവും അതിജീവനവും കഴിക്കുന്ന ഏതൊരാളെയും തൊഴിലാളിയുടെ ഗണത്തിൽപ്പെടുത്താം. ആ നിലയ്ക്ക് നീലക്കോളർ, വെള്ളക്കോളർ വ്യത്യാസംകൂടാതെ കൂലിതൊഴിലാളിയും കോളേജ് പ്രൊഫസറും ശിപായി മുതൽ സ്പെഷ്യലൈസ് ചെയ്ത ഡോക്ടർവരെ ഏതൊരാളും തൊഴിലാളി എന്ന പൊതുഗണത്തിൽ ഉൾപ്പെടും.

അതുകൊണ്ടുതന്നെ തൊഴിലാളി നിയമങ്ങൾ വൈവിധ്യമാർന്നതും ഹ്രസ്വവിവരണത്തിന് കഴിയാത്തത്ര അമൂർത്തവും ആണെന്ന് കാണാം. ക്ഷേമരാഷ്ട്ര സങ്കൽപ്പനത്തിൽ സമ്യക്കായ വ്യവസായ ബന്ധവും തൊഴിൽ സുസ്ഥിരതയും നിലനിർത്താനും സാമൂഹ്യ നിയന്ത്രണത്തോടെയുള്ള മത്സരാധിഷ്ഠിത കമ്പോള വികാസത്തിനും നിക്ഷേപ വിനിയോഗത്തിനും സഹായകമായ നിയമശാഖയാണ് തൊഴിൽനിയമം. അതാകട്ടെ സമൂഹത്തിലെ വിവിധ ക്രയവിക്രമയങ്ങൾക്ക് വിധേയമായി നിരന്തരം വിപുലീകൃതമാകുന്ന നിയമശാഖയാണ്. നിർമിത നിയമങ്ങൾ, ഉഭയകക്ഷി ഉടമ്പടികൾ, പാരമ്പര്യ വഴക്കങ്ങൾ, മാമൂലുകൾ ഇവയെല്ലാം ചേർന്നുള്ള സങ്കര സങ്കലനമാണ് തൊഴിൽ നിയമത്തിന്റെ മേഖല.

തൊഴിലാളി ക്ഷേമവും തൊഴിൽബന്ധ സുസ്ഥിരതയും സാമൂഹ്യ സുസ്ഥിരതയിൽ വഹിക്കുന്ന പങ്ക് ഭരണഘടനതന്നെ വെളിപ്പെടുത്തുന്നുണ്ട്. ചൂഷണാതീതമായ തൊഴിൽ അവകാശം മൗലിക പൗരാവകാശമായിട്ടും ആരോഗ്യകരവും സുരക്ഷിതവുമായ തൊഴിലിടം, അടിസ്ഥാന വേതനം, തുല്യ ജോലിക്ക് തുല്യ വേതനം, പോഷകാഹാരവും പാർപ്പിടവും വിദ്യാഭ്യാസവും ആതുരസേവനവും ഉൾപ്പെടെ അടിസ്ഥാന ജീവിതസാഹചര്യങ്ങൾ തുടങ്ങിയവയെല്ലാം സാമൂഹ്യ-സാമ്പത്തികാവകാശങ്ങൾ ആയിട്ടും ഇന്ത്യൻ ഭരണഘടന വിഭാവനം ചെയ്യുന്നുണ്ട്. നൈപുണി വികാസത്തിനും അഭ്യസിച്ച തൊഴിലുപാധിയായി അതിജീവനത്തിനും ഉള്ള മൗലിക പൗരാവകാശം അനുശാസിക്കുമ്പോൾ തന്നെ തൊഴിലവകാശം രാഷ്ട്രത്തിന്റെ ബാധ്യതയായി കണ്ട് ഉറപ്പാക്കുന്നതിൽ ഭരണഘടന വിജയിച്ചില്ലെന്ന വിമർശനവും ഉന്നയിക്കേണ്ടതായുണ്ട്. സംഘടിക്കുന്നതിനും സംഘടന രൂപീകരിക്കുന്നതിനും അഭിപ്രായപ്രകടനത്തിനും പ്രതിഷേധസൂചനയ്ക്കും സംഘടിത വിലപേശലിനും ഉള്ള മൗലികാവകാശം ഭരണഘടനതന്നെ വ്യവസ്ഥ ചെയ്യുന്നുണ്ട്. അതേസമയംതന്നെ പണി ലഭിക്കാനും പണിയെടുക്കാനും പണിമുടക്കാനും ഉള്ള പരമമായ അവകാശങ്ങൾ വ്യവസ്ഥ ചെയ്യാൻ ഭരണഘടനയ്ക്കായില്ലെന്നത് സമീപകാല നിയമ-നീതിചരിത്രം നമ്മെ ആവർത്തിച്ച് ഓർമിപ്പിക്കുകയും ചെയ്യുന്നു. ആഗോള ധനമൂലധന വിപണിയുടെ വികാസവും അദ്ധ്വാനവും ചരക്കുവൽക്കരിക്കപ്പെടുന്ന സ്ഥിതി വിപുലമാകുകയും ഉൾപ്പെടെ ഘടകങ്ങൾ തൊഴിൽ സുരക്ഷയും ക്ഷേമാവകാശവും ചോദ്യം

ചെയ്യപ്പെടാനും ചരിത്രത്തിന്റെ ചവറ്റുകുട്ടയിൽ തള്ളപ്പെട്ട "കൊള്ളലും തള്ളലും"(ഹയർ ആന്റ് ഫയർ) ഉൾപ്പെടെ അധാർമിക സമ്പ്രദായങ്ങൾ പുനഃസ്ഥാപിക്കപ്പെടാൻ വഴിയൊരുങ്ങുകയും ചെയ്യുന്ന വ്യവസായ-വ്യാപാര വിപണി സാഹചര്യമാണ് തൊഴിൽ നിയമരംഗം ഇന്ന് അഭിമുഖീകരിക്കുന്നത്.

സാമൂഹ്യസുരക്ഷയുടെയും വ്യക്തിഗതാവശ്യ സാധൂകരണത്തിന്റെയും അടിച്ചമർത്തലിനെതിരായ പ്രതിരോധത്തിന്റെയും തുടർച്ചയായ പ്രതിഫലനമാണ് തൊഴിൽ നിയമങ്ങൾ. ജീവിതസ്ഥിരതയുടെ ഉപാധിയായാണ് സാമൂഹ്യസുരക്ഷാ സംവിധാനം പരിഗണിക്കപ്പെടുന്നത്. സേവന-വേതന വ്യവസ്ഥകൾ, തൊഴിൽബന്ധ കരാർ വ്യവസ്ഥകൾ, ബോണസ്, പ്രൊവിഡന്റ് ഫണ്ട്, ക്ഷാമബത്ത, ഗ്രാറ്റ്വിറ്റി, പെൻഷൻ ഉൾപ്പെടെ ക്ഷേമസുരക്ഷാ ഉപാധികൾ അപകട നഷ്ടപരിഹാരം, പുനരധിവാസം ഉൾപ്പെടെ ക്ഷേമഉപാധികൾ എന്നിവയെല്ലാം തൊഴിൽനിയമ ഘടകങ്ങളായിരുന്നു. ട്രേഡ്‌യൂണിയൻ അവകാശം, കൂട്ടായ വിലപേശൽ ശേഷി, സ്ഥാപന-സേവന മാനേജ്മെന്റിൽ തൊഴിലാളിപങ്കാളിത്തം എന്നിവയെല്ലാം തൊഴിൽ നിയമത്തിന്റെ സദ്ഫലങ്ങളാണ്. സമ്പത്തിന്റെ കേന്ദ്രീകരണം തടയുക, കൊള്ളലാഭവും അധാർമ്മിക മത്സരവും നിയന്ത്രിക്കുക, വികസനഫലങ്ങളുടെ നീതിപൂർവ്വകമായ വിതരണം ഉറപ്പാക്കുക എന്നിവ തൊഴിൽ ക്ഷേമനിയമങ്ങളുടെ ഘടകങ്ങളാണ്. കേവല സാമൂഹ്യസുരക്ഷയ്ക്ക് അപ്പുറം സാമ്പത്തിക സുസ്ഥിരതയുടെയും വികാസത്തിന്റെയും അടിസ്ഥാന ഉപാധികളായി തൊഴിൽ നിയമങ്ങൾ ഇന്ന് വർത്തിക്കുന്നു. കമ്പോളാധിഷ്ഠിത ധനകാര്യബന്ധം വികസിക്കുമ്പോൾ തൊഴിൽനിയമരംഗത്ത് സംഭവിക്കാവുന്ന വ്യതിയാനങ്ങളും നിർണായകമാണ്. ഡൗൺസൈസിംഗ്, പിരിച്ചുവിടൽ, അസ്ഥിരത, വേതന സുരക്ഷയില്ലായ്മ, അമിത ജോലിഭാരം, സംഘടനാവകാശനിഷേധം തുടങ്ങിയവ ഇതിനകംതന്നെ പ്രകടമായിക്കഴിഞ്ഞു. കരാർതൊഴിലും പുറംതൊഴിൽ നിർവ്വഹണവും അനതിവിദൂരഭാവിയിൽ വൻ തിരിച്ചടിയായി പരിണമിക്കും. കയറ്റുമതി സാമ്പത്തികമേഖല, പ്രത്യേക കാർഷികമേഖല, പ്രത്യേക സാമ്പത്തികമേഖല തുടങ്ങി ഗതകാല "സർവ്വതന്ത്രസ്വതന്ത്ര മത്സരാധിഷ്ഠിത" സമ്പദ് സംവിധാനത്തിന്റെ പ്രതിരൂപങ്ങൾ തൊഴിൽ നിയമങ്ങൾ അന്യമാക്കാൻതന്നെ ഇടയാക്കുന്ന സാഹചര്യമാണ് സൃഷ്ടിക്കുന്നത്.

ഒന്നും രണ്ടും ഘട്ട ദേശീയ ലേബർ കമ്മീഷനുകൾ ഇന്ത്യയിലെ തൊഴിലവകാശ-ക്ഷേമസുരക്ഷാ ഉപാധികളെ അഭിസംബോധന ചെയ്യുന്നതിലും അവയുടെ ഹ്രസ്വകാല-ദീർഘകാല ശുപാർശകൾ പ്രാവർത്തികമാക്കുന്നതിലും പരാജയപ്പെട്ടതായി കാണാം. മദ്ധ്യവർത്തി വിഭാഗത്തിന്റെ ഭോഗാധിഷ്ഠിത താൽപ്പര്യ സാധൂകരണത്തിനുപരി അടിസ്ഥാന-അസംഘടിത തൊഴിലാളി ക്ഷേമ നിയമരൂപീകരണമോ നടത്തിപ്പോ ഇപ്പോഴും ദേശീയ അജണ്ടയിൽ ഇല്ല. പരിമിതമായെങ്കിലും രൂപംകൊണ്ടതായ ദേശീയ തൊഴിലുറപ്പ് നിയമം ആകട്ടെ ഗ്രാമീണ മേഖലയിൽ മാത്രമായി പരിമിതപ്പെടുകയും കേവല ദാരിദ്ര്യദൂരീകരണ പദ്ധതിയായി

പരിണമിക്കുകയും വേണ്ടത്ര വിഭവവകയിരുത്തലിന് വഴിയില്ലാതെ സങ്കൽപ്പ പദ്ധതിയായിത്തീരുകയുമാണിന്ന്. തൊഴിലും വരുമാനവും മൗലിക പൗരാവകാശമായി ഉറപ്പാക്കപ്പെടാനും അതിജീവന ഉപാധികൾ രാഷ്ട്രത്തിന്റെ ഉത്തരവാദിത്വമായി ഉറപ്പാക്കാനും കഴിയുന്നവിധത്തിൽ നമ്മുടെ തൊഴിൽ-ക്ഷേമ നിയമനടപടികൾ പുനഃസംവിധാനം ചെയ്യേണ്ട ഘട്ടമാണിന്നുള്ളത്.

ഒരു ജനാധിപത്യ-ക്ഷേമരാഷ്ട്രസംവിധാനത്തിൽ ജനതയുടെ ക്ഷേമ-സുരക്ഷാ ആവശ്യങ്ങൾ നിരന്തരമായി വർദ്ധിച്ചുവരും. അതനുസരിച്ച് ക്ഷേമ-സുരക്ഷ, നിയമങ്ങളും പരിഷ്കരിക്കപ്പെടണം. ഇത്തരത്തിൽ ഇന്ത്യൻ തൊഴിൽ നിയമങ്ങളുടെ പുനർവായനയും പരിഷ്കരണവും അനിവാര്യമായ ചരിത്രഘട്ടമാണിപ്പോഴുള്ളത്. 1944ലെ ഇൻർനാഷണൽ ലേബർ കോൺഫ്രൻസ് (ഫിലാഡൽഫിയാ) അംഗീകരിച്ച വേതനസുരക്ഷയ്ക്കും ആരോഗ്യപരിരക്ഷയ്ക്കും ഉള്ള പ്രമാണങ്ങളും 1947 ലെ സാർവ്വദേശീയ സാമൂഹ്യസുരക്ഷാ സമ്മേളനം മുന്നോട്ടുവച്ച ഉപാധികളും ഇന്ത്യയിലെ തൊഴിൽനിയമ രൂപീകരണത്തെ ഏറെ സ്വാധീനിച്ചിട്ടുണ്ട്. അന്താരാഷ്ട്ര തൊഴിൽസംഘടന (ഐ എൽ ഒ) മുന്നോട്ടുവയ്ക്കുന്ന ആശയം അനുസരിച്ച് ഒരു ജനതയുടെ സാമൂഹ്യസാമ്പത്തിക നിലനിൽപ്പിന്റെ മുന്നുപാധിയാണ് തൊഴിൽ-സുരക്ഷാ സുസ്ഥിരതയ്ക്കുള്ള നിയമ നടപടികൾ. പ്രത്യയശാസ്ത്രപരമായും പ്രായോഗികമായും ഈ നിലപാട് സാധൂകരിക്കുന്നതാണ് നിലവിലുള്ള ഇന്ത്യൻ തൊഴിൽ നിയമ വ്യവസ്ഥകൾ. എന്നാൽ സ്വാതന്ത്ര്യാനന്തര കാലഘട്ടത്തിൽ പ്രാഥമികമായി രൂപപ്പെട്ട തൊഴിൽനിയമങ്ങളും അവയുടെ ചുവടുപിടിച്ച് കാലികമായി രൂപപ്പെട്ടുവന്ന വിപുലീകരണങ്ങളും എന്നതിനപ്പുറം അടിസ്ഥാനപരമായ മുന്നേറ്റത്തിനും സ്ഥായിയായ നിലനിൽപ്പിനും ഇന്ത്യയിലെ തൊഴിൽ-സുരക്ഷാ നിയമശാഖ ഇപ്പോഴും പര്യാപ്തമാണെന്ന് കരുതാനാവില്ല.

തൊഴിൽരംഗത്തുവച്ച് സംഭവിക്കാവുന്ന അപകടങ്ങൾ, അംഗവൈകല്യങ്ങൾ, ശാശ്വത വൈകല്യങ്ങൾ, തൊഴിൽ-വരുമാനനഷ്ടം, ചികിത്സാ-പുനരധിവാസ ചെലവ് എന്നിവ പരിഗണിച്ചുകൊണ്ടുള്ള തൊഴിലാളി ഇൻഷ്വറൻസ് പരിരക്ഷാപദ്ധതി എന്നിവ 1948 ലെ ഇ എസ് ഐ ആക്ട് നിർദ്ദേശിക്കുന്നു. തൊഴിലാളികൾ, വ്യക്തിഗത-കുടുംബ ആശ്രിതർ എന്നിവയ്ക്കുള്ള പ്രീമിയം അടങ്കൽ, സുരക്ഷാനിധി, വിഹിതസമാഹരണം, സൂക്ഷിപ്പ്, സംരക്ഷണ ഉപാധിയുടെ ലഭ്യത തുടങ്ങിയവയ്ക്കൊപ്പം അപകട-ആരോഗ്യ പ്രശ്നങ്ങളിൽ വിദഗ്ദ്ധ ചികിത്സാ പരിരക്ഷാസംവിധാനങ്ങൾ ഏർപ്പെടുത്തുന്നതിനും അത് നിർദ്ദേശിക്കുന്നു.

1948 ലെ മിനിമം വേതനനിയമം ആകട്ടെ കാലാകാലം നിലവിലിരിക്കുന്ന വിപണിവിലനിലവാരത്തിനും ജീവിത വിലസൂചികയ്ക്കും അനുസരിച്ച് അതിജീവനത്തിനുതകുന്ന അടിസ്ഥാന വേതനലഭ്യത വ്യവസ്ഥപ്പെടുത്തുന്നു. ഉൽപ്പാദനക്ഷമത, വരുമാനവർദ്ധന, വളർച്ചാനിരക്ക്, വിപണിവ്യതിയാനം എന്നിവ കണക്കിലെടുത്ത് യഥാകാലം അടിസ്ഥാന അതിജീവന വേതനം നിർണയിക്കപ്പെടുന്നതിനും വേതനപരിഷ്കരണത്തിനും

ക്ഷാമബത്ത, ഇടക്കാലാശ്വാസം ഉൾപ്പെടെയുള്ള ഉപാധികൾക്കും ഈ നിയമം അനുശാസിക്കുന്നു. പട്ടികപ്പെടുത്തപ്പെട്ട തൊഴിൽമേഖലക ളിലാണ് ഈ നിയമം ബാധകമാകുന്നത്. കേന്ദ്ര-സംസ്ഥാന ഉപദേശക സമിതിയും നിലവിലുണ്ട്.

നിർണായകമായ മറ്റൊരു നിയമം 1938 ൽ രൂപംകൊണ്ടതും പിൽക്കാലത്തും തുടർന്നുപോന്നതുമായ കൂലിവ്യവസ്ഥാനിയമം ആണ്. ഇന്ത്യൻ സ്വാതന്ത്ര്യസമര പോരാട്ടങ്ങളുടെ സ്വാധീനഫലമാണ് ഈ നിയമം. വേതനഘടന, സേവന വ്യവസ്ഥകൾ, വേതന ലഭ്യതാരീതി, അംഗീകൃതവും അനംഗീകൃതവുമായ വേതനകിഴിവുകൾ, വേതനവിത രണക്രമം, വേതനവിതരണ ഉത്തരവാദിത്വം, പരിശോധന, തർക്കപരി ഹാരം, നീതിന്യായ വിശകലനം എന്നിവയ്ക്കുള്ള ഉപാധികൾ ഈ നിയമം നിർദ്ദേശിക്കുന്നു.

ഇന്നും നിർണായകമായി ഇന്ത്യയിൽ നിലനിൽക്കുന്ന തൊഴിൽനി യമമാണ് തൊഴിലാളി നഷ്ടപരിഹാര നിയമം. 1923 ൽ രൂപംനൽകപ്പെട്ട താണ് ഈ നിയമം. തൊഴിലുമായി ബന്ധപ്പെട്ട് സംഭവിക്കുന്ന നഷ്ടങ്ങൾ, അതിൽ താൽക്കാലികമോ ഭാഗികമോ സ്ഥായിയാതോ എന്ന വിഭജനം, അതിനോരോന്നിനും യുക്തമായി ലഭിക്കാവുന്ന പരിഹാരം, അത് നിർണ യിക്കുന്നതിനുള്ള മാനദണ്ഡങ്ങൾ, അതിന് ചുമതലപ്പെട്ട അധികൃത സ്ഥാനം എന്നിവ നിയമം അനുശാസിക്കുന്നു. പ്രസ്തുത നഷ്ടപരിഹാര ത്തിന് അർഹതപ്പെട്ടവർ ആരെന്ന് നിർവ്വചിക്കുക, നിർണയിച്ച് പട്ടികപ്പെ ടുത്തുക, നഷ്ടപരിഹാരം തിട്ടപ്പെടുത്തുന്നതിനുള്ള മെഡിക്കൽ നടപടി വ്യവസ്ഥപ്പെടുത്തുക, നഷ്ടപരിഹാരം നിഷേധിക്കുകയോ വ്യവസ്ഥ ലംഘിക്കുകയോ ചെയ്യപ്പെട്ടാൽ അതിനിടയാക്കുന്നവർക്കുള്ള പിഴശിക്ഷ, തൊഴിലാളി നഷ്ടപരിഹാര നിർണയ അധികാരസ്ഥരായ കമ്മീഷണർമാ രുടെ അധികാരം ഉത്തരവാദിത്വം, ചുമതല എന്നിവ വ്യവസ്ഥപ്പെടുത്തു ക, നടപടിക്രമം നിർദ്ദേശിക്കുക തുടങ്ങിയവയും ഈ നിയമംമൂലം സാധ്യ മാകുന്നു. വേതനം മരവിപ്പിക്കുകയോ പിടിച്ചുവയ്ക്കപ്പെടുകയോ ചെയ്താൽ അത് വീണ്ടെടുക്കാനും വിതരണം ചെയ്യാനുമുള്ള ഉപാധിയും വേതനം പറ്റുന്ന തൊഴിലാളികളുടെ പട്ടിക ഉൾപ്പെടെ തൊഴിലുടമ പാലി ക്കേണ്ടുന്ന വ്യവസ്ഥകളും നിർദ്ദേശിക്കുകവഴി തൊഴിലാളിചൂഷണത്തിന് ഒരു പരിധിവരെ തടയിടാൻ ഈ നിയമം പ്രയോജനപ്പെടുന്നു.

സാമൂഹ്യ നീതി-സാമൂഹ്യ സുരക്ഷ എന്നിവ ലക്ഷ്യംവച്ചുള്ള മറ്റൊരു നിയമമാണ് ഗ്രാറ്റ്വിറ്റി നിയമം. സ്വാതന്ത്ര്യാനന്തര ഇന്ത്യയിൽ ഒരു തൊഴിലാളി സേവനകാലം പൂർത്തിയാക്കി പിരിയുമ്പോൾ പാരി തോഷികമായി തൊഴിലുടമ നൽകുന്ന വിഹിതമാണ് ഗ്രാറ്റ്വിറ്റി, ഫാക്ടറി, ഖനി, തോട്ടം, തുറമുഖം, റെയിൽ, കമ്പനി, കടകൾ തുടങ്ങി നിയമപ്ര കാരം കേന്ദ്രസർക്കാർ വിജ്ഞാപനം ചെയ്യുന്ന ഏതൊരു മേഖലയിലും ഈ നിയമം ബാധകമാണ്. പത്തോ അതിലധികമോ ജോലിക്കാർ ഒരു വർഷമോ (12 മാസം) അതിലധികമോ ഒരു സ്ഥാപനത്തിൽ തൊഴിലെ ടുക്കുന്നുവെങ്കിൽ ഈ നിയമം ബാധകമാകും. ഈ നിയമനടത്തിപ്പിനാ യുള്ള നിയന്ത്രണാധികാരസ്ഥരെ അതത് സർക്കാരുകൾ കാലാകാലം

നിയോഗിക്കും. ഒരു സ്ഥാപനത്തിൽ തുടർച്ചയായി 5 വർഷത്തിൽ കുറയാത്ത കാലം തൊഴിലെടുത്തവർ കാലാവധിയെത്തിയോ, രാജിവച്ചോ, വൈകല്യംമൂലമോ പിരിയുകയോ അപകടമോ മരണമോ സംഭവിച്ച് സേവനം അവസാനിപ്പിക്കുകയോ ചെയ്യുമ്പോൾ ഈ ആനുകൂല്യത്തിന് അർഹതയുണ്ടായിരിക്കും.

ബോണസ് നിയമം ആണ് മറ്റൊരു പ്രധാന തൊഴിൽ നിയമം നീക്കിവയ്ക്കപ്പെട്ട വേതനം എന്നതായിരുന്നു ബോണസിന് ആദ്യഘട്ടത്തിലുണ്ടായിരുന്ന നിർവ്വചനം. എന്നാൽ പിൽക്കാലത്ത് ഇതിന് ഭേദഗതി വരികയും അർഹമായ അധികവേതനം എന്ന് വിശദീകരിക്കപ്പെടുകയും ചെയ്തു.

പ്രസവാനുകൂല്യനിയമം അന്താരാഷ്ട്ര മനുഷ്യാവകാശ വ്യവസ്ഥകൾക്കും സ്ത്രീപദവി സംരക്ഷണ പ്രമാണങ്ങൾക്കും അനുപൂരകമായി രൂപപ്പെട്ട നിയമമാണ്. തൊഴിലെടുക്കുന്ന സ്ത്രീകൾക്ക് പ്രസവത്തോടനുബന്ധിച്ച് അവരുടെ ജോലി ക്രമപ്പെടുത്തുന്നതിനും പ്രസവകാലയളവിന് മുമ്പും പിൻപുമായി നിശ്ചിത കാലയളവിൽ (145 ദിവസംവരെ) ശമ്പളാനുകൂല്യങ്ങളോടെയുള്ള അവധിയനുവദിക്കപ്പെടുന്നതിനുമുള്ള നിയമവ്യവസ്ഥയാണിത്. 1961 ൽ ഈ നിയമം ഇന്ത്യയിൽ പ്രാബല്യത്തിൽ വന്നു. ഫാക്ടറികൾ, ഖനികൾ, തോട്ടങ്ങൾ, കമ്പനികൾ, സർക്കാർ ഓഫീസുകൾ തുടങ്ങി പത്തോ അതിലധികമോ ജീവനക്കാർ 12 മാസത്തിലധികം തൊഴിലെടുക്കുന്ന ഏതൊരു സ്ഥാപനത്തിനും ഈ നിയമം ബാധകമാണ്. മാതൃശിശുപരിപാലനം ജീവസുരക്ഷ, അതിജീവനാവകാശം എന്നിവ കണക്കിലെടുത്താണ് ഈ ആനുകൂല്യം അനുവദിക്കപ്പെടുക.

പ്രസവാനന്തരകാലാവധിയിൽ സ്ത്രീതൊഴിലാളികൾ 6 ആഴ്ചവരെ ജോലിക്ക് നിയോഗിച്ചുകൂടാ എന്നും, മുലയൂട്ടുന്ന കാലയളവിൽ സ്ത്രീതൊഴിലാളിക്ക് തൊഴിൽ സമയത്തിനിടയിൽ 2 മണിക്കൂർ ഇടവിട്ട് ഇടവേള അനുവദിക്കണമെന്നും ശിശുപരിചരണകേന്ദ്രം സ്ഥാപിക്കണമെന്നും നിയമം അനുശാസിക്കുന്നു. ഗർഭഛിദ്രമോ ഗർഭം അലസിപ്പോകലോ സംഭവിച്ച തൊഴിലാളിയെ കഠിനതരമായ ജോലിയിൽ നിയോഗിക്കരുതെന്നും നിയമം വ്യവസ്ഥചെയ്യുന്നു. പ്രസവാനുകൂല്യപ്രാബല്യം പരമാവധി 6 ആഴ്ചവരെ മേൽപ്പറഞ്ഞ സാഹചര്യത്തിലുള്ള സ്ത്രീകൾക്കും നിയമം അനുവദിക്കുന്നു. മിനിമം വേതനനിരക്കിന്റെയടിസ്ഥാനത്തിൽ നാലുമാസക്കാലയളവിലെ വേതനമാണ് ഇപ്രകാരം ലഭിക്കാവുന്ന ആനുകൂല്യത്തുക. പ്രസവത്തെ തുടർന്ന് തൊഴിലാളി മരണപ്പെട്ടാൽ അന്തരാവകാശിക്ക് ആനുകൂല്യത്തുക അർഹതപ്പെടാവുന്നതാണ്. പ്രസവാവധിയെടുത്തതിനാൽ സ്ത്രീതൊഴിലാളിയെ പിരിച്ചയയ്ക്കാനോ വേതനഘടന മാറ്റാനോ തീരുമാനിക്കുന്നത് നിയമവിരുദ്ധമായിരിക്കും. പ്രത്യേക സാഹചര്യത്തിൽ സ്ത്രീതൊഴിലാളി പിരിച്ചുവിടപ്പെട്ടാലും ഈ നിയമപ്രകാരമുള്ള ആനുകൂല്യം നിഷേധിക്കാനാവില്ല. ഈ നിയമത്തിന്റെ പരിപാലനവും നിയന്ത്രണവും നിയമപ്രകാരം അതത് സർക്കാരുകൾ നിയോഗിക്കുന്ന അധികാരസ്ഥരിൽ നിക്ഷിപ്തമായി

രിക്കും.

1948 ൽ തന്നെ നിലവിൽ വന്ന വ്യവസായ തർക്കപരിഹാരനിയമമാണ് വ്യവസായബന്ധ മേഖലയിൽ തൊഴിലാളി–തൊഴിലുടമാ ബന്ധം സുസ്ഥിരവും സൗഹൃദപൂർണവുമായി പരിപാലിക്കപ്പെടുന്നതിന്റെ ആധാരം. എന്താണ് വ്യവസായം എന്നും വ്യവസായതർക്കം എന്നും ആയതിനുള്ള പരിഹാരമാർഗ്ഗങ്ങൾ എന്തെന്നും അത് സാധ്യമാക്കാനുള്ള അധികൃതസംവിധാനം എന്തെന്നും ഈ നിയമം അനുശാസിക്കുന്നു. ബാംഗ്ലൂർ വാട്ടർസപ്ലേ & സ്വീവേജ് ബോർഡ് 'അഭി'രാജപ്പാ കേസിലെ സുപ്രീംകോടതി വിധിപ്രകാരം വ്യവസായം എന്നതിന് ചരിത്രപ്രധാനമായ നിർവ്വചനവ്യാപ്തി കൈവരികയുണ്ടായി. തദനുസരണം നിയമഭേദഗതിയും വരുത്തി. എന്നാൽ ഇന്ത്യൻഭരണകൂടം നാളിതുവരെ ഈ ഭേദഗതിക്ക് നിർവ്വഹണപ്രാബല്യം നൽകിയിട്ടില്ലെന്നത് പ്രത്യേകം ഓർക്കുക.

സുപ്രധാനമായ മറ്റൊരു സംഗതി വ്യാവസായിക സൗഹാർദ്ദം വ്യവസായ തൊഴിലാളിതർക്കപരിഹാരം എന്നിവ നടപ്പാക്കുന്നതിനൊപ്പം നിയമവിരുദ്ധ സമരങ്ങൾ നിരോധിക്കാനും തൊഴിലാളിക്ക് വ്യവസായസ്ഥാപനം അടച്ചുപൂട്ടലോ, നിർത്തലാക്കലോ ഉണ്ടായാൽ നഷ്ടപരിഹാരം (ലേഓഫ്) പിരിച്ചുവിടലോ ഒഴിവാക്കലോ ഉണ്ടായാൽ അതിനുള്ള നഷ്ടപരിഹാരം ലഭ്യമാക്കാനും വ്യവസ്ഥചെയ്യുന്നു. 1969 ലെ തൊഴിലാളി ക്ഷേമ കമ്മീഷന്റെ ശുപാർശകൾകൂടി കണക്കിലെടുത്ത് നിയമവ്യവസ്ഥകൾ പരിഷ്കരിക്കപ്പെട്ടതായി കാണാം. ശാസ്ത്രീയവും ചിട്ടയാർന്നതും സാങ്കേതികവും ആയ വ്യവസ്ഥാപിത ഉപാധിയോടെ നേരിട്ടോ പരോക്ഷമായോ തൊഴിലാളികളെ ഏർപ്പെടുത്തിക്കൊണ്ട് ഉല്പാദനമോ വിതരണമോ വിപണനമോ സേവനപ്രദാനമോ നിർവ്വഹിക്കുന്ന ഏതൊരു സ്ഥാപനത്തെയും ഭേദഗതി നിയമം വ്യവസായമായി നിർവ്വചിക്കുന്നു. ലാഭാധിഷ്ഠിതമായും തൊഴിലാളികളെ ഏർപ്പെടുത്തിയും പ്രവർത്തിക്കുന്ന സംവിധാനത്തിൻകീഴിൽ ക്രിക്കറ്റ്ക്ലബ്ബും പാരലൽകോളജും ഉൾപ്പെടെയുള്ള സഥാപനങ്ങൾ ഇതിൽ വരും. തൊഴിൽ തർക്കവും അവകാശതർക്കവും പരിഹരിക്കുന്നതിലേക്ക്

(i) വർക്സ്കമ്മിറ്റി (തൊഴിലാളികൾക്കും തൊഴിലുടമയ്ക്കും–സമാനപ്രാതിനിധ്യമുള്ള വിലപേശൽവേദി)
(ii) സമവായാധികാരസ്ഥർ (പരസ്പര സമ്മത കരാർവഴി തർക്കപരിഹാരം നേടുന്നതിന് വിദഗ്ദ്ധസഹായസംവിധാനം)
(iii) തൊഴിൽതർക്കപരിഹാര ട്രിബ്യൂണൽ (അർദ്ധനീതിന്യായ അധികാരസ്ഥർവഴി തർക്കം തീർപ്പാക്കൽ)
(iv) വ്യവസായതർക്ക ട്രിബ്യൂണൽ (ഒന്നിലേറെ വ്യവസായസ്ഥാപനങ്ങൾ കക്ഷികളായി വരുന്ന തർക്കം തീർപ്പാക്കുന്ന അർദ്ധ നീതിന്യായവേദി)
(v) ദേശീയ–സംസ്ഥാനാന്തര വ്യവസായതർക്ക ട്രിബ്യൂണൽ എന്നിവ വ്യവസ്ഥാപനം ചെയ്യുന്നു.

ഈ നിയമം നിയമവിരുദ്ധമായ പണിമുടക്കം പ്രതിരോധിക്കുകയും

അതിലേർപ്പെടുകയോ ഇടയാക്കുകയോ പ്രേരിപ്പിക്കുകയോ ചെയ്യുന്ന വർക്കെതിരേ അച്ചടക്കനടപടി, ശിക്ഷാനടപടി, കുറ്റവിചാരണയും ശിക്ഷയും ഉൾപ്പെടെ വ്യവസ്ഥചെയ്യുന്നു. അതിനൊപ്പം നിയമവിധേയ പണിമുടക്കത്തിന് അംഗീകരണവും പണിമുടക്കവകാശവും ഉറപ്പാക്കുന്നു. എന്നാൽ നിയമവിധേയ പണിമുടക്കം എന്തെന്ന് നിർവ്വചിക്കുന്നില്ല. നിയമവിരുദ്ധമല്ലാത്ത പണിമുടക്കത്തെ നിയമപരമായി വീക്ഷിക്കാമെന്ന് മാത്രം. ഇവിടെയാണ് സർക്കാർ ജീവനക്കാർക്ക് ഭരണഘടനാപരമായോ, ധാർമ്മികമായോ നിയമപരമായോ പണിമുടക്കാൻ അവകാശമില്ലെന്ന വിധി നാം വിശകലനവിധേയമാക്കേണ്ടത്.

1927 ൽ നടപ്പിലാക്കപ്പെട്ട ട്രേഡ്‌യൂണിയൻ നിയമം സ്വാതന്ത്ര്യസമരത്തിൽ അണിനിരന്ന തൊഴിലാളികളുടെ രോഷം തണുപ്പിക്കാൻ കൊണ്ടുവന്ന മറുമരുന്നാണ്. സംഘടിക്കാനും കൂട്ടായി വിലപേശൽ നടത്താനും അംഗത്വം എടുക്കാനും ജനാധിപത്യവിധേയമായി നേതൃത്വത്തെ തെരഞ്ഞെടുക്കാനും സ്ഥാപന മാനേജ്മെന്റിൽ തൊഴിൽപ്രാതിനിധ്യത്തിനും ഈ നിയമം നിർദ്ദേശിക്കുന്നു. സ്വാതന്ത്ര്യാനന്തര ഇന്ത്യയിൽ നിലനിന്ന ഈ നിയമത്തിൽ രണ്ടാം ലേബർ കമ്മീഷൻ ശുപാർശ മുൻനിർത്തി ഭേദഗതി വരുത്താൻ നടത്തിയ പരിശ്രമങ്ങൾ ശക്തമായ പ്രതിഷേധംമൂലം വിജയിച്ചിട്ടില്ല.

തൊഴിൽനിയമങ്ങളിൽ ഏറ്റവും പുതിയതായി കേരളത്തിൽ ചൂണ്ടിക്കാട്ടാവുന്നത് വാണിജ്യ-വ്യാപാര സ്ഥാപനങ്ങൾ ഉൾപ്പെടെ ഇടങ്ങളിൽ പണിയെടുക്കുന്ന അസംഘടിത തൊഴിലാളികൾ, ഐ ടി രംഗത്ത് തൊഴിലെടുക്കുന്നവർ ഉൾപ്പെടെയുള്ളവർ എന്നിവർക്ക് ബാധകമാകുംവിധം ക്ഷേമനിധി ഏർപ്പെടുത്താൻ നിർദ്ദേശിക്കുന്ന 2006ലെ അസംഘടിതമേഖലാ തൊഴിലാളിക്ഷേമ നിയമം ആണ്. എന്നാൽ ഇത്തരത്തിൽ അസംഘടിത ഗണത്തിൽവരുന്ന വലിയൊരു വിഭാഗത്തിന്റെ ക്ഷേമം മുൻനിർത്തിയുള്ള ദേശീയനിയമം എന്ന ആവശ്യം ഇപ്പോഴും നടപ്പാക്കപ്പെട്ടിട്ടില്ല.

പതിറ്റാണ്ടുകളായി നിലനിന്നിരുന്ന പ്രൊവിഡന്റ് ഫണ്ട് വ്യവസ്ഥകൾ, നിയാമക പെൻഷൻ സമ്പ്രദായങ്ങൾ എന്നിവയിൽ കേന്ദ്രസർക്കാർ ഏകപക്ഷീയമായ പരിഷ്കാരങ്ങൾ ഏർപ്പെടുത്തുകയാണിന്ന്. ജി പി എഫ്- ഇ പി എഫ് പലിശനിരക്കുകൾ വെട്ടിക്കുറച്ചു. പങ്കാളിത്ത പെൻഷൻ പദ്ധതി, പെൻഷൻഫണ്ട് റഗുലേഷൻ & വികസന അഥോറിറ്റി, പെൻഷൻഫണ്ട് മാനേജർ സമ്പ്രദായം, പെൻഷൻ വിതരണ നിയന്ത്രണം തുടങ്ങിയവ നിർദ്ദേശിക്കപ്പെട്ടിരിക്കുന്നു. സമാഹരിക്കപ്പെടുന്ന പെൻഷൻ പ്രൊവിഡന്റ് ഫണ്ടുകൾ ഓഹരിക്കമ്പോളത്തിൽ നിക്ഷേപിക്കപ്പെടുന്നു. നിലവിലുള്ള തൊഴിലാളി ആരോഗ്യസുരക്ഷാപദ്ധതികൾക്കു പകരം ആരോഗ്യഇൻഷ്വറൻസ് പരിപാടി നിർദ്ദേശിക്കുന്നു. ദൂരവ്യാപകമായ ഫലം ആയിരിക്കും ഈ വക പരിഷ്കരണങ്ങൾ തൊഴിൽ മേഖലയിൽ സൃഷ്ടിക്കുക.

21

ഭൂനിയമങ്ങൾ

ആഗോള സമ്പദ്ക്രമത്തിന്റെ അടുത്ത മേച്ചിൽപ്പുറം ഭൂസ്വത്തുക്കളാണ്. സ്ഥാവരസ്വത്തുക്കൾ ചരക്കുവൽക്കരിക്കപ്പെടണമെന്നും അനിയന്ത്രിതമായി ക്രയവിക്രയം ചെയ്യപ്പെടുന്നതിന് അനുവദിക്കണമെന്നും മൂലധന നിക്ഷേപം ഭൂമിക്കുമേൽ അനുവദിക്കണമെന്നും നിർദ്ദേശം ഉയർന്നുകഴിഞ്ഞു. ബഹുരാഷ്ട്ര-രാഷ്ട്രാന്തര കുത്തകഭീമന്മാർ സംഭരിച്ചുവച്ചിരിക്കുന്ന മിച്ചധനമൂല്യം അതിവേഗത്തിൽ സ്വത്താക്കി മാറ്റാനും ക്രയം ചെയ്യാനും വമ്പിച്ചതോതിൽ ലാഭം കുന്നുകൂട്ടാനുമുള്ള സാധ്യത തെളിഞ്ഞുകാണുന്നുണ്ട്. മുമ്പൊരിക്കലും ഉണ്ടാകാത്തവിധം അദൃശ്യ ഭൂഉടമസ്ഥതാരീതി പുതിയ സാമ്പത്തികപശ്ചാത്തലത്തിൽ വ്യവസ്ഥാപിതമാക്കപ്പെടുകയാണിന്ന്. ജന്മി-ഭൂപ്രഭു വർഗത്തെ നിരാകരിച്ചുകൊണ്ട് ഭൂരഹിതർക്ക് ഭൂമിയും കുടിയാന്മാർക്കും കുടികിടപ്പുകാർക്കും കൈവശഭൂമിയിലെ സ്ഥിര അവകാശവും ഉറപ്പാക്കിക്കൊടുത്ത നിയമ നടപടികൾ വമ്പിച്ച തിരിച്ചുപോക്കിന് വിധേയമാകുകയാണിന്ന്. ഭൂപരിധി നിർണയവും മിച്ചഭൂമിസമ്പ്രദായവും അധികഭൂമി ഭണ്ഡാരവകയായി കണ്ടെടുക്കലും ഭൂവിതരണത്തിന്റെ നീതിപൂർവ്വകതയും വിസ്മൃതമാക്കപ്പെടുകയാണിന്ന്. മൂലധന നിക്ഷേപത്തിന്റെ അനിതരസാധാരണത്വം മൂലം മാഫിയാവൽക്കരണത്തിനുപോലും ഭൂസ്വത്ത് വിധേയമാക്കപ്പെടുന്നു.

1959 ൽ ആദ്യകമ്യൂണിസ്റ്റ് സർക്കാരാണ് സ്വാതന്ത്ര്യസമര പ്രേരിതമായ 'കൃഷിഭൂമി കൃഷിക്കാരന്' എന്ന മുദ്രാവാക്യം സാർത്ഥകമാക്കിക്കൊണ്ടുള്ള കേരള കാർഷികബന്ധ നിയമത്തിന് രൂപംനൽകിയത്. എന്നാൽ കാസർകോട്, ഹോസ്ദുർഗ് താലൂക്കുകളിൽ നിലവിലിരുന്ന ഭൂവുടമാ വ്യവസ്ഥ ഉന്നയിച്ച് പ്രസ്തുത നിയമത്തിന്റെ ഭരണഘടനാസാധ്യത ഇല്ലാതാക്കി കോടതികൾ വിധിച്ചു. തുടർന്ന് ഒരു ദശകത്തോളം

നടത്തിയ പരിശ്രമങ്ങൾ വിജയംകാണാത്ത സാഹചര്യത്തിലാണ് 1963ൽ രൂപംകൊടുത്ത കേരള സമഗ്ര ഭൂപരിഷ്കരണനിയമം പ്രവർത്തികമാക്കിക്കൊണ്ട് 1978-ൽ സംസ്ഥാനസർക്കാർ തീരുമാനം എടുത്തത്.

കുടിയാന് കൈവശഭൂമിയിൽ സ്ഥിരാവകാശം ഉറപ്പാക്കുക, ഭൂഉടമയ്ക്ക് കുടിയാന്റെ വീഴ്ചകൾ ഉന്നയിച്ച്, പാട്ടക്കുടിശ്ശിക മുൻനിർത്തി, ഒഴിപ്പിക്കലിനും ഉടമസ്ഥതയ്ക്കും പുനരവകാശസ്ഥാപനത്തിനും ഇടനൽകുക ഭൂബന്ധമുറയിൽ നിലവിലിരുന്ന മദ്ധ്യവർത്തിചൂഷണം നിരോധിക്കുക എന്നിവയായിരുന്നു ഭൂപരിഷ്കരണനിയമത്തിന്റെ മുഖ്യ വ്യവസ്ഥകൾ. മര്യാദപ്പാട്ട വ്യവസ്ഥ നടപ്പാക്കുക, വാരം മിച്ചവാരം തുടങ്ങിയവയുടെ പേരിൽ ചൂഷണം നടത്തിപ്പ് നിരോധിക്കുക, ഭൂഉടമാവകാശം നഷ്ടപരിഹാരം നൽകി സ്വന്തമാക്കാൻ കുടിയാന് അവസരം നൽകുക, കുടികിടപ്പ് കുടിയിരിപ്പ് എന്നിവ ഒഴിപ്പിക്കുന്നത് തടയുക, കുടികിടപ്പുകാരെ ഒഴിപ്പിക്കുന്നതിന് ബദൽ പുനരധിവാസം ഉറപ്പാക്കുക, നഷ്ടപരിഹാരവിധി നടപ്പാക്കുന്നതിലേക്ക് കാർഷികബന്ധനിധി സ്ഥാപിച്ച് പരിപാലിക്കുക, കാർഷികബന്ധ ഭൂമിക്ക് കൈവശപരിധി നിർണയിക്കുക, മിച്ചഭൂമി സർക്കാരിലേക്ക് കണ്ടുകെട്ടുക, ഭൂരഹിതർക്ക് മിച്ചഭൂമി വിതരണംചെയ്യുക ഇവസംബന്ധിച്ച അപേക്ഷകൾ, ആവലാതികൾ, ആക്ഷേപങ്ങൾ മുതലായവ തീർപ്പാക്കാൻ ലാന്റ് ട്രിബ്യൂണൽ എന്ന അർദ്ധനീതിന്യായസംവിധാനവും ലാന്റ് ബോർഡ് എന്ന ജനകീയ ഉപദേശകസംവിധാനവും ഏർപ്പെടുത്തുക എന്നതും ഈ നിയമത്തിൽ ഉൾച്ചേർക്കപ്പെട്ട വ്യവസ്ഥകളായിരുന്നു. എന്നാൽ തോട്ടങ്ങൾ വാണിജ്യഭൂമി, നഗരഭൂമി തുടങ്ങിയവ ഈ നിയമത്തിൽനിന്ന് ഒഴിവാക്കപ്പെട്ടു. ട്രസ്റ്റുകൾ, ധർമ്മസ്ഥാപനങ്ങൾ, സംഘടനകൾ തുടങ്ങിയവയുടെ ഭൂമിയും നിയമപരിധിയിൽനിന്നൊഴിവാക്കപ്പെട്ടു. ഒട്ടുമിക്ക ജന്മികുടുംബങ്ങളും ദായക്രമപ്രകാരം ഓഹരിവച്ച് പിരിഞ്ഞ് ഭൂപരിധി വ്യവസ്ഥ മറികടന്നു. ഭൂമിവിതരണത്തിന്റെ ഗുണം ലഭിച്ചവരാകട്ടെ കാർഷികവൃത്തിയിൽ ഏർപ്പെടുന്നതിനുപകരം ഭൂമികൈമാറ്റം ചെയ്ത് നഗരതൊഴിൽ മേഖല തേടി പോകുകയോ കൃഷി കൈയൊഴിയുകയോ ചെയ്തു. ഇത് ഉൽപ്പാദന മാന്ദ്യത്തിലേക്കും പ്രതിസന്ധിയിലേക്കും എത്തിക്കുകമാത്രമല്ല ഭൂമാഫിയകൾക്കു വഴിതുറക്കുകയും ചെയ്തു.

രണ്ടാമതായി പ്രതിപാദിക്കേണ്ടത് ഭൂമി ഏറ്റെടുക്കൽ നിയമം 1890 ആണ്. ഭൂമിയെ ഒരു റവന്യൂ ഉറവിടമായി കാണുവാൻ തയ്യാറായ ബ്രിട്ടീഷ് അധികാരികളായിരുന്നു ഈ നിയമത്തിനും രൂപംകൊടുത്തത്. സ്ഥാവരവസ്തുവായ ഭൂമി ഒരു പ്രകൃതിവിഭവമാണ്. അതിന്റെ യഥാർത്ഥ ഉടമകൾ സമൂഹമാണ്. സർക്കാർ പരിപാലകർ മാത്രം. സ്വകാര്യവ്യക്തിയാകട്ടെ നിയമപരമായി ഏൽപ്പിക്കപ്പെട്ട കൈവശക്കാർമാത്രം. അതുകൊണ്ടുതന്നെ സ്വകാര്യ കൈവശഭൂമി പൊതുതാൽപ്പര്യാർത്ഥം ഏറ്റെടുക്കുന്നതിന് അതത് സർക്കാരുകൾക്ക് അധികാരമുണ്ടെന്ന് നിയമം വ്യവസ്ഥചെയ്യുന്നു. 1984 സമഗ്രഭേദഗതിയോടെ ഈ നിയമം പ്രാബല്യത്തിൽ തുടരുകയാണ്. സംസ്ഥാനതല ഭേദഗതികളും ചട്ടങ്ങളും ഈ നിയമത്തിന്റെ നിർവഹണ ദിശാഗതി നിർണയിക്കുന്നു. മൂന്ന് പ്രധാന ഘടക

ങ്ങളാണ് ഈ നിയമം നിർവ്വഹിക്കുന്നത്. ഒന്ന് സ്വകാര്യഭൂമി പൊതു ആവശ്യാർത്ഥമോ സർക്കാരുമായി ഏർപ്പെടുന്ന ഉടമ്പടിപ്രകാരം കമ്പനികൾക്കുവേണ്ടിയോ ഏറ്റെടുക്കുന്നതിനുള്ള നടപടിക്രമം നിർണയിക്കുക. രണ്ട് ഭൂമിഏറ്റെടുക്കലിനുവേണ്ടി സ്വകാര്യ ഉടമകൾക്ക് നൽകേണ്ടതായിവരുന്ന നഷ്ടപരിഹാരത്തുക നിർണയിക്കുന്ന നടപടിക്രമം നിർദ്ദേശിക്കുക. മൂന്നാമതായി, ഭൂമി ഏറ്റെടുക്കലിനും അതിന്മേലുള്ള അപ്പീലുകൾ തീർപ്പാക്കുന്നതിനുമുള്ള അധികാരസ്ഥരെ തീരുമാനിക്കുക എന്നിവയാണ് പ്രസ്തുത ഘടകങ്ങൾ. ഏറ്റെടുക്കലിനായുള്ള പ്രാഥമിക വിജ്ഞാപനം, സ്ഥലപരിശോധന, മൂല്യനിർണയം, ഏറ്റെടുക്കൽ വിജ്ഞാപനം, നഷ്ടപരിഹാരനിർണയം, അവാർഡ് അന്തിമമാക്കൽ, കോടതിക്കുമുമ്പാകെ റഫറൻസ്, കോടതിവഴി നഷ്ടപരിഹാരം തീരുമാനിക്കൽ, നഷ്ടപരിഹാരവിതരണം, അന്തിമ ഏറ്റെടുക്കൽ പ്രഖ്യാപനവും ഭൂമി കയ്യേൽക്കലും ഉൾപ്പെടെ ഇതിൽ വ്യവസ്ഥപ്പെടുത്തിയിരിക്കുന്നു. അയലുപാധികളും സമീപകാല ഭൂമിയിടപാടുകളും പരിശോധിച്ച് പൊന്നും വില നിർണയിക്കുക (മാർക്കറ്റ് വാല്യം തീരുമാനിക്കുക) ദേഹണ്ഡങ്ങൾ ഉൾപ്പെടെ ഭൂമിയിലെ ആദായകരമായ മെച്ചപ്പെടുത്തലുകൾക്ക് മൂല്യം നിർണയിക്കുക. അവകൂടി കണക്കിലെടുത്ത് നിശ്ചിത നിരക്കിൽ നഷ്ടപരിഹാരം തീർപ്പാക്കുകയുമാണ് ചെയ്യുക. റവന്യു ജില്ലാ കളക്ടറോ നിയുക്ത അധികാരസ്ഥരോ ഇതിനായി ചുമതലപ്പെട്ടിരിക്കുന്നു. അപ്പീലുകൾ കേൾക്കാനുള്ള അധികാരം ഹൈക്കോടതിയിൽ നിക്ഷിപ്തമായിരിക്കും. പ്രത്യേക പദ്ധതികൾക്കും കമ്പനികൾക്കും (തികച്ചും കാര്യമായവ ഒഴികെ) ഭൂമി ഏറ്റെടുക്കുന്നതിലേക്കുള്ള പ്രത്യേക വ്യവസ്ഥകളും ഇതിലടങ്ങിയിരിക്കുന്നു.

1960 ലെ സർക്കാർ ഭൂമിയുടെ ഭരമേല്പിക്കൽ നിയമമാണ് മറ്റൊരു പ്രധാനപ്പെട്ട ഘടകം. സംസ്ഥാന ഭൂപരിധിക്കുള്ളിൽ സർക്കാരിൽ ഒരു കരാർപ്രകാരമോ പാട്ടവ്യവസ്ഥയാലോ പ്രത്യേകാനുമതിയാലോ നിക്ഷിപ്തമാക്കപ്പെടുന്ന ഭൂമിയാണ് സർക്കാർവക ഭൂമി. ഇനാംലാന്റ്, ഭണ്ഡാരവക ഭൂമി, പൊതുസ്ഥലങ്ങൾ എന്നിവയെല്ലാം സർക്കാർഭൂമിയായി കരുതപ്പെടും. സംസ്ഥാനസർക്കാർ ഈ ആവശ്യത്തിലേക്കായി ചുമതലപ്പെടുത്തുന്ന അധികാരസ്ഥർക്കാണ് ഭൂമി ഭരമേല്പിച്ചുകൊടുക്കുന്നതിനുള്ള ഉത്തരവാദിത്വം. അതുപ്രകാരം സ്വകാര്യവ്യക്തിക്ക് നിർദ്ദിഷ്ട വ്യവസ്ഥകൾക്കും, നിബന്ധനകൾക്കും വിധേയമായി ഭൂമി ഭരമേൽപ്പിക്കപ്പെടുകയാണ് ചെയ്യുക. ഇങ്ങനെ ഏൽപ്പിക്കപ്പെടുന്ന ഭൂമി സ്വമേധയാ ആയിട്ടോ അല്ലാതെയോ അന്യാധീനപ്പെടുത്താനോ കൈമാറാനോ പാടുള്ളതല്ലെന്ന നിയന്ത്രണവും നിയമം അനുശാസിക്കുന്നു. കുത്തകപ്പാട്ടം, വെറുംപാട്ടം, തോട്ടവിളപ്പാട്ടം തുടങ്ങിയ വ്യവസ്ഥകൾ ഭൂമി കൈമാറ്റത്തിനായി നിർദ്ദേശിക്കപ്പെട്ടത് ഈ നിയമത്തിൻകീഴിലാണ്.

കേരള ലാന്റ് കൺസർവൻസി ആക്ട് 1957 സർക്കാർവക ഭൂമി അന്യാധീനപ്പെടുകയോ കയ്യേറ്റം ചെയ്യപ്പെടുകയോ സംഭവിക്കാതെ പരിപാലിക്കപ്പെടുന്നതിന് വ്യവസ്ഥചെയ്യുന്നു. റോഡ്, തോട് പുറമ്പോക്കുകൾ, ആറ്റ് പുറമ്പോക്കുകൾ, ചന്തസ്ഥലങ്ങൾ, ശ്മശാനങ്ങൾ, വണ്ടി

പ്പേട്ടകൾ അളന്നു തിട്ടപ്പെടുത്തി ഭരമേൽപിക്കപ്പെടാത്ത സ്ഥലങ്ങൾ എന്നിവയുൾപ്പെടെ സർക്കാർഭൂമിയിൽ ഉൾപ്പെടും. സർക്കാർവക (ഭണ്ഡാരവക) ഭൂമി കൈവശത്തിൽവച്ച് അനുഭവിക്കുന്നവരെയാണ് ഭൂമിയുടെ കയ്യാളർ എന്ന് വിളിക്കുന്നത്. നിയമപരമായ അംഗീകാരത്തോടെയോ അല്ലാതെയോ ഭൂമി കയ്യാളുന്നവർ ഉണ്ട്. നിയമപരമല്ലാതെ സർക്കാർഭൂമി കൈവശം വയ്ക്കുന്നത് കയ്യേറ്റമായി കരുതി ശിക്ഷാനടപടിയെടുക്കാനും ഒഴിപ്പിക്കൽ നടപടിക്ക് വിധേയമാക്കാനും നിയമം വ്യവസ്ഥപ്പെടുത്തുന്നു. നിയമവിരുദ്ധ കയ്യേറ്റങ്ങൾ ഒഴിപ്പിക്കുന്നതിനുള്ള നടപടിക്രമവും ഈ നിയമം വ്യവസ്ഥപ്പെടുത്തുന്നു. ഇതിന് വ്യത്യസ്തമായി ഭൂമി വിതരണം ചെയ്യുന്നതിലേക്കാണ് ലാന്റ് അസൈന്റ്മെന്റ് കമ്മിറ്റികൾ രൂപീകരിക്കപ്പെട്ടത്. എന്നാൽ കളക്ടർക്ക് സ്വമേധയാ പ്രസ്തുത നിയമപ്രകാരമുള്ള തീരുമാനങ്ങൾ പുനഃപരിശോധിക്കുകയോ ആക്ഷേപമോ പരാതിയോ ഉണ്ടായാൽ തദനുസരണം പുനഃപരിശോധിച്ചോ ഉത്തരവ് തിരുത്താവുന്നതാണ്.

ഇതിനുപുറമേ കായൽനിലങ്ങൾ, ചതുപ്പുനിലങ്ങൾ തുടങ്ങിയവ വീണ്ടെടുത്ത് കരഭൂമിയാക്കി മാറ്റി ആയത് നിർമാണാവശ്യങ്ങൾ, വ്യവസായ–വ്യാപാരാവശ്യങ്ങൾ, നഗരപശ്ചാത്തലവികസനാവശ്യങ്ങൾ തുടങ്ങിയവയ്ക്കായി വിനിയോഗിക്കുന്നതിലേക്കായി ഉദ്ദേശിച്ച് ഭൂവികസന ബോർഡിനും, ഭൂവികസന കോർപ്പറേഷനും രൂപംനൽകുന്നതിനും അവയുടെ ഉത്തരവാദിത്വം, അധികാരം, പ്രവർത്തനഘടന മുതലായവ നിർണയിക്കുന്നതിനുമായി രണ്ട് പ്രത്യേക നിയമങ്ങൾ സംസ്ഥാനനിയമസഭയംഗീകരിച്ച് നടപ്പാക്കിയിട്ടുണ്ട്. 1964 ലെ ഭൂവികസന നിയമം, 1974 ലെ ഭൂവികസന കോർപ്പറേഷൻ ക്ലിപ്തം നിയമം എന്നിവയാണത്.

ഭൂമി സംസ്ഥാനത്തിന്റെ റവന്യു സ്രോതസ്സായിക്കണ്ട് നികുതി ചുമത്തുന്നതിനും ആയതിനുള്ള നിരക്കുകൾ നിർണയിക്കുന്നതിലേക്കും, ഭൂനികുതി പിരിവിനുള്ള സംവിധാനവും അതിന്റെ നിർവ്വഹണത്തിന്മേലുള്ള അപ്പീൽ സംവിധാനവും വ്യവസ്ഥാപനം ചെയ്യുന്ന ഭൂനികുതിനിയമം 1961 ഇതുപോലെ തന്നെ പരാമർശിക്കപ്പെടേണ്ടതാണ്.

നിർണായകമായ മറ്റൊരു നിയമം 1968 ലെ കേരള ഭൂവിനിയോഗ ചട്ടമാണ്. കാർഷിക വിളഭൂമി സ്വഭാവപരിണതിയോ രൂപപരിണതിയോ വരുത്തുന്നതും ഇതര ആവശ്യത്തിന് ഉപയോഗിക്കുന്നതും നിയന്ത്രിക്കുന്നതിനും അതിനുള്ള അധികാരം ജില്ലാ കളക്ടർക്ക് ഏർപ്പെടുത്തുന്നതിനും നിയമം വ്യവസ്ഥചെയ്യുന്നു. മുൻകൂർ അനുമതി തേടിക്കൊണ്ടും നിയമപരമായി അനുവദിക്കപ്പെട്ട ആവശ്യത്തിലേക്കും മാത്രമേ കാർഷികവിളഭൂമി വകമാറ്റി വിനിയോഗിക്കാൻ പാടുള്ളൂ. അല്ലാത്തപക്ഷം ഭൂമി വീണ്ടെടുക്കുക, പഴയപടി കൃഷിഭൂമിയാക്കി നിലനിർത്തുക എന്നീ നടപടികൾ കളക്ടർക്ക് സ്വീകരിക്കാം. കൃഷിഭൂമി തരിശുവൽക്കരണം തടയാനും ആയത് വിളയിറക്കാൻ നിർബന്ധിത ഉത്തരവു നൽകാനും കളക്ടർക്ക് അധികാരമുണ്ടായിരിക്കും. ലംഘനം നടത്തുന്നവരിൽനിന്ന് ഭൂമി ഏറ്റെടുത്ത് കാർഷികാവശ്യത്തിന് വിനിയോഗിക്കാൻ ഏൽപ്പിച്ചുകൊടുക്കാനും സംഘകൃഷി പ്രോത്സാഹിപ്പിക്കാനും നിയമം നിർദ്ദേശിക്കുന്നു.

കേരള കരമൊഴിവു ഭൂമി ഏറ്റെടുക്കലും കയ്യേൽക്കലും നിയമം 1981 സർവ്വീസ് ഇനാം സമ്പ്രദായം നിർത്തലാക്കാനും നിലവിലുള്ള അത്തരം ഭൂമി നഷ്ടപരിഹാരം നൽകിക്കൊണ്ട് കൈവശക്കാരിൽനിന്നും ഏറ്റെടുക്കാനും തത്സംബന്ധമായ തർക്കങ്ങൾ ഒത്തുതീർപ്പ് ആക്കാനും ഭൂമി നാമമാത്ര-ഭൂരഹിത കർഷകർ ഉൾപ്പെടെ അർഹരായവർക്ക് പുനർവിതരണം നടത്താനും ഈ നിയമവും അനുശാസിക്കുന്നു.

ഭൂമിസംബന്ധിയായ റവന്യൂ കുടിശ്ശികകൾ പിരിച്ചെടുക്കുന്നതിലേക്കും അതിന് വീഴ്ചയോ കുടിശിക തീർക്കുന്നതിൽ ഉപേക്ഷയോ ഉണ്ടായാൽ ബന്ധപ്പെട്ട ഭൂമി സർക്കാരിലേക്ക് കണ്ടുകെട്ടുന്നതിനും ലേലം ചെയ്ത് സർക്കാരിന് സംഭവിച്ച പൊതുമുതൽ നഷ്ടം നികത്തിയെടുക്കാനും കേരള റവന്യൂ റിക്കവറി നിയമം 1968 അനുശാസിക്കുന്നു. ഡിമാന്റ് നോട്ടീസ്, അതിർത്തിയളന്ന് തിട്ടപ്പെടുത്തൽ, അടിസ്ഥാന വിപണി വിലനിർണയം, ഭൂമി കണ്ടുകെട്ടലും കയ്യേൽക്കലും ഉൾപ്പെടെ വ്യവസ്ഥ ചെയ്യുന്നു. ഒപ്പം ഭൂമിയിലെ ദേഹണ്ഡങ്ങൾ, വിളകൾ,നിർമിതികൾ ഇവയുടെ ഏറ്റെടുക്കലിനു ഈ നിയമം അനുശാസിക്കുന്നു.

പരമപ്രധാനമായി പരാമർശിക്കപ്പെടേണ്ടതായ മറ്റൊരു ഭൂനിയമം പട്ടികവർഗ്ഗ വിഭാഗങ്ങൾക്കവകാശപ്പെട്ട ഭൂമി അന്യാധീനം തടയാനും വീണ്ടെടുക്കാനും അതിനാവശ്യമായ നഷ്ടപരിഹാരനിധി സ്ഥാപിച്ച് പരിപാലിക്കാനും വീണ്ടെടുത്ത ഭൂമി മുൻഉപാധികളോടെ പട്ടികവർഗ്ഗാംഗങ്ങൾക്ക് പുനർകൈമാറ്റം ചെയ്ത് ഭരമേൽപ്പിക്കുന്നതിനും വേണ്ടി ഉദ്ദേശിച്ചുള്ള 1975 ലെ നിയമമാണ്. 1990, 1999 വർഷങ്ങളിൽ ഇത് സംബന്ധിച്ച ഭേദഗതികൾ നിർദ്ദേശിക്കപ്പെട്ടെങ്കിലും ഇനിയും അത് നടപ്പിലായിട്ടില്ല. നല്ലതമ്പി നേറയുടെ കേസിലെ വിധി ഇതിന്മേൽ തടസ്സമായി തുടരുന്നു. ആദിവാസി ഭൂസമരത്തിനും മുത്തങ്ങ വെടിവയ്പിനും ഉൾപ്പെടെ ഇടയാക്കിയത് ഈ നിയമവ്യവസ്ഥയാണ്. എന്നാൽ പ്രക്ഷോഭമോ രക്തച്ചൊരിച്ചിലോ കൂടാതെ തന്നെ 2007 സെപ്തംബറിൽ ആറളം ഫാമിലെ നികിപ്ത ഭൂമി ഭൂമി ആദിവാസികൾക്ക് വിതരണം ചെയ്ത് പട്ടയം നൽകിയത് രണ്ടു നയസമീപനങ്ങൾ തമ്മിലുള്ള അന്തരം വെളിപ്പെടുത്തുന്നു.

കുടിയാന്മാരെയും വാടകക്കാരെയും ഒഴിപ്പിക്കുന്നത് നിയന്ത്രിച്ചും അന്യായ കുടിയിറക്ക് നിരോധിച്ചും മര്യാദ വാടക നിർണയിച്ചും അതിനുള്ള നടപടി നിർദ്ദേശിച്ചുംകൊണ്ട് നിലവിൽ വന്ന നിയമമാണ് കുടിയിറക്ക് നിരോധനനിയമം 1998. ഇതിനായുള്ള അധികാരം റവന്യുഡിവിഷണൽ ഓഫീസർ/ജില്ലാ ഭരണാധികാരിയിൽ നിക്ഷിപ്തമായിരിക്കുന്നു.

1996 ൽ കേരള സംസ്ഥാന റവന്യൂ ബോർഡ് നിർത്തലാക്കാനും ഭരണപരമായ അധികാരം ലാന്റ് റവന്യു കമ്മീഷണറിൽ നിക്ഷിപ്തമാക്കാനുമുള്ള നിയമവും നിയമസഭ അംഗീകരിച്ചു. ഇതിനുപുറമേ വനനിയമം, പാരിസ്ഥിതിക വെല്ലുവിളി നേരിടുന്ന ഭൂമിസംരക്ഷണനിയമം, നീർതടപരിപാലനനിയമം എന്നിവയും സംസ്ഥാനത്ത് നിലവിലുള്ള ഭൂമി സംബന്ധമായ നിയമങ്ങളാണ്.

22

സ്ത്രീപദവി നിയമങ്ങൾ

സ്ത്രീകളുടെ മാനസിക പദവിയും പൗരസമത്വവും അവസര തുല്യതയും നിയമപരമായും നീതിപൂർവ്വകമായും ഉറപ്പാക്കുന്നതിനുള്ള ഉപാധികളാണ് സ്ത്രീപദവി നിയമങ്ങൾ. മൗലികമായ മാനവികാവകാശമാണ് സ്ത്രീപദവി പരിരക്ഷയും അതിനുള്ള നിയമനിർവ്വഹണവും. മനുഷ്യരെന്ന പദവിയിൽ ജനിക്കാനും ജീവിക്കാനും അതിജീവനത്തിനും സ്വാതന്ത്ര്യത്തിനും സുരക്ഷയ്ക്കുമുള്ള അവകാശം അടിസ്ഥാന മൗലിക പൗരാവകാശമാണ്, മനുഷ്യാവകാശമാണ്. അടിമയാക്കാനോ, പീഡിപ്പിക്കാനോ, ക്രൂരമായി പെരുമാറാനോ, മനുഷ്യത്വരഹിതമായി പെരുമാറാനോ, വിവേചനപരമായി പ്രവർത്തിക്കാനോ പാടില്ലെന്ന് സാർവ്വദേശീയ മനുഷ്യാവകാശപ്രഖ്യാപനം വ്യവസ്ഥപ്പെടുത്തുന്നു. ഇത് നിഷേധിക്കപ്പെട്ടാൽ നീതിന്യായ സ്ഥാപനങ്ങൾവഴി പരിഹാരം തേടാനും പുനഃസ്ഥാപിക്കാനും അവകാശം നൽകുന്നു.

വ്യക്തി സ്വകാര്യത, സഞ്ചാരസ്വാതന്ത്ര്യം, ആശയപ്രകടനസ്വാതന്ത്ര്യം, ചിന്ത, വിശ്വാസം, ആരാധനാസ്വാതന്ത്ര്യം, തൊഴിലെടുക്കുന്നതിനും ഉപജീവനത്തിനുമുള്ള അവകാശം, പൂർണമനസ്സോടെ വിവാഹ സമ്മതം നൽകാനും കുടുംബം സ്ഥാപിക്കാനുമുള്ള അവകാശം സ്വത്തിനും സ്വത്ത് സമ്പാദിക്കുന്നതിനും, കടന്നാക്രമണങ്ങൾ പ്രതിരോധിക്കാനും, ഭരണപങ്കാളിത്തത്തിനും, അമ്മമാർക്കും ഗർഭിണികൾക്കും പ്രത്യേക പരിരക്ഷയ്ക്കും നിയാമക-നിയമേതര ബന്ധങ്ങളിൽ ജനിക്കുന്ന കുട്ടികൾക്ക് ജീവനാംശപരിരക്ഷയ്ക്കും ഉൾപ്പെടെ അവകാശങ്ങൾ സ്ത്രീകൾക്ക് മനുഷ്യാവകാശനിയമം വ്യവസ്ഥപ്പെടുത്തുന്നു.

- അവസരത്തിലും പദവിയിലും തുല്യത
- വിദ്യാഭ്യാസ-തൊഴിൽ സാധ്യതാ അവസരതുല്യത
- പോഷകാഹാരവും, പാർപ്പിട സുരക്ഷയും, ആരോഗ്യപരിരക്ഷയും

- തുല്യ ജോലിക്ക് തുല്യ വേതനം, സുരക്ഷിത തൊഴിലിടം, തുല്യമായ സേവനാനുകൂല്യങ്ങൾ
- പ്രസവാനുകൂല്യം
- അതിക്രമങ്ങൾക്കും വിവേചനങ്ങൾക്കും എതിരായ പരിരക്ഷ
- കുടുംബക്ഷേമ-സാമൂഹ്യസുരക്ഷോപാധികൾക്കുള്ള അവകാശം.
- വിവാഹം-കുടുംബം-സ്വത്ത്-പിൻതുടർച്ച-രക്ഷാകർത്തൃത്വം തുടങ്ങിയവയിലെ അവകാശം

എന്നിവ ഉറപ്പാക്കുന്നതിലേക്ക് തദ്ദേശീയ നിയമനിർമാണത്തിനും പരിപാലനത്തിനുമുള്ള ഉപാധി ബീജിംഗ് പ്രഖ്യാപനത്തിലൂടെ ലോക രാഷ്ട്രങ്ങൾ (ഇന്ത്യ ഉൾപ്പെടെ) അംഗീകരിച്ചിരിക്കുന്നതായി കാണാം.

ഇന്ത്യൻ ഭരണഘടന സ്ത്രീകൾക്ക് പ്രത്യേക പരിരക്ഷയ്ക്കും ജീവനത്തിനും, അതിജീവനത്തിനും, ക്ഷേമസുരക്ഷയ്ക്കും വ്യവസ്ഥ ചെയ്യുന്നു. പോഷകാഹാര ലഭ്യത, ഏകീകൃത സിവിൽ നിയമം, തുല്യ വേതനം, തൊഴിലിടങ്ങളിലെ പ്രത്യേക പരിഗണന തുടങ്ങിയവ സ്ത്രീകൾക്ക് ഉറപ്പാക്കാൻ രാഷ്ട്രത്തിനുള്ള ബാധ്യതയും ഭരണഘടന അനുശാസിക്കുന്നു. സ്ത്രീകളുടെ അന്തസ്സും പദവിയും പരിരക്ഷിക്കുകയും ഉയർത്തുകയും ചെയ്യുക, സ്ത്രീകൾക്കെതിരായ കുറ്റകൃത്യങ്ങളും കടന്നാക്രമണവും പ്രതിരോധിക്കുക, കുറ്റവാളികളെ മാതൃകാപരമായി വിചാരണയ്ക്കും ശിക്ഷയ്ക്കും വിധേയമാക്കുക എന്നിവ മൗലിക പൗര ധർമ്മമായി വ്യവസ്ഥപ്പെടുത്താനും ഭരണഘടന തയ്യാറാകുന്നു.

പഞ്ചായത്ത് രാജ് നിയമ ഭേദഗതി (73, 74 ഭരണഘടനാ ഭേദഗതി നിയമം) തദ്ദേശഭരണ സ്ഥാപനങ്ങളിൽ സ്ത്രീകൾക്ക് നേതൃത്വത്തിലും, അംഗത്വത്തിലും പ്രത്യേക പ്രാതിനിധ്യവിഭാഗത്തിലും 33.33 ശതമാനം (1/3 ഭാഗം) നിർബന്ധിത പങ്കാളിത്തം ഉറപ്പുനൽകുന്നു. പദ്ധതി ചെലവിന്റെ 10 ശതമാനം സ്ത്രീപദവിവികസന പ്രത്യേക പദ്ധതിക്കായി നീക്കിവയ്ക്കപ്പെടണമെന്നും പെൺകുട്ടികൾ, സ്ത്രീകൾ എന്നിവരുടെ ക്ഷേമത്തിനും സുരക്ഷയ്ക്കുമുള്ള ഉപാധികൾ തദ്ദേശഭരണസ്ഥാപനത്തിന്റെ കർത്തവ്യമായി നിർവഹിക്കണമെന്നും നിർദ്ദേശിക്കുന്നു.

1991 ൽ പാർലമെന്റ് അംഗീകരിച്ചു നടപ്പാക്കിയ കേന്ദ്രനിയമപ്രകാരം 1993 ൽ ദേശീയതലത്തിലും അതനുസരിച്ചുള്ള കേരളസംസ്ഥാന നിയമപ്രകാരം 1995 ൽ സംസ്ഥാനതലത്തിലും വനിതാ കമ്മീഷനുകൾ സ്ഥാപിതമായി. സ്ത്രീകളുടെ അന്തസ്സും പദവിയും ഉയർത്തുക, സ്ത്രീവിരുദ്ധ കൃത്യങ്ങൾ പ്രതിരോധിക്കുക, അത്തരം കൃത്യങ്ങൾക്കിടയാകുന്നവരെ വിചാരണയ്ക്ക് വിധേയമാക്കുക എന്നീ ലക്ഷ്യങ്ങൾ മുൻനിർത്തിയാണ് വനിതാകമ്മീഷൻ നിലവിൽവന്നത്. സ്ത്രീകൾക്കെതിരായ ലിംഗപരമായ വിവേചനം അവകാശനിഷേധം, പൗരാവകാശ-ഭരണഘടനാവകാശ നിഷേധം, പങ്കാളിത്തനിഷേധം, സ്വാതന്ത്ര്യനിഷേധം, ശാരീരികമോ മാനസികമോ ലൈംഗികമോ സാമ്പത്തികമോ ആയ ആക്രമണം, ചൂഷണം എന്നിവ തടയാനും പ്രതിരോധനടപടികളിൽ സ്ത്രീകളെ പിന്തുണയ്ക്കാനും പ്രാപ്തരാക്കാനും നിയമപരമായ പരി

ഹാരസാധ്യത തേടാൻ സഹായിക്കാനും സത്വര പരിഹാരം ഉറപ്പാക്കാനും ഉള്ള ഉത്തരവാദിത്വമാണ് കമ്മീഷനുകൾ കണ്ടത്. ജില്ല–തദ്ദേശഭരണതലത്തിലുള്ള ജാഗ്രതാസമിതികൾ കമ്മീഷനോട് ബന്ധപ്പെട്ട് പ്രവർത്തിക്കുന്നു.

നിയമസേവന അഥോറിറ്റി നിയമമാണ് സ്ത്രീപദവി പരിരക്ഷ പ്രതിപാദിക്കുന്ന മറ്റൊരു ഘടകം. സ്ത്രീകൾക്ക് സാമ്പത്തിക മാനദണ്ഡം പരിഗണിക്കാതെതന്നെ സൗജന്യ നിയമസഹായം, നിയമസേവനം എന്നിവ ലഭ്യമാക്കാൻ നിയമസാക്ഷരത സ്ത്രീകൾക്കിടയിൽ വ്യാപകമാക്കാനും, നിയമതർക്കങ്ങൾ സത്വരമായി പരിഹരിച്ചുകിട്ടുന്നതിന് ലോക് അദാലത്തുകളുടെ സേവനം ലഭ്യമാക്കാനും ഈ നിയമം അനുശാസിക്കുന്നു. സാമൂഹ്യ സന്നദ്ധപ്രവർത്തകർ, നിയമജ്ഞർ, നീതിന്യായാധികാരസ്ഥർ തുടങ്ങിയവരുടെ സേവനം ഇതിലേക്ക് ഉപയോഗപ്പെടുത്താൻ വ്യവസ്ഥചെയ്യുന്നു.

2006 ൽ പ്രാബല്യത്തിൽ വന്ന ഗാർഹികാതിക്രമ നിരോധനത്തിനും വിധേയരാക്കപ്പെടുന്നവരുടെ പരിരക്ഷയ്ക്കും പുനരധിവാസത്തിനും വേണ്ടിയുള്ള നിയമവും സ്ത്രീസംരക്ഷണരംഗത്ത് പ്രധാനമാണ്. കായികമോ മാനസികമോ സാമ്പത്തികമോ ലൈംഗികമോ ആയ അതിക്രമം, ക്രൂരത, പീഡനം എന്നിവയിൽനിന്ന് തന്റെ ബന്ധുവോ സഹവാസിയോ ആയി ഒരേ കൂരയ്ക്കു കീഴിൽ പുലരുന്ന പുരുഷനിൽനിന്നോ അയാളുടെ ബന്ധുക്കളിൽനിന്നോ ഇത്തരം പ്രവൃത്തികൾക്ക് ഇടയാകുമ്പോൾ പ്രതിരോധിക്കാനും പരിഹാരം തേടാനും സുരക്ഷയ്ക്കും പുനരധിവാസത്തിനും അതിജീവനത്തിനും തക്കവിധം നിയാമക സേവനവും പിന്തുണയും ലഭ്യമാക്കാനാണ് ഈ നിയമം ഉദ്ദേശിക്കുന്നത്. പൊലീസ്, സുരക്ഷാഉദ്യോഗസ്ഥർ, സംരക്ഷണസേവനദാതാക്കൾ എന്നിവർവഴിയും മജിസ്ട്രേറ്റ് മുഖാന്തിരവും ഉള്ള ഉപാധികളാണ് നിർദ്ദേശിക്കപ്പെട്ടിട്ടുള്ളത്. കുറ്റവിചാരണ, ശിക്ഷാനടപടി നഷ്ടപരിഹാരം, പുനരധിവാസം എന്നിവയാണ് ഇത്തരം കൃത്യങ്ങളിൽ നിയമാനുസൃതമായുള്ള പ്രതിവിധിയായി നിർദ്ദേശിക്കുന്നത്.

പൊതുനിയമങ്ങളിൽതന്നെ സ്ത്രീകളുടെ അവകാശസംരക്ഷണ വ്യവസ്ഥകൾ കാണാം.

i. പൊതുസ്ഥലങ്ങളിൽ സ്ത്രീകൾക്ക് പ്രത്യേക സംവരണവും സൗകര്യവും ഏർപ്പെടുത്തുക

ii. സ്ത്രീകളെ അറസ്റ്റുചെയ്യുമ്പോൾ വനിതാപോലീസിന്റെ സാന്നിദ്ധ്യം, രാത്രികാല ലോക്കപ്പിംഗിൽനിന്ന് നിരോധനം

iii. പൂവാലശല്യത്തിനെതിരെ പിഴശിക്ഷയോ വെറുംതടവോ വിധിക്കാനുള്ള സാധ്യത.

iv. സ്ത്രീകളെ അശ്ലീലമായും അപമാനകരമായും ചിത്രീകരിക്കുക, പ്രസിദ്ധീകരിക്കുക, പ്രദർശിപ്പിക്കുക, പ്രചരിപ്പിക്കുക തുടങ്ങിയ കൃത്യങ്ങൾക്കെതിരായ ശിക്ഷാനടപടി. 2 വർഷംവരെ തടവും 2000

രൂപവരെ പിഴയും ആവർത്തിക്കപ്പെടുന്ന കൃത്യത്തിന് 6 മാസംമു തൽ 5 വർഷംവരെ തടവും 10000 രൂപവരെ പിഴയും വിധിക്കുക.

V. പെൺവാണിഭവും അനാശാസ്യവൃത്തിയും നിരോധിക്കുക. ആയ തിൽ ഏർപ്പെടുകയോ, പ്രേരിപ്പിക്കുകയോ, പ്രോത്സാഹിപ്പിക്കുക യോ, സഹായിക്കുകയോ, ധനനേട്ടമുണ്ടാക്കുകയോ ചെയ്യുന്നവരെ കൃത്യത്തിന്റെ ഗുരുലഘുത്വം അനുസരിച്ച് ശിക്ഷിക്കാനുള്ള വ്യവ സ്ഥ. പെൺകുട്ടികളെ ഇത്തരം കൃത്യങ്ങൾക്ക് ഇരയാക്കിയാൽ കടുത്ത ശിക്ഷാനടപടിക്കുള്ള നിർദ്ദേശം, ബലാത്സംഗം, അറിവോ സമ്മതമോ കൂടാതെയോ തെറ്റിദ്ധരിപ്പിച്ചോ, ഭീഷണിപ്പെടുത്തിയോ ഭയപ്പെടുത്തിയോ സമ്മതംവാങ്ങിച്ചോ ഉള്ള ലൈംഗികബന്ധം എന്നിവയും ഗുരുതരമായ കുറ്റമായിക്കരുതി 10 വർഷംവരെ തടവും പിഴയും ശിക്ഷവ്യവസ്ഥചെയ്യുന്നു. നിയാമകാധികാരസ്ഥർ ഇത്തരം കുറ്റകൃത്യങ്ങൾ ചെയ്യാനിടയായാൽ 10 വർഷം മുതൽ ജീവപര്യന്തം വരെ തടവോ പിഴയോ ഉൾപ്പെടെ വിധിക്കാവുന്ന വ്യവസ്ഥ. ഇത്തരം കൃത്യങ്ങളിൽ തെളിയിക്കപ്പെടാനുള്ള ബാധ്യത കുറ്റവാളിയിൽ നിക്ഷിപ്തമാകുക, ബാധിക്കപ്പെടുന്നവരുടെ മൊഴിക്ക് നിർണായക പരിഗണന നൽകുക തുടങ്ങിയ ഭേദ ഗതികൾ തെളിവുനിയമത്തിലും നിർദ്ദേശിക്കപ്പെട്ടു.

സ്ത്രീധന നിരോധനവും സ്ത്രീധനപീഡനം തടയുകയും സ്ത്രീധനമ രണങ്ങളിൽ പ്രത്യേക അന്വേഷണവും കുറ്റവിചാരണയും ശിക്ഷാനട പടിയും സാധ്യമാക്കുന്നതിനുമുള്ള നിയമനിർദ്ദേശം 1961 ൽ തന്നെ നില വിൽ വന്നു. സ്ത്രീധനം കൊടുക്കുക, വാങ്ങുക, പ്രേരിപ്പിക്കുക, സഹാ യിക്കുക, പ്രോത്സാഹിപ്പിക്കുക, പ്രസിദ്ധം ചെയ്യുക എന്നിവ കുറ്റകര മായി മാറി. 1984 ഈ നിയമം പരിഷ്കരിക്കപ്പെട്ടു. വിവാഹശേഷം ഏഴു വർഷത്തിനകം വധുവിന്റെ മരണം സംഭവിച്ചാൽ അസ്വാഭാവിക മരണ മായിക്കണ്ട് നടപടിയെടുക്കാനും നിയമം നിർദ്ദേശിക്കുന്നു. 6 മാസംമു തൽ 5 വർഷംവരെ തടവോ, 5000 മുതൽ 15000 രൂപവരെ പിഴയോ രണ്ടും ചേർന്നോ വരെയുള്ള ശിക്ഷാക്രമം ഈ നിയമം അനുശാസിക്കുന്നു. മരണസർട്ടിഫിക്കറ്റ്, മരണമൊഴി, പ്രേതവിചാരണാ റിപ്പോർട്ട് എന്നിവ നിർണായക തെളിവുകളായി നിയമം പരിഗണിക്കുന്നു.

പെൺഭ്രൂണഹത്യാ നിരോധനം, ഭ്രൂണപരിശോധനാനിയന്ത്രണം, ഗർഭഛിദ്രം-ഗർഭം അലസിപ്പിക്കൽ നിയന്ത്രണം എന്നിവയ്ക്കുള്ള വ്യവ സ്ഥകൾ പെൺകുഞ്ഞുങ്ങൾ, ഗർഭിണികൾ, അമ്മമാർ എന്നിവരുടെ ജീ വനും സുരക്ഷയ്ക്കും മാത്രമല്ല വലിയ അളവിൽ സ്ത്രീപദവി പരിര ക്ഷയ്ക്കും ഉള്ള ഉപാധിയായി മാറുന്നു.

ബാലവിവാഹം, സതിയാചരണം, തന്ത്രവിദ്യാചികിത്സ, ബഹുഭാ ര്യാത്വം, മ്യൂട്ടാവിവാഹം തുടങ്ങിയവ നിരോധിക്കാനും വിധവാ വിവാ ഹം, പരിത്യക്ത വനിതാ പുനർവിവാഹം തുടങ്ങിയവ പ്രോത്സാഹിപ്പി ക്കാനും നിയമം അനുശാസിക്കുന്നു. ഉപേക്ഷിക്കപ്പെട്ടവരും സ്വയം നില

നിൽപ്പ് സാധ്യമാകാത്തവരുമായ സ്ത്രീകൾക്ക് ഭർത്താവിൽനിന്ന് ജീവനാംശം ലഭിക്കുന്നതിനായി ക്രിമിനൽ നടപടി നിയമം 125-ാം വകുപ്പ് പ്രയോജനപ്പെടുത്താനും നിയമം അവസരം നൽകുന്നു.

നിർബന്ധിത വിവാഹ രജിസ്ട്രേഷനുവേണ്ടി സുപ്രീംകോടതി പുറപ്പെടുവിച്ച വിധിതീർപ്പും അതിന്റെ നടത്തിപ്പിനായി സംസ്ഥാന സർക്കാരുകൾ പുറപ്പെടുവിച്ച ചട്ടവും ശ്രദ്ധേയമായ മറ്റൊരു ഘടകമാണ്. വിവാഹത്തിനും ദാമ്പത്യത്തിനും സാധുത, ഭാര്യാപദവി, കുട്ടികളുടെ നിയാമകത്വം, സ്വത്ത്-പാരമ്പര്യാവകാശം എന്നിവ തന്മൂലം ഉറപ്പാകുന്നു. വിവാഹധൂർത്ത്, സ്ത്രീധനം തുടങ്ങിയ തിന്മകൾക്കെതിരായ ഉപാധിയായും ഇത് മാറുന്നു.

ഇത്തരം ഉപാധികൾ അവലംബിച്ച് സ്ത്രീപദവി പരിരക്ഷ ഉറപ്പാക്കാൻ നമുക്ക് കഴിയുന്നോ എന്നത് പരിശോധിക്കണം. പൊതുസ്ഥലങ്ങൾ, തൊഴിലിടങ്ങൾ തുടങ്ങിയ സ്ഥലങ്ങളിൽ സ്ത്രീകൾക്കെതിരായ കടന്നാക്രമണം ചെറുക്കുന്നതിലേക്ക് പങ്കാളിത്തപൂർണമായ സമിതികൾ, പൊതുജാഗ്രതാസംവിധാനം എന്നിവ നിർദ്ദേശിച്ച് സുപ്രീംകോടതി പുറപ്പെടുവിച്ച ഉത്തരവ് പ്രാബല്യം നൽകാൻ നമുക്കുള്ള വിമുഖത ഉദാഹരണം. ആഗോളീകരണഫലമായി സ്ത്രീതൊഴിലാളികളുടെ അവകാശങ്ങൾ അന്യമാകുന്നത് മറ്റൊരു ഉദാഹരണം. ഇതിന്റെ പശ്ചാത്തലത്തിൽ സ്ത്രീപദവി പരിരക്ഷാ നിയമ സങ്കൽപ്പനം, നടത്തിപ്പ് എന്നിവ പുനഃസംഘടിപ്പിക്കാൻ ഏകോപിത ശ്രമം ഉണ്ടാകണം.

23

മനുഷ്യാവകാശനിയമങ്ങൾ

നീതിശാസ്ത്രത്തിന്റെ സാമൂഹ്യാധിഷ്ഠിത വികാസപരിണാമത്തിൽ 20-ാം നൂറ്റാണ്ടിന്റെ സംഭാവനയാണ് മനുഷ്യാവകാശ നീതിശാസ്ത്രശാഖ. മനുഷ്യൻ എന്ന പദവിയാൽ സ്വയംസിദ്ധമായതാണ് മനുഷ്യാവകാശങ്ങൾ. കാലദേശസമൂഹ വൈജാത്യമെന്യേ ലോകത്തെവിടെയും സമൃക്കായി പാലിക്കപ്പെടേണ്ടതാണ് മനുഷ്യാവകാശങ്ങൾ. മനുഷ്യന് അന്തസ്സോടെയും പദവിയോടെയും വിവേചനമോ അവഗണനയോ കൂടാതെയും അതിജീവനം നടത്തുന്നതിനുള്ള അടിസ്ഥാന അവകാശങ്ങളാണ് ഇതിൽപ്പെടുന്നത്. കേവലമായും സാങ്കേതികമായും താത്വികമായും ഇങ്ങനെ കരുതാമെങ്കിലും പ്രായോഗികമായി വികസിത - അവികസിത രാഷ്ട്രങ്ങൾ, ഗ്രാമ-നഗരപഥങ്ങൾ, ധനിക-ദരിദ്ര വിഭാഗങ്ങൾ സംഘടിത - അസംഘടിതമേഖലകൾ, ഭരണാധികാരികളും ഭരണീയരും എന്നിങ്ങനെ വിവിധ തലങ്ങളിൽ മനുഷ്യാവകാശപരിപാലനത്തിൽ അന്തരം നിലനിൽക്കുന്നതായി നമുക്ക് തിരിച്ചറിയാനാകും. സാധാരണ നിലയിൽ പൗരരുടെ മനുഷ്യാവകാശപരിപാലകരായി വർത്തിക്കേണ്ടുന്ന, ഭരണകൂടപ്രേരിതമായ, അതിക്രമങ്ങളും കയ്യേറ്റങ്ങളും പ്രസ്തുത നിയമശാസ്ത്രശാഖയുടെ പ്രസക്തിയെത്തന്നെ ധ്വംസിക്കുന്നതായും കാണാം.

ഭരണഘടനാവകാശം, മൗലികാവകാശം, നിയാമകാവകാശം, ധാർമികാവകാശം എന്നിവയിൽ നിന്ന് വ്യത്യസ്തമായ സ്ഥിതിയും സാധുതയുമാണ് മനുഷ്യാവകാശനിയമത്തിനുള്ളത്. *1215* ൽ മാഗ്നാകാർട്ടയിൽ രൂപംപൂണ്ട് 1948 ഡിസംബർ 10ന്റെ അന്താരാഷ്ട്ര മനുഷ്യാവകാശപ്രഖ്യാപനം വഴി പ്രാപ്തമായിത്തീർന്നതാണ് പ്രധാന മനുഷ്യാവകാശ ഘടകങ്ങൾ. സാമാന്യനീതിതത്ത്വമാണ് അതിന്റെ അടിത്തറ.

തുടക്കത്തിൽ 56 രാജ്യങ്ങൾ മനുഷ്യാവകാശപ്രഖ്യാപനം അംഗീകരിച്ചു. എല്ലാ അവകാശങ്ങളും എല്ലാ കാലത്തേക്കും എല്ലാവർക്കും

ബാധകമാക്കുക എന്ന തത്ത്വം മുൻനിർത്തിയുള്ള ധാരണാപത്രമായിരുന്നു 1948–ലെ പ്രഖ്യാപനം. 200 ഭാഷകളിലേക്ക് അത് വിവർത്തനം ചെയ്യപ്പെട്ടു. നിരവധി രാജ്യങ്ങൾ പ്രസ്തുത പ്രഖ്യാപനം ഭരണഘടനാവ്യവസ്ഥയായി അംഗീകരിച്ചു. ഇന്ത്യയും ഇക്കൂട്ടത്തിൽ ഉൾപ്പെടുന്ന രാജ്യമാണ്.

എന്നാൽ ഈ പ്രഖ്യാപനം വേണ്ടത്ര പ്രാവർത്തികമാക്കപ്പെട്ടില്ല. തുടർന്ന് 1966–ൽ ഐക്യരാഷ്ട്രസംഘടനാ നേതൃത്വത്തിൽ സാർവ്വദേശീയ മനുഷ്യാവകാശ ഉടമ്പടികൾ രൂപീകൃതമായി. പൗരരുടെ വ്യക്തിഗതവും രാഷ്ട്രീയവുമായ അവകാശങ്ങൾ, സാമൂഹ്യ–സാമ്പത്തിക–സാംസ്കാരിക അവകാശങ്ങൾ എന്നിവ സംബന്ധിച്ച് രണ്ട് ഉടമ്പടികളും മനുഷ്യാവകാശത്തർക്ക ഹർജികളുടെ തീർപ്പിന് സാർവ്വദേശീയ കോടതി എന്ന ഐച്ഛിക വ്യവസ്ഥയും ഉൾക്കൊള്ളുന്നതായിരുന്നു 1966–ലെ മനുഷ്യാവകാശപ്രഖ്യാപന രേഖ. 1994–ൽ രൂപം നൽകപ്പെട്ട വധശിക്ഷ ഉൾപ്പെടെയുള്ള കിരാത ശിക്ഷാക്രമത്തിനെതിരായ ഐച്ഛികഉടമ്പടി രേഖയും ഇതിനൊപ്പം ഉൾച്ചേർക്കപ്പെട്ടു.

ഇന്ത്യൻ ഭരണഘടനയിലെ മൗലികപൗരാവകാശങ്ങൾ, രാഷ്ട്രനയനിർദ്ദേശകതത്ത്വങ്ങളിൽ ഉൾപ്പെടുത്തപ്പെട്ട അടിസ്ഥാനജീവിതാവകാശങ്ങൾ, ഇതരഖണ്ഡങ്ങളിൽ പരാമർശിക്കുന്ന ഭരണഘടനാവകാശങ്ങൾ എന്നിവയ്ക്ക് 1948–ലെ മനുഷ്യാവകാശപ്രഖ്യാപനം പ്രേരകമായി വർത്തിച്ചിട്ടുണ്ട്:

- അന്തസ്സിലും പദവിയിലും അവസരത്തിലും തുല്യത
- പൗരസ്വാതന്ത്ര്യം, സാഹോദര്യം, സഹവർത്തിത്വം
- വിവേചനാതീതമായി തുല്യനിയമാവകാശവും നിയമപരിരക്ഷയും
- അടിമത്വം, വർണവിവേചനം, സ്ത്രീവിവേചനം എന്നിവ നിരോധിക്കുക.
- ജീവനും അതിജീവനത്തിനും വികാസത്തിനുമുള്ള അവകാശം
- നിയാമകനിവൃത്തിമാർഗ്ഗം വഴി അവകാശപുനഃസ്ഥാപനം
- അന്യായതടങ്കൽ അവസാനിപ്പിക്കുക
- കിരാതശിക്ഷാക്രമവും പീഢനവും നിർത്തലാക്കുക
- വ്യക്തി – കുടുംബ അവകാശങ്ങള പരിരക്ഷിക്കുക
- അറിയാനുള്ള അവകാശം, ജനാധിപത്യപങ്കാളിത്തം, ഭരണസുതാര്യത എന്നിവയുറപ്പാക്കുക
- സാമൂഹ്യസുരക്ഷ, വ്യക്തിത്വവികാസം, വിദ്യാഭ്യാസം എന്നിവയ്ക്കുള്ള അവകാശം
- തൊഴിലവസരം, തുല്യവേതനം എന്നിവയ്ക്കുള്ള അവകാശം
- സംഘടനയ്ക്കും സംഘടിത വിലപേശലിനും പ്രതിരോധത്തിനുമുള്ള അവകാശം.
- ജൈവപരിതസ്ഥിതിക്കും ക്ഷേമകുടുംബത്തിനുമുള്ള അവകാശം
- പൊതുസാംസ്കാരിക ധാര, ശാസ്ത്ര–സാങ്കേതികവികാസം, കലാകായികനേട്ടം എന്നിവയ്ക്കുള്ള അവകാശം

- നിയമപരിമിതികൾ പാലിക്കാനും സഹജീവികളുടെ അവകാശ പാലനത്തിനും ഉള്ള അവകാശം
- മനുഷ്യാവകാശപരിപാലനധർമ്മം പ്രായോഗികമാക്കാനുള്ള അവകാശം.

മേൽപ്പറഞ്ഞവ സാർവ്വദേശീയ മനുഷ്യാവകാശ ഉടമ്പടികളിൽ ഉൾപ്പെടുന്നു. എന്നാൽ ഐഛികഉടമ്പടി ഇന്ത്യ അംഗീകരിച്ചിട്ടില്ല. ആയതിനാൽ മേൽവ്യവസ്ഥകൾ ലംഘിക്കപ്പെട്ടാൽ ലോകമനുഷ്യാവകാശകോടതിയെ സമീപിക്കാൻ ഇന്ത്യൻ പൗരർക്ക് കഴിയില്ല. എന്നാൽ ഇന്ത്യൻ സാഹചര്യത്തിൽ മനുഷ്യാവകാശപരിരക്ഷ ഉറപ്പാക്കാനായാണ് 1993-ലെ ദേശീയ മനുഷ്യാവകാശകമ്മീഷൻ നിയമത്തിന് ഇന്ത്യൻ പാർലമെന്റ് രൂപം നൽകിയത്.

മനുഷ്യാവകാശ കമ്മീഷൻ നിയമം ഇനിപ്പറയുന്ന നിഷ്കർഷകൾ അനുശാസിക്കുന്നു.

* മനുഷ്യാവകാശലംഘനം സംബന്ധിച്ചോ അവ ഒഴിവാക്കുന്നതു സംബന്ധിച്ചോ അതിലെ ഉപേക്ഷയോ കൃത്യവിലോപമോ സംബന്ധിച്ചോ, സ്വമേധയാ ലഭിക്കുന്ന വിവരങ്ങൾ അവലംബിച്ചോ മനുഷ്യാവകാശധ്വംസനത്തിന് വിധേയരാകുന്നവരോ അവരെ പ്രതിനിധീകരിക്കുന്ന സംഘടനയോ സമർപ്പിക്കുന്ന പരാതിയിന്മേലോ അന്വേഷണം നടത്തുക.
* മനുഷ്യാവകാശലംഘനം സംബന്ധിച്ച കോടതിനടപടികളിൽ കക്ഷി ചേരുകയോ പ്രോസിക്യൂഷൻ നടപടികൾ ആരംഭിക്കുകയോ ചെയ്യുക
* ജയിലുകൾ, സംരക്ഷണാലയങ്ങൾ, പുനരധിവാസകേന്ദ്രങ്ങൾ മാനസികചികിത്സാലയങ്ങൾ തുടങ്ങിയ ഇടങ്ങൾ സന്ദർശിച്ച് പരിശോധിച്ച് അന്തേവാസികളുടെ സുരക്ഷാ-ക്ഷേമ ഉപാധികൾ ഉറപ്പാക്കുകയും പരിഷ്കരണനിർദ്ദേശം നൽകുകയും ചെയ്യുക
* മനുഷ്യാവകാശപരിരക്ഷാർത്ഥമുള്ള ഭരണഘടന-നിയമവ്യവസ്ഥകളുടെ ഫലവത്തായ നിർവ്വഹണം വിലയിരുത്തിയും മനുഷ്യാവകാശലംഘനകൃത്യങ്ങൾ നിരീക്ഷിച്ചും യുക്തമായ പ്രായോഗിക -പരിഹാരനിർദ്ദേശങ്ങൾ നൽകുക
* മനുഷ്യാവകാശം സംബന്ധിച്ച അന്തർദ്ദേശീയ കരാറുകളുടെ പാലനത്തിനും മനുഷ്യാവകാശസാക്ഷരത വ്യാപിപ്പിക്കുന്നതിനും മനുഷ്യാവകാശഗവേഷണ പഠനങ്ങൾ പ്രോത്സാഹിപ്പിക്കുന്നതിനും സന്നദ്ധ-സാമൂഹ്യ-സർക്കാരിതര സംഘടനകളുടെ സേവനം മനുഷ്യാവകാശപാലനരംഗത്ത് ഉപയോഗപ്പെടുത്തുന്നതിനും നടപടികൾ സ്വീകരിക്കുന്നതിനായി ദേശീയ -സംസ്ഥാനതലത്തിൽ മനുഷ്യാവകാശ കമ്മീഷനുകൾക്ക് രൂപം നൽകുക.

ഇന്ത്യൻ ചീഫ് ജസ്റ്റിസ് പദവി വഹിച്ചിട്ടുള്ള വ്യക്തിയായിരിക്കും ദേശീയ

മനുഷ്യാവകാശ കമ്മീഷൻ അധ്യക്ഷനായി നിയോഗിക്കപ്പെടുക. ശേഷിക്കുന്ന നാല് അംഗങ്ങളിൽ ഒരാൾ സുപ്രീംകോടതി ജഡ്ജിപദവിയിലും ഒരാൾ ഹൈക്കോടതി ജഡ്ജി പദവിയിലും ഉള്ളവരും മറ്റു രണ്ടുപേർ മനുഷ്യാവകാശസംരക്ഷണ വിദഗ്ധരും ആയിരിക്കണം. ദേശീയ ന്യൂനപക്ഷകമ്മീഷൻ, വനിതാകമ്മീഷൻ, പട്ടികജാതി പട്ടികവർഗ്ഗകമ്മീഷൻ എന്നിവയുടെ അദ്ധ്യക്ഷന്മാരും കമ്മീഷന്റെ അനൗദ്യോഗികാംഗങ്ങൾ ആയിരിക്കും. കേന്ദ്രസർക്കാർ നിയോഗിക്കുന്ന സെക്രട്ടറി ജനറലായിരിക്കും കമ്മീഷന്റെ ചീഫ് എക്സിക്യൂട്ടീവ്. ദില്ലിയാണ് കമ്മീഷന്റെ കേന്ദ്ര ആസ്ഥാനം. കേന്ദ്രസർക്കാർ അനുമതിയോടെ രാജ്യത്തെവിടെയും മേഖലാ ഓഫീസ് തുറക്കാനാവും. കമ്മീഷന്റെ നിയമനാധികാരി പ്രസിഡന്റാണ്. പ്രധാനമന്ത്രി, ലോക്സഭാ സ്പീക്കർ, രാജ്യസഭാ ഉപാധ്യക്ഷൻ, കേന്ദ്രആഭ്യന്തരമന്ത്രി, ലോക്സഭയിലെ പ്രതിപക്ഷനേതാവ് എന്നിവരടങ്ങുന്ന സമിതി നിർദ്ദേശിക്കുന്ന പട്ടികയിൽ നിന്നായിരിക്കും കമ്മീഷൻ അംഗങ്ങളുടെ നിയമനം. അഞ്ചുവർഷം വരെയാണ് നിയമനകാലാവധി. സുപ്രീംകോടതി റഫറൻസ് അടിസ്ഥാനമാക്കി പ്രസിഡന്റ് പുറപ്പെടുവിക്കുന്ന ഉത്തരവിലൂടെ മാത്രമേ കമ്മീഷൻ അംഗത്തെ ഒഴിവാക്കാൻ കഴിയൂ. കമ്മീഷന്റെ നടപടിക്രമം സ്വമേധയാ തീരുമാനിക്കാനും തീർപ്പുകൾ സെക്രട്ടറി ജനറൽവഴി നിർവഹിക്കാനും അന്വേഷണ-പരിശോധനാനടത്തിപ്പിനായി ഡി ജി പി തസ്തികയിലുള്ള പൊലീസ് അധികാരിയുടെ സേവനം ഉപയോഗിക്കാനും കമ്മീഷന് അധികാരമുണ്ട്. സമാനരീതിയിൽ തന്നെ സംസ്ഥാനതലത്തിൽ രൂപപ്പെടുത്തുന്ന കമ്മീഷനുകളും നിർദ്ദേശിക്കപ്പെട്ടിരിക്കുന്നു.

മനുഷ്യാവകാശപ്രശ്നത്തിന്മേൽ തെളിവെടുക്കുന്നതിനും അന്വേഷണത്തിനും സിവിൽ നടപടിക്രമനിയമം അനുശാസിക്കുന്ന അവകാശാധികാരങ്ങൾ കമ്മീഷന് ഉണ്ട്. കക്ഷികൾ, സാക്ഷികൾ, വിദഗ്ധർ തുടങ്ങിയവരെ വിളിച്ചുവരുത്തുക, മൊഴിയെടുക്കുക, രേഖകൾ വിളിച്ചുവരുത്തുക, പരിശോധിക്കുക, സ്ഥലപരിശോധന നടത്തിക്കുക. വാദങ്ങൾ കേൾക്കുക, തീർപ്പ് എടുക്കുക എന്നീ അധികാരങ്ങൾ കമ്മീഷന് ഉണ്ട്. പരിഗണനാവിഷയത്തിന്റെ അന്വേഷണാർഥം കേന്ദ്ര-സംസ്ഥാനസർക്കാരിന് കീഴിലുള്ള ഏതൊരു ഏജൻസിയുടേയും സേവനം ആവശ്യപ്പെടുകയും ഉപയോഗപ്പെടുത്തുകയും ചെയ്യാനാകും. പ്രഥമദൃഷ്ട്യാ മനുഷ്യാവകാശധ്വംസനം ബോധ്യപ്പെടുന്ന ഘട്ടത്തിൽ യുക്തമായ തുടർനടപടി ശുപാർശ ചെയ്യാനും ബന്ധപ്പെട്ട കോടതികളിൽ വിചാരണ ശുപാർശ ചെയ്യാനും നഷ്ടപരിഹാരനിർദ്ദേശം നൽകാനും കമ്മീഷന് അധികാരമുണ്ട്. എന്നാൽ ശിക്ഷാനടപടികൾ തീരുമാനിച്ച് നടപ്പാക്കാൻ കമ്മീഷന് കഴിയില്ല എന്ന പരിമിതിയുണ്ട്. സംസ്ഥാന മനുഷ്യാവകാശകമ്മീഷനുകൾ നിർദ്ദിഷ്ട നിയമചട്ടങ്ങൾ പ്രകാരം അതത് സംസ്ഥാനഭൂപരിധിയിൽ സമാനകൃത്യങ്ങൾ നിറവേറ്റുന്നതിനാണ് ഉദ്ദേശിക്കപ്പെട്ടിട്ടുള്ളത്. മനുഷ്യാവകാശത്തർക്കങ്ങൾ പരിഗണിക്കുന്നതിനും തീർപ്പാക്കുന്നതിനും

ഹൈക്കോടതി-സുപ്രിംകോടതികളിൽ പ്രത്യേക മനുഷ്യാവകാശബെഞ്ചുകൾ ഏർപ്പെടുത്താനും കഴിയും. മനുഷ്യാവകാശനിയമനടത്തിപ്പിനാവശ്യമായ ചട്ടങ്ങളെ നിർമ്മിക്കാനുള്ള ചുമതല കേന്ദ്രസർക്കാരിനാണ്. കേന്ദ്ര-സംസ്ഥാനകമ്മീഷനുകളുടെ പ്രവർത്തനാർഥം ഗ്രാന്റ് അനുവദിക്കാനും ബന്ധപ്പെട്ട സർക്കാരുകൾക്ക് ചുമതലയുണ്ട്.

മനുഷ്യാവകാശ പരിരക്ഷ മുൻനിർത്തിയാണ് ദേശീയ-സംസ്ഥാനതലങ്ങളിൽ ഇതരകമ്മീഷനുകളെ നിയോഗിച്ചിട്ടുള്ളത്. പ്രത്യേകിച്ച് ന്യൂനപക്ഷകമ്മീഷൻ, പിന്നോക്ക സമുദായകമ്മീഷൻ, പട്ടികജാതി-പട്ടികവർഗ്ഗ കമ്മീഷൻ, വനിതാകമ്മീഷൻ എന്നിവ ഇതിൽപ്പെടുന്നു. കുട്ടികളുടെ മേഖലയിലും ഇപ്പോൾ അവകാശസംരക്ഷണകമ്മീഷൻ രൂപീകരിക്കാൻ ശുപാർശ ചെയ്യപ്പെട്ടിട്ടുണ്ട്.

ജനിക്കാനും ജീവിക്കാനും അതിജീവനത്തിനും പേരിനും ദേശീയതയ്ക്കും രക്ഷാകർതൃത്വത്തിനും അടിസ്ഥാനവിദ്യാഭ്യാസം, പോഷകാഹാരം, ആരോഗ്യപരിരക്ഷ, വസ്ത്രം, സുരക്ഷിതപാർപ്പിടം, സുസ്ഥിരപരിസ്ഥിതി എന്നിവ ഉൾപ്പെടെ വ്യക്തിത്വവികസനം, നിലനിൽപ്പ് പങ്കാളിത്തം എന്നിവയ്ക്ക് ഓരോ കുട്ടിക്കും ഉള്ള അവകാശം ഉറപ്പാക്കുന്നതാണ്. കുട്ടികളുടെ അവകാശം സംബന്ധിച്ച അന്തർദ്ദേശീയ പ്രഖ്യാപനവും (1989) തുടർന്ന് രൂപപ്പെട്ട ബാലനീതിനിയമവും, സ്ത്രീകൾക്കെതിരായ അതിക്രമങ്ങൾ പ്രതിരോധിക്കുന്നതിന് ഐക്യരാഷ്ട്രസംഘടന 1995-ൽ പുറപ്പെടുവിച്ച അന്താരാഷ്ട്രപ്രഖ്യാപനത്തിന്റെ ചുവടുപിടിച്ച് പെൺകുട്ടികളുടെ ക്ഷേമം, സുരക്ഷ, വികാസം, പുരോഗതി, അതിജീവനം, ലൈംഗികവിവേചനത്തിനെതിരായ വ്യവസ്ഥകൾ എന്നിവ ഉൾപ്പെടുന്ന അവകാശങ്ങൾ ഇന്ത്യയിലെ വിവിധ നിയമങ്ങളിൽ ഉൾച്ചേർക്കപ്പെട്ടു. ഭ്രൂണഹത്യാനിയന്ത്രണം, ലിംഗനിർണ്ണയപരിശോധനാനിയന്ത്രണം, പെൺവാണിഭനിരോധനം, അശ്ലീല-അനാശാസ്യപ്രസിദ്ധീകരണവും പ്രചരണവും തടയൽ തുടങ്ങിയവ ഇതിന്റെ ഭാഗമായി നിയാമകമായി തീർന്നു. സ്ത്രീധനനിരോധനം, സതിനിരോധനം, ബാലവിവാഹനിരോധനം, സ്ത്രീപീഡന നിരോധനം ഗാർഹികാതിക്രമനിയന്ത്രണവും സുരക്ഷിതപുനരധിവാസവും, തൊഴിലിടങ്ങൾ ഉൾപ്പെടെ പൊതുസ്ഥലങ്ങളിൽ സ്ത്രീകൾക്കെതിരായ അതിക്രമങ്ങൾ പ്രതിരോധിക്കുന്നതിനുള്ള നടപടികൾ എന്നിവയെല്ലാം ഇതിൽ ഉൾച്ചേർക്കാം.

ലോകമെമ്പാടും ഉള്ള കുട്ടികളുടെ അവകാശപരിരക്ഷയ്ക്കായി 1925-ൽ പഞ്ചമുഖതത്ത്വം അംഗീകരിക്കപ്പെട്ടു. തുടർന്ന് 1959 ഐക്യരാഷ്ട്രസഭ കുട്ടികളുടെ ദശമുഖ അവകാശപത്രിക അംഗീകരിച്ചു. അതിന്റെ വിപുലീകൃതപ്രമാണരേഖയാണ് 1989-ലെ ബാല്യാവകാശ ഉടമ്പടി. ഇക്കാലയളവിൽ വിവിധ നിയമങ്ങളിൽ ബാല്യാവകാശപരിരക്ഷാവ്യവസ്ഥകൾ ഉൾപ്പെടുത്തപ്പെട്ടതായി കാണാം. 1926-ലെ ട്രേഡ് യൂണിയൻ നിയമം, 1933-ലെ ബാലവേല പണയപ്പെടുത്തൽ നിയമം, 1948-ലെ ഫാക്ടറീസ് ആക്ട്, 1848 അടിസ്ഥാനവേതനനിയമം, 1951-ലെ തോട്ടം തൊഴിലാളി

നിയമം, 1952–ലെ ഖനിനിയമം, 1958–ലെ മർച്ചന്റ് ഷിപ്പിംഗ് ആക്ട്, 1961 –ലെ അപ്രന്റീസ് ആക്ട്, 1961 മോട്ടർവാഹനത്തൊഴിലാളി നിയമം, 1966 –ലെ ബീഡി – സിഗാർ വർക്കേഴ്സ് ആക്ട്, 1976–ലെ അടിമവേല നിരോധനനിയമം, 1986–ലെ ബാലവേലനിരോധന/നിയന്ത്രണനിയമം എന്നിവയിലെല്ലാം കുട്ടികളെ പണിയെടുപ്പിക്കുന്നതും ചൂഷണം ചെയ്യുന്നതും ബാല്യാവകാശങ്ങൾ നിഷേധിക്കുന്നതും വിലക്കിക്കൊണ്ടുള്ള വിവിധ വ്യവസ്ഥകൾ കാണാം.

എന്നാൽ 1996–ൽ എം സി മേഹ്ത "അഭി" തമിഴ്നാട് കേസിലെ വിധി പ്രസ്താവത്തിൽ സുപ്രീംകോടതി, ബാലവേല നിന്ത്രണ–നിരോധന–പുനരധിവാസ നടപടികളുടെ പ്രായോഗികത വിമർശനവിധേയമാക്കി. കോടതി ചില നിർദ്ദേശങ്ങളും പുറപ്പെടുവിച്ചു. ബാലാദ്ധ്വാനസർവ്വേ നടത്തുക, ബാലവേലയുടെ അപകടഫലങ്ങൾ തിരിച്ചറിയുക, സംസ്ഥാന–പ്രാദേശികതലത്തിൽ ബാലവേല നിയന്ത്രണം–നിരോധനം ഉറപ്പാക്കുക, ഇക്കാര്യങ്ങൾക്ക് സഹായമായ വിധം ബാലനീതി നിയമവും ബാല്യാവകാശകമ്മീഷൻ നിയമവും നടപ്പാക്കുക എന്നിവ ഇതിൽ പെടുന്നു. ഇവയെല്ലാം ഉൾക്കൊള്ളുന്ന ദേശീയബാലനയം രൂപപ്പെടുത്തുകയെന്നതും നിർദ്ദേശിക്കപ്പെട്ടു.

18 വയസിൽ താഴെ പ്രായമുള്ള ശിശുക്കൾ, ബാലകർ, കൗമാര പ്രായക്കാർ എന്നിവരെയെല്ലാം കുട്ടികൾ എന്ന വാക്കിന്റെ നിർവചനപരിധിയിൽ ഉൾപ്പെടുത്തി. നിരാലംബർ, നിരാശ്രയർ, രക്ഷാകർതൃത്വം നഷ്ടപ്പെട്ടവർ, ജീവിതവെല്ലുവിളി നേരിടുന്നവർ, വ്യതിരിക്തശേഷിഗണത്തിൽ പെട്ടവർ, പലായനം ചെയ്തവർ, ഉപേക്ഷിക്കപ്പെട്ടവർ, ദുരുപയോഗപ്പെടുത്തപ്പെട്ടവർ, യുദ്ധം–കലാപം–പ്രകൃതിദുരന്തം തുടങ്ങിയവയ്ക്കിരയായവർ എന്നീ വിഭാഗങ്ങളിൽപ്പെട്ട കുട്ടികൾക്ക് പ്രത്യേക നിയമപരിരക്ഷ വ്യവസ്ഥപ്പെടുത്തി. ശിശുപരിപാലനാർത്ഥം ബാലനീതി ബോർഡ്, ബാലഭവൻ, ശിശുക്ഷേമസമിതി, നിരീക്ഷണ–പുനരധിവാസ കേന്ദ്രങ്ങൾ, സംരക്ഷണാലയങ്ങൾ, ബാലമന്ദിരങ്ങൾ എന്നിവയ്ക്ക് പ്രാബല്യം നൽകുകയുണ്ടായി. നിയമത്തോട് പൊരുത്തപ്പെടാത്ത കുട്ടികൾക്ക് പരിഹാര ബോധനസംവിധാനം, ബാലനീതി പൊലീസ്, ബാലനീതി കോടതി എന്നിവ നിർദ്ദേശിച്ചു. ഇത്രയേറെ നിയമങ്ങളും സംവിധാനങ്ങളും ഉള്ളപ്പോഴും നമ്മുടെ ബാല്യ–കൗമാരങ്ങൾ പരിരക്ഷിക്കപ്പെടുന്നില്ലെന്നതിന് തെളിവുകൾ എത്രയെങ്കിലും നിത്യേന നാം കണ്ടുമുട്ടുന്നുണ്ട്.

2005–ൽ പ്രാബല്യത്തിൽ വന്ന ദേശീയ വിവരലഭ്യതാവകാശനിയമം അറിയാനുള്ള അവകാശമെന്ന അടിസ്ഥാനമൂല്യപരിരക്ഷ മുൻനിർത്തിയുള്ള മറ്റൊരു നിയമമാണ്. 1999–ൽത്തന്നെ കേരളത്തിൽ പഞ്ചായത്ത്രാജ് – മുനിസിപ്പൽ നിയമഭേദഗതിയിലൂടെ അറിയാനുള്ള അവകാശപരിപാലനം വ്യവസ്ഥ ചെയ്യപ്പെട്ടു. എന്നാൽ 2003–ലെ വിവര സ്വാതന്ത്ര്യനിയമത്തെ നിരാസപ്പെടുത്തിക്കൊണ്ട് ഇപ്പോൾ നടപ്പാക്കപ്പെടുന്ന വിവരലഭ്യതാനിയമം നിർദ്ദേശിക്കപ്പെട്ടു. നിയമം മൂലം ഒഴിവുക

ഴിവ് ചെയ്യപ്പെട്ട മേഖലകൾ ഒഴികെ കേന്ദ്ര-സംസ്ഥാന-തദ്ദേശ ഭരണ സംവിധാനങ്ങൾക്ക് കീഴെ വരുന്ന ഏതൊരു പൊതു സ്ഥാപനവും പൊതുഖജനാവിൽ നിന്നും ധനസഹായം ലഭിക്കുന്ന ഏതൊരു സ്വകാര്യ-സമാന്തര സംരംഭകത്വവും ഈ നിയമത്തിന്റെ പരിധിയിൽപ്പെടുന്നു.

ഏതൊരു പൊതു അധികാരസ്ഥരുടെയും അധീനതയിലുള്ളതോ സമാഹരിക്കാവുന്നതോ ആയ ഏതൊരു (വിജ്ഞാപൃതമല്ലാത്ത) വിവരവും പരിശോധിക്കാനോ അതിന്റെ തത്സമയപകർപ്പിനോ സംഗ്രഹത്തിനോ മാതൃകയ്ക്കോ, ഇലക്ട്രോണിക് പകർപ്പിനോ ഉള്ള അവകാശമാണ് വിവരലഭ്യതാവകാശം. സത്വരഗതിയിൽ ചെലവുകുറഞ്ഞ വിധം വിവരലഭ്യത ഉറപ്പാക്കാനുള്ള വിവരാവകാശ ഉദ്യോഗസ്ഥരെ യഥാവിധി അതത് സർക്കാർ സ്ഥാപനാധികാരികൾ സ്ഥാനനിർദ്ദേശം ചെയ്യണം. തെറ്റായ വിവരമോ ശരിയല്ലാത്ത വിവരമോ നൽകുകയോ വിവരലഭ്യത വൈകിക്കുകയോ നിഷേധിക്കുകയോ രേഖകൾ നശിപ്പിക്കുകയോ ചെയ്യുന്നത് നിയമം കുറ്റകരമായി കാണുന്നു. ഈ നിയമത്തിൻ കീഴിലെ പരാതികളോ അപ്പീലുകളോ തീർപ്പാക്കാൻ സംസ്ഥാന-ദേശീയ തലങ്ങളിൽ വിവരലഭ്യതാ കമ്മീഷനുകൾ നിർദ്ദേശിക്കപ്പെട്ടു. സേവനദാതാക്കളായ സ്ഥാപനങ്ങൾ പൗരാവകാശപത്രിക പ്രസിദ്ധം ചെയ്യണമെന്നും വ്യവസ്ഥ ചെയ്യുന്നു. വിവരനിഷേധമോ കാലതാമസമോ വിവരവിനാശമോ സൃഷ്ടിക്കുന്നവർക്ക് 250 രൂപ മുതൽ 25,000 രൂപവരെ ശിക്ഷ വിധിക്കാനും കമ്മീഷന് അധികാരമുണ്ട്. വിവരാവശ്യത്തിന്റെ കാരണം വെളിപ്പെടുത്തേണ്ടതില്ലെന്നും ദാരിദ്ര്യരേഖയ്ക്കു കീഴെയുള്ളവർക്ക് ഫീസ് സൗജന്യംനൽകുന്നതുൾപ്പെടെയുള്ള കാര്യങ്ങൾക്ക് ഇത് ആകാമെന്നും ഈ നിയമം അനുശാസിക്കുന്നു.

ജനാധിപത്യപങ്കാളിത്തവും അടിസ്ഥാന അതിജീവനാവകാശങ്ങളും ഉറപ്പാക്കാൻ ഇനിയും ഒട്ടേറെ നിയമഘടകങ്ങൾ ഉൾച്ചേർക്കപ്പെടേണ്ടതുണ്ടെന്ന് മനുഷ്യാവകാശനീതിശാസ്ത്രം വ്യക്തമാക്കുന്നുണ്ടെന്നത് ശ്രദ്ധേയമാണ്.

24

പരിസ്ഥിതി നിയമങ്ങൾ

ശുദ്ധവും സുസ്ഥിരവുമായ പരിസ്ഥിതിക്കുള്ള അവകാശം അടിസ്ഥാന മനുഷ്യാവകാശം തന്നെയാണ്. 17-ാം നൂറ്റാണ്ടിൽ നഷ്ടപരിഹാരനിയമത്തിന്റെ ഭാഗമായി രൂപപ്പെട്ട അയൽസുരക്ഷാസിദ്ധാന്തം ഉൾപ്പെടെയുള്ള തത്ത്വങ്ങൾ പരിസ്ഥിതി നിയമശാഖയ്ക്ക് വഴി തുറന്നു. ഇന്ത്യൻ ഭരണഘടനയാകട്ടെ ജീവനും അതിജീവനത്തിനുമുള്ള അവകാശം സ്ഥിരീകരിച്ചിരിക്കുന്നു. അതിന്റെ തുടർച്ചയും വികാസവുമായി പുതുതലമുറ അവകാശങ്ങൾ നിർദ്ദേശിക്കപ്പെട്ടു. ശുദ്ധമായ കുടിവെള്ളം, ശുദ്ധവായു, പോഷകാഹാരം, ആതുരസേവനം, സുരക്ഷിതപാർപ്പിടം, സുസ്ഥിര പരിസ്ഥിതി, ആരോഗ്യകരമായ പണിയിടം എന്നിവയെല്ലാം ഉൾപ്പെടുന്നതാണ് പ്രസ്തുത പരിസ്ഥിതിനിയമാവകാശങ്ങൾ. വനം, വന്യജീവി, പരിസ്ഥിതി ഘടകങ്ങൾ തമ്മിലുള്ള സന്തുലനം എന്നിവ സംരക്ഷിക്കാനുള്ള പൗരധർമ്മവും ഭരണഘടനാ അനുച്ഛേദം 51 നിർദ്ദേശിക്കുന്നു.

1927-ലെ വനനിയമം ഇന്ത്യയിലെ പ്രസക്തമായ പരിസ്ഥിതി നിയമം ആയിരുന്നു. എന്നാൽ വനപരിപാലനം രാഷ്ട്രഖജനാവിലെ മുഖ്യ റവന്യൂസ്രോതസ്സ് എന്ന നിലയ്ക്കായിരുന്നു. തന്മൂലം വനവിസ്തൃതി തുടർച്ചയായി കുറഞ്ഞുവരികയും ചെയ്തു. തുടർന്നാണ് 1981-ലെ വന സംരക്ഷണനിയമം രൂപം കൊണ്ടത്.

1972-ലെ സ്റ്റോക്ഹോം സമ്മേളനമാണ് ഭൂപരിസ്ഥിതിപരിപാലനം എന്ന ആശയം അംഗീകരിച്ചത്. തുടർന്ന് 1974-ൽ ഇന്ത്യൻ പാർലമെന്റ് ജലമലിനീകരണ നിയന്ത്രണ നിരോധന നിയമം രൂപപ്പെടുത്തി. കേന്ദ്ര-മേഖലാ-സംസ്ഥാനതലങ്ങളിൽ മലിനീകരണനിയന്ത്രണ ബോർഡുകൾക്ക് രൂപം നൽകുന്നതിനും മലിനീകരണപരിശോധനാലാബുകൾ സ്ഥാപിക്കുന്നതിനും ഈ നിയമം അനുശാസിക്കുന്നു. ജലസ്രോതസ്സുകളുടെ സാമാന്യവിനിയോഗം തടസ്സപ്പെടും വിധം ഖര-ദ്രവ-വാതക മാലി

ന്യങ്ങൾ ജലത്തിൽ കലർത്താനിടയാകുന്നതാണ് ജലമലിനീകരണം. ഗാർഹിക-വാണിജ്യ-വ്യവസായ-നഗരമാലിന്യങ്ങൾ ഇത്തരം ജലമലിനീകരണത്തിനിടയാക്കുന്നു.

ജലമലിനീകരണവിവരങ്ങൾ ശേഖരിക്കുക, സ്ഥിതിവിശകലനം നടത്തുക, സ്ഥലപരിശോധനയും സാങ്കേതിക-രാസപരിശോധനയും നടത്തുക, മലിനീകാരക നിക്ഷേപം നിയന്ത്രിക്കുകയും നിരോധിക്കുകയും ചെയ്യുക, വാണിജ്യ-വ്യവസായ അനുമതിപത്രങ്ങൾ മാലിന്യകാരണത്താൽ പിൻവലിക്കുക, മലിനീകരണനിയന്ത്രണ ഉപാധികൾ വ്യവസ്ഥാപിക്കുക, മലിനീകരണത്തിന് ഇടയാക്കുന്നവർക്കെതിരെ നിയമനടപടികൾ കോടതിമുഖേന സ്വീകരിക്കുക, മലിനീകരണവിരുദ്ധ നടപടികൾ നടപ്പാക്കാൻ ബന്ധപ്പെട്ട സ്ഥാപനങ്ങൾ/അധികൃതർ എന്നിവരോട് നിർദ്ദേശിക്കുക, പ്രസ്തുത കൃത്യം പൂർത്തീകരിച്ച് നിലനിർത്താൻ ചെലവഴിക്കപ്പെട്ട തുക നഷ്ടോത്തരവാദിത്വമായി മലിനീകാരികളിൽ നിന്ന് ഈടാക്കുക തുടങ്ങിയ അധികാരങ്ങൾ മലിനീകരണനിയന്ത്രണ ബോർഡിന് ഉണ്ട്. എന്നാൽ ശിക്ഷണനടപടികൾ സ്വീകരിക്കാൻ കോടതി നടപടിയിലൂടെ മാത്രമേ കഴിയൂ.

1981-ൽ രൂപം നൽകപ്പെട്ട വായുമലിനീകരണനിയന്ത്രണ-നിരോധന നിയമവും സമാന വ്യവസ്ഥകൾ ഉൾക്കൊള്ളുന്ന നിയമമാണ്. മലിനീകരണപ്രതിരോധം, മലിനീകരണകർത്താക്കളെ പ്രോസിക്യൂഷന് വിധേയമാക്കൽ എന്നിവയ്ക്ക് ഒപ്പം വായുമലിനീകരണ നിരോധനമേഖലകൾ പ്രഖ്യാപിക്കാനും ബോർഡിനെ ചുമതലപ്പെടുത്തുന്നു ഈ നിയമം. മനുഷ്യനോ സസ്യ-ജന്തു ജാലങ്ങൾക്കോ അസ്വസ്ഥതയോ ഹാനിയോ ഉണ്ടാക്കുംവിധം ഖര-ദ്രവ-വാതകഘടകങ്ങൾ അന്തരീക്ഷവായുവിൽ കലരാനും പടരാനും ഇടയാക്കുന്നതിനെയാണ് വായുമലിനീകരണം അർത്ഥമാക്കുക. കേന്ദ്ര-സംസ്ഥാന മലിനീകരണനിയന്ത്രണബോർഡുകൾക്കു തന്നെ ഇതു സംബന്ധിച്ച അധികാരം ഏൽപ്പിച്ചിരിക്കുന്നു. പരിസ്ഥിതി സംരക്ഷണത്തിൽ താൽപ്പര്യവും അറിവും കഴിവും പ്രകടമാക്കിയവരെയാണ് ബോർഡ് ചെയർപേഴ്സൺ സ്ഥാനത്തും അംഗത്വത്തിലും നാമനിർനിർദ്ദേശം ചെയ്യുക. ആറുകൊല്ലം വരെ തടവും നിയമലംഘനത്തിനിടയാക്കിയാൽ ദിനംപ്രതി 5000 രൂപവരെ പിഴയും, രണ്ടും ഒരുമിച്ചും, ശിക്ഷ വിധിക്കാൻ ഈ നിയമങ്ങൾ അനുശാസിക്കുന്നു.

എന്നാൽ പരിസ്ഥിതി നിർവ്വചിക്കാനും ഏകോപിതസംരക്ഷണം ഉറപ്പാക്കാനും കഴിയാതിരുന്ന പശ്ചാത്തലത്തിലാണ് 1986 ൽ ദേശീയ പരിസ്ഥിതിസംരക്ഷണനിയമം പാർലമെന്റ് അംഗീകരിച്ചത്. മണ്ണ്, വായു, ജലം എന്നിവയും മനുഷ്യൻ, സസ്യജന്തുവർഗങ്ങൾ, സൂക്ഷ്മാണുജീവികൾ എന്നിവയും മണ്ണ്, വായു, ജലം എന്നിവയും തമ്മിലും അവയ്ക്കിടയിലും ഉള്ള സൂക്ഷ്മബന്ധവും പ്രതിപ്രവർത്തനവുമാണ് പരിസ്ഥിതി എന്ന വാക്ക് അർത്ഥമാക്കുന്നത്.

പരിസ്ഥിതി മലിനീകരണം സർവ്വവ്യാപകവും സർവ്വതലസ്പർശിയുമായ പ്രശ്നമാണിന്ന്. പരിസ്ഥിതി സന്തുലനം പാലിക്കുകയെന്നത് സാർവ്വദേശീയ കർത്തവ്യമായി 1992-ൽ റിയോ ഡി ജനീറോയിൽ നടന്ന

ഭൗമഉച്ചകോടിയിലെ ഔദ്യോഗിക-അനൗദ്യോഗിക സമ്മേളനങ്ങൾ ഒരുപോലെ പ്രഖ്യാപിക്കുകയുണ്ടായി. ഓസോൺപാളിക്കുണ്ടാകുന്നക്ഷയം, ഹരിതഗൃഹപ്രഭാവം, ആഗോളതാപനം, കടൽനിരപ്പ് വർദ്ധന, നീർത്തടശോഷണം, വനനശീകരണം, ജല-വായു മലിനീകരണം, അനിയന്ത്രിത-അശാസ്ത്രീയ പ്രകൃതിവിഭവ ചൂഷണം, ദ്രുതനഗരവൽക്കരണം, അമ്ല മഴ എന്നിവയെല്ലാം പരിസ്ഥിതിസന്തുലിതാവസ്ഥ തകർക്കുന്നു. വികല വികസനവും അമിത ഉപഭോഗവും അതിന് കാരണമാകുന്നു. സുസ്ഥിര വികസനവും പരിസ്ഥിതി പരിപാലനവും സമീകരിക്കുകയെന്നതാണ് പരിസ്ഥിതിസംരക്ഷണ നിയമത്തിന്റെ ലക്ഷ്യം.

ഈ നിയമം പരിസ്ഥിതി സംരക്ഷണത്തിനാവശ്യമായ യുക്തമായ നടപടിയെടുക്കാനും ചട്ടവ്യവസ്ഥകൾ രൂപപ്പെടുത്തി വിജ്ഞാപനം ചെയ്യാനും സാർവ്വദേശീയ പരിസ്ഥിതി ഉടമ്പടികളിൽ പങ്കാളിയാകാനും കേന്ദ്രസർക്കാരിനെ അധികാരപ്പെടുത്തുന്നു. പരിസ്ഥിതി പ്രശ്നങ്ങൾ മുൻനിർത്തി പഠന-ഗവേഷണ പ്രവർത്തനവും നയനടപടികളും പ്രവർത്തികമാക്കാൻ കേന്ദ്ര-സംസ്ഥാന സർക്കാരുകളെ പ്രാപ്തമാക്കുന്നു. നിയമലംഘനത്തിനിടയാക്കുന്നവർക്ക് 5 വർഷംവരെ തടവോ പിഴയോ രണ്ടുംകൂടിയോ ശിക്ഷ വിധിക്കാം. കുറ്റത്തിന്റെ ആവർത്തനത്തിന് ദിനംപ്രതി 5000 രൂപവരെ പിഴ ഏർപ്പെടുത്താവുന്നതാണ്.

പരിസ്ഥിതി സംരക്ഷണനിയമത്തിന്റെ ചുവടുപിടിച്ച് വിവിധ വിജ്ഞാപനങ്ങൾ ഇതിനകം കേന്ദ്രസർക്കാർ പ്രസിദ്ധം ചെയ്തിട്ടുണ്ട്.

- എക്കോമാർക്ക് (പരിസ്ഥിതി സൗഹൃദ ഉൽപ്പന്നമുദ്ര)
- പരിസ്ഥിതി പ്രത്യാഘാതപഠനം(അസസ്മെന്റ്)
- പരിസ്ഥിതി പ്രത്യാഘാത ഓഡിറ്റ്
- തീരദേശപരിപാലനമേഖല
- നഗരഖരമാലിന്യസംസ്കരണം
- ഹാനികരവും അപകടകാരികളുമായ വസ്തുക്കളുടെ ശേഖരണവും സംഭരണവും വിനിയോഗവും.
- രാസമാലിന്യസംസ്കരണവും നിർമ്മാർജ്ജനവും
- മെഡിക്കൽ മാലിന്യവസ്തു നിർമ്മാർജ്ജനവും പരിപാലനവും
- പ്ലാസ്റ്റിക് മാലിന്യനിയന്ത്രണം
- ശബ്ദമലിനീകരണ പരിധിനിർണ്ണയം

തുടങ്ങിയവ സംബന്ധിച്ചുള്ള വിജ്ഞാപനങ്ങൾ ഇതിൽപ്പെടുന്നു.

ഭോപ്പാൽ വാതകദുരന്തത്തിന്റെ അനുഭവം മുൻനിർത്തി ഇന്ത്യൻ പാർലമെന്റ് രൂപംകൊടുത്ത മറ്റൊരു നിയമമാണ് 1991-ലെ പൊതുനഷ്ടപരിഹാര ഇൻഷ്വറൻസ് നിയമം. പാരിസ്ഥിതിക ദുരന്തങ്ങൾമൂലം പ്രത്യക്ഷമായോ പരോക്ഷമായോ ഹാനിയോ നഷ്ടമോ നേരിടേണ്ടിവരുന്നവർക്ക് ആശ്വാസ ധനം ലഭ്യമാക്കുന്നതിലേക്ക് ഒരു സഞ്ചിത നിധി സ്ഥാപിച്ച് പരിപാലിക്കുകയാണ് ഇതിന്റെ ലക്ഷ്യം, കേന്ദ്രസർക്കാർ ഗ്രാന്റ്, സംഭാ

വനകൾ, നിക്ഷേപങ്ങൾ മുതലായവയിലൂടെ സമാഹരിച്ച് സൂക്ഷിക്കുന്ന നിധിയിൽ നിന്ന് ആയിരിക്കും നഷ്ടപരിഹാരവിതരണം ഉറപ്പാക്കുക.

പരിസ്ഥിതി പ്രശ്നങ്ങളിൽ ഹൈക്കോടതികളും സുപ്രിംകോടതിയും ഇടക്കാലത്ത് പ്രകടമാക്കിയ ക്രിയാത്മകത ഇന്നില്ല. പൊതുതാൽപര്യവ്യവഹാരങ്ങളോടുള്ള ആഭിമുഖ്യവും കുറഞ്ഞിരിക്കുന്നു. ഇത്തരം ഉപാധികൾ ദുരുപയോഗം ചെയ്യപ്പെടുന്നുവെന്ന് ചൂണ്ടിക്കാട്ടി ഫീസ് ഏർപ്പെടുത്താനും വാദിയെ യുക്തമായ കാരണത്താൽ ശിക്ഷിക്കാനും വരെ നിർദ്ദേശങ്ങൾ ഉണ്ടാകുന്നു. ന്യായാസനങ്ങൾ ദേശീയ-വിദേശീയ കുത്തക കോർപ്പറേറ്റ് സംരംഭകരുടെ താൽപര്യങ്ങൾക്ക് ഉയർന്ന പരിഗണനയും പരിരക്ഷയും നൽകാൻ നിർബന്ധിതമാകുന്നു. തന്മൂലം സാധാരണ നീതിന്യായകോടതികളിൽ പരിസ്ഥിതി തർക്കങ്ങൾ തീർപ്പാക്കാൻ കാലതാമസം സംഭവിക്കാനിടയാകുന്നു. ഇതൊഴിവാക്കാനുള്ള ഒരു മാർഗ്ഗമായാണ് ഹൈക്കോടതികളിൽ 'ഹരിതബഞ്ച്' (ഗ്രീൻ ബഞ്ച്) ശുപാർശ ചെയ്യപ്പെട്ടത്. തമിഴ്നാട്ടിൽ മധുരബഞ്ചാണ് ഇപ്രകാരം നിയോഗിക്കപ്പെട്ടത്.

എന്നാൽ ദേശീയ പരിസ്ഥിതി ട്രിബ്യൂണൽ സ്ഥാപിക്കുന്നതിനുള്ള നിയമം 1997-ൽ ഇന്ത്യൻ പാർലമെന്റ് അംഗീകരിച്ചു. പരിസ്ഥിതി തർക്കങ്ങളിൽ ദ്രുതപരിശോധനയും സത്വരതീർപ്പും സാധ്യമാക്കുന്നതിനുള്ള അർദ്ധനീതിന്യായ സ്ഥാപനമായാണ് പരിസ്ഥിതി ട്രിബ്യൂണൽ വിഭാവനം ചെയ്യപ്പെട്ടത്. പരിസ്ഥിതി നീതിശാസ്ത്രസങ്കൽപ്പനങ്ങൾ പാലിക്കുകയും സാമാന്യനീതിതത്ത്വങ്ങൾ അനുസരിച്ച് പ്രവർത്തിക്കുകയുമാണ് ഇതിൽ നിർദ്ദേശിക്കപ്പെട്ടത്. പൊതു ട്രസ്റ്റി സിദ്ധാന്തം, പൊതു നഷ്ടോത്തരവാദിത്വതത്ത്വം, മലിനീകാരകബാധ്യതാതത്ത്വം, തലമുറകളുടെ അവകാശപാലനതത്ത്വം, മുൻകരുതൽ സിദ്ധാന്തം എന്നിവയെല്ലാം ഇതിൽപ്പെടുന്നു.

ചെയർപേഴ്സൺ, ജുഡീഷ്യൽ മെമ്പർമാർ, സാങ്കേതികാംഗങ്ങൾ, എന്നിവർ ഈ ട്രിബ്യൂണലിൽ നിയോഗിക്കപ്പെടുന്നു. അംഗങ്ങൾക്കിടയിൽ നിന്ന് ഒരു വൈസ് ചെയർപേഴ്സണെയും നിയോഗിക്കാവുന്നതാണ്. തൊഴിലാളികൾ, തദ്ദേശവാസികൾ തുടങ്ങിയവർക്ക് ജീവനോ സ്വത്തിനോ ഹാനി സംഭവിക്കുകയോ ശാരീരിക ക്ലേശമോ നഷ്ടമോ സംഭവിക്കുകയോ ചെയ്താലാണ് നഷ്ടപരിഹാരം അർഹമാകുക. തർക്കങ്ങൾ തീർപ്പാക്കാനായി സിവിൽ കോടതിക്ക് സിവിൽ നടപടിനിയമം അനുശാസിക്കുന്ന സ്വയംസിദ്ധാധികാരങ്ങൾ ട്രിബ്യൂണലിൽ നിക്ഷിപ്തമാണ്. തർക്കപരിഹാരാർത്ഥം പ്രാദേശിക ബഞ്ചുകൾ സ്ഥാപിച്ച് പ്രവർത്തനം സുഗമമാക്കാനും ട്രിബ്യൂണലിന് ചുമതല നൽകിയിരിക്കുന്നു.

സവിശേഷ പ്രധാനവും ജീവൽബന്ധിതവുമായ പാരിസ്ഥിതികരംഗത്തെ സാർവ്വദേശീയ നിയമപ്രമാണങ്ങളും ഉടമ്പടികളും ശ്രദ്ധേയമാണ്:

- പ്രകൃതിവിഭവ പരമാധികാരപ്രഖ്യാപനം - 1962.
- നീർത്തട പരിപാലന പ്രഖ്യാപനം 1971
- മനുഷ്യപരിസ്ഥിതി പ്രഖ്യാപനം - 1972
- സാംസ്കാരികവും പ്രകൃതിദത്തവുമായ സ്മാരകസംരക്ഷണ

പ്രഖ്യാപനം –1972
- നാശോന്മുഖ സസ്യജന്തുജാല പരിരക്ഷാ പ്രഖ്യാപനം – 1973
- ഓസോൺപാളി പരിരക്ഷാപ്രഖ്യാപനം – 1987
- വിനാശകാരികളായ മാലിന്യങ്ങളുടെ രാഷ്ട്രാന്തരകടത്ത് സംബന്ധിച്ച പ്രഖ്യാപനം – 1989
- ലോകപരിസ്ഥിതി പ്രഖ്യാപനം – 1989
- വ്യവസായ ദുരന്തപരിപാലന പ്രഖ്യാപനം – 1992
- അന്തരീക്ഷവ്യതിയാനപ്രഖ്യാപനം – 1992
- റിയോ പാരിസ്ഥിതിക വികസന പ്രഖ്യാപനം – 1923
- ജൈവ വൈവിദ്ധ്യഉടമ്പടി പ്രഖ്യാപനം – 1992
- മരുഭൂവൽക്കരണ വിരുദ്ധ പ്രഖ്യാപനം – 1994
- ജൈവസുരക്ഷാ ഉടമ്പടി – 2000

എന്നിവ ഇതിൽപ്പെടുന്നു.

കഴിഞ്ഞ മൂന്ന് നൂറ്റാണ്ടുകൾക്കിടയിൽ ഇന്ത്യയിൽ രൂപപ്പെട്ട പരിസ്ഥിതി നിയമങ്ങളുടെ എണ്ണം ഉദ്ദേശം നൂറ് എങ്കിലും ഉണ്ട്. 1853–ലെ തീരശോഷണ നിയമം മുതൽ 2002–ലെ ജൈവവൈവിദ്ധ്യനിയമം ഉൾപ്പെടെ ഉള്ളവ ഇതിൽ ചേർക്കപ്പെടാം. ദേശീയ–സംസ്ഥാന–പ്രാദേശിക തലങ്ങളിൽ ജൈവവൈവിദ്ധ്യപരിരക്ഷാസമിതികൾക്ക് രൂപം നൽകാനും ജൈവവൈവിധ്യം അംഗീകരിച്ചുള്ള ഗവേഷണ–വികസന പ്രക്രിയ നിയന്ത്രിക്കുന്നതിനായി നിയമബോർഡുകൾക്ക് രൂപംകൊടുക്കാനും തദ്ദേശീയ തലത്തിൽ ജൈവവൈവിദ്ധ്യസമിതി വിവരശേഖരണം തയ്യാറാക്കി പരിപാലിക്കാനും ഈ നിയമം ലക്ഷ്യമിടുന്നു. ദേശീയതലത്തിൽ നിർവ്വഹണാധികാരങ്ങളോടെയുള്ള ജൈവവൈവിദ്ധ്യ അതോറിറ്റിക്ക് രൂപം നൽകാൻ വ്യവസ്ഥപ്പെടുത്തുന്നു. സംസ്ഥാനതലത്തിൽ ഉപദേശകസ്വഭാവമുള്ള ബോർഡിനാണ് നിർദ്ദേശം. തദ്ദേശതലത്തിൽ ജൈവവൈവിദ്ധ്യപരിപാലനസമിതികൾക്കാണ് നിർദ്ദേശമുള്ളത്. ഈ നിയമ നടത്തിപ്പിനായി പ്രാദേശിക ജൈവവൈവിദ്ധ്യഫണ്ട് രൂപീകരിച്ച് പരിപാലിക്കാനും വിനിയോഗിക്കാനും നിയമം അനുശാസിക്കുന്നു. ദേശീയ അതോറിറ്റിക്ക് ഉൾപ്പെടെ നിർദ്ദേശങ്ങൾ നൽകുന്നതിനുള്ള അധികാരം കേന്ദ്രസർക്കാരിൽ നിക്ഷിപ്തമാണ്. നിയമലംഘനമോ നിഷേധമോ സംബന്ധിച്ച് അന്വേഷണത്തിനും വിചാരണയ്ക്കും നടപടി സ്വീകരിക്കാനും നിയമം അനുശാസിക്കുന്നു. ഇതിന് ആവശ്യമായ ചട്ടവ്യവസ്ഥകൾ ഉണ്ടാക്കാനുള്ള അധികാരം കേന്ദ്ര–സംസ്ഥാന സർക്കാരുകളിൽ നിക്ഷിപ്തമാക്കിയിരിക്കുന്നു.

എന്നാൽ കേവല നിയമവ്യവസ്ഥകൾ പരിസ്ഥിതിപരിപാലനത്തിന് പര്യാപ്തമാകില്ല. കേവല സാങ്കേതികത്വവും മതിയാകില്ല. അവയുടെ പരസ്പരപൂരകവും യുക്തിസഹവും ശാസ്ത്രീയവും കാര്യകാരണബദ്ധവുമായ സമീപനത്തോടെ മാത്രമേ പരിസ്ഥിതി പരിപാലനവും സുസ്ഥിരവികസനവും നീതിപൂർവ്വകവും തുല്യവുമായ വിഭവവിതരണവും എന്ന വിശാല ജനാധിപത്യ സാർവ്വലൗകിക ലക്ഷ്യം സാർത്ഥകമാക്കാൻ കഴിയൂ.

25

ബൗദ്ധികസ്വത്തവകാശനിയമങ്ങൾ

വിശാലാർത്ഥത്തിൽ പൊതുനിയമത്തിന്റേയും പരിചിതാർത്ഥത്തിൽ വ്യക്തിനിയമത്തിന്റേയും ഘടകമായി വർത്തിക്കുന്ന ഒരു ശാഖയാണ് സ്വത്ത് നിയമം. ഒരു വ്യക്തിക്ക് ഒരു വസ്തുവിന്മേലുള്ള വ്യത്യസ്തവും സംയുക്തവുമായ താൽപര്യങ്ങളുടെ നിയാമക സമീകരണവും പ്രയോഗവുമാണ് സ്വത്ത് നിയമത്തിന്റെ ഉള്ളടക്കം. വസ്തുനിഷ്ഠവും കാൽപ്പനികവുമായ സ്വത്ത് അവകാശങ്ങൾ ഉണ്ട്. സ്ഥാവര-ജംഗമ വസ്തുക്കൾക്കുമേലുള്ള സ്വത്തവകാശമാണ് വസ്തുനിഷ്ഠം. എന്നാൽ പകർപ്പവകാശം, പേറ്റന്റ് അവകാശം, സേവന-വ്യാപാര മുദ്രാവകാശം, അടച്ചുതീർക്കാത്ത വായ്പയുൾപ്പെടെയുള്ള അവകാശങ്ങൾ എന്നിവ കാൽപ്പനിക വിഭാഗത്തിൽ വരുന്ന സ്വത്തവകാശങ്ങളാണ്. മനുഷ്യന്റെ ജീവനും സമ്പത്തും സ്വാതന്ത്ര്യവും ഉൾപ്പെടെ സ്വരൂപിക്കാനും സംരക്ഷിക്കാനും അനുഭവിക്കാനും കൈമാറാനും കഴിയുന്ന ഏതൊന്നും സ്വത്തിന്റെ നിർവ്വചനത്തിൽപെടുത്താം.

സ്വത്തവകാശങ്ങളിൽ കാൽപ്പനികവസ്തുക്കളിൽപ്പെടുന്നവയാണ് ബൗദ്ധിക സ്വത്തുക്കൾ. മനുഷ്യന്റെ ബുദ്ധിയുടേയും ചിന്തയുടെയും പ്രവൃത്തിയുടെയും സംയുക്ത ഉൽപ്പന്നമാണ് ബൗദ്ധികസ്വത്തുക്കൾ. മനുഷ്യന്റെ ബുദ്ധിപരമായ ആയോധനത്തിന്റേയും അദ്ധ്വാനത്തിന്റെ അനന്തരഫലവും ബുദ്ധിപരമായ അനുശീലനം, കായികപ്രയോഗവൈദഗ്ധ്യം എന്നിവയുടെ സംയോഗഫലവും ആണ് ബൗദ്ധിക സ്വത്ത്. ആശയങ്ങൾ, അനുശീലനങ്ങൾ, സങ്കൽപ്പനങ്ങൾ, പരിജ്ഞാനങ്ങൾ, സൃഷ്ടികൾ, കണ്ടെത്തലുകൾ, കലാപരവും സർഗ്ഗപരവും സാങ്കേതികവുമായ രചനകൾ, സൂചനകൾ, മാതൃകകൾ എന്നിവയെല്ലാം ഈ ഗണത്തിൽപ്പെടും. സ്ഥാവരജംഗമങ്ങൾക്കെന്നപോലെ ക്രയവിക്രയവ്യവസ്ഥകളും മൂല്യ

നിർണയ മാർഗ്ഗങ്ങളും മറ്റു ബൗദ്ധികസ്വത്തുക്കൾക്കും ബാധകമാണ്. ഒരു വ്യക്തിയുടെ ബുദ്ധിപരവും കായികവുമായ പ്രവൃത്തിയുടെ ഫലമായ ബൗദ്ധിക സ്വത്തിന്റെ നിയന്ത്രണം, വിനിയോഗം, കൈമാറ്റം, അനുഭവം എന്നിവയ്ക്കുള്ള അവകാശങ്ങൾ ഇതിൽപ്പെടുന്നു

പ്രധാനപ്പെട്ട ബൗദ്ധിക സ്വത്തവകാശങ്ങൾ, പകർപ്പ് അവകാശം, പേറ്റന്റ് അവകാശം, രൂപകൽപ്പനാവകാശം, വ്യാപാരമുദ്രാവകാശം, സേവനമുദ്രാവകാശം, രഹസ്യാത്മകവിവരാവകാശങ്ങൾ, സർഗ്ഗാത്മകരചനാവകാശങ്ങൾ, വിവരവിജ്ഞാനീയാവകാശങ്ങൾ തുടങ്ങിയവയാണ്. എന്നാൽ അറിവ് സമ്പത്തും അധികാരവുമായി പരിണമിച്ചിരിക്കുന്ന ഇക്കാലത്ത് മാനവരാശിക്കുമുഴുവൻ സമഷ്ടിയധികാരമായി അവകാശപ്പെട്ട അദ്ധ്വാനത്തിന്റെയും അറിവിന്റെയും സ്വകാര്യനിയന്ത്രണവും ഉപഭോഗവും എക്കാലത്തും ഒരേപോലെ പുലർത്താനാവില്ല തന്നെ.

നൂതനമായ ബൗദ്ധികസമ്പത്തുകൾ, നിലവിലുള്ള അറിവിന്റെ പഠന-ഗവേഷണ ഫലമായ വികസിതരൂപപരിണതികൾ, തുടർപ്രവർത്തന ശൃംഖലാനിർമ്മിതികൾ, എന്നീ വ്യത്യസ്തഘട്ടങ്ങളിൽ വ്യത്യസ്ത തരത്തിൽ ഉള്ള ബൗദ്ധികസ്വത്ത് പരിരക്ഷയാണ് നിയമം അനുശാസിക്കുന്നത്. നിയോഗം, അനുമതി, കരാറുടമ്പടി എന്നിവയാണ് ഇതിനുള്ള ഉപാധികൾ.

പ്രതീക്ഷിതമോ അപ്രതീക്ഷിതമോ ആകസ്മികമോ യാദൃച്ഛികമോ നിർണ്ണായകമോ ആയ ഏതൊരു കണ്ടെത്തലും ബൗദ്ധികസ്വത്തായി കരുതി രജിസ്റ്ററാക്കി പരിരക്ഷിക്കുകയാണ് പേറ്റന്റ് വ്യവസ്ഥ ചെയ്യുന്നത്. ഇത്തരം സ്വത്തുക്കൾ നഷ്ടമാകാതെ, ചൂഷണവിധേയമാകാതെ, കയ്യേറപ്പെടാതെ സൂക്ഷിക്കാനുള്ള ഉപാധിയാണ് പേറ്റന്റ്. ചിലപ്പോൾ സമാന/വ്യത്യസ്ത മാർഗ്ഗത്തിൽ സമാന ഉൽപ്പന്ന നിർമ്മാണം നടത്തുന്നതുപോലും പേറ്റന്റ് അവകാശലംഘനമായിത്തീരും. രഹസ്യാത്മകത ഉറപ്പാക്കി, പേറ്റന്റ് വെളിപ്പെടുത്തലുകൾ പരിഗണിച്ച് സ്വകാര്യനിയന്ത്രണം, വിനിയോഗം, ക്രയവിക്രയം എന്നിവയ്ക്കുള്ള അനുവാദം ഉറപ്പാക്കുന്നതിനായുള്ള സംവിധാനമാണ് പേറ്റന്റ് അനുമതി പത്രം.

അന്താരാഷ്ട്രതലത്തിൽ രണ്ടുസമീപനം പേറ്റന്റ് വ്യവസ്ഥയിൽ കാണാം. ഒന്ന് പ്രക്രിയാ പേറ്റന്റ്, രണ്ട് ഉൽപ്പന്ന പേറ്റന്റ്. ഏതൊരു പ്രക്രിയ വഴിയാണോ തന്റെ നൂതനബൗദ്ധിക സ്വത്ത് വികസിപ്പിച്ചത് ആയതിന് പേറ്റന്റ് തേടുകയാണ് ആദ്യത്തേത്. ഇത് ഇതരപ്രക്രിയകൾ വഴി സമാനഉൽപ്പന്നമോ ഉപാധിയോ വികസിപ്പിക്കുന്നതിനെ തടസ്സപ്പെടുത്തുന്നില്ല. എന്നാൽ ഏതൊരു പ്രക്രിയയിലൂടെയും രൂപപ്പെട്ട ഉൽപ്പന്നത്തിന് പേറ്റന്റ് ഉറപ്പാക്കുക വഴി മറ്റേതൊരു മാർഗ്ഗത്തിലും പ്രസ്തുത ഉൽപ്പന്നത്തിന് പേറ്റന്റ് അനുവദിക്കാനാവില്ലെന്ന നിയന്ത്രണം വന്നുചേരും. ഏതൊരു പേറ്റന്റ് അനുവാദവും പേറ്റന്റ് ക്ഷമതാപരിശോധനയുടെ ഫലത്തെ ആശ്രയിച്ചാവും ലഭ്യമാക്കുക. എന്നാൽ രാഷ്ട്രാന്തര സാമൂഹ്യപേറ്റന്റ് ഉപാധി ആഗോളവൽകൃതവ്യാപാരാധിഷ്ഠിത വിപണി

സമുച്ചയത്തിൽ പ്രായോഗികമല്ലാതായിരിക്കുന്നു.

ഇന്ത്യ 1975 മുതൽ പാലിച്ചുവന്നത് പ്രക്രിയാ പേറ്റന്റ് സമ്പ്രദായമായിരുന്നു. എന്നാൽ ലോകവാണിജ്യകരാറിന് വിധേയമായി 1995, 1998, 2002 എന്നീ വർഷങ്ങളിൽ നിർദ്ദേശിക്കപ്പെട്ട ഭേദഗതികൾ വഴി പടിപടിയായി ഇന്ത്യ ഉൽപ്പന്ന പേറ്റന്റ് സമ്പ്രദായത്തിലേക്ക് ചുവടുമാറിയിരിക്കുന്നു. കൃഷി, ഔഷധം, ഭക്ഷ്യഉൽപ്പന്നങ്ങൾ ആണവ – ഊർജ്ജഘടകങ്ങൾ തുടങ്ങിയവ പേറ്റന്റ് പരിധിയിൽ നിന്ന് ഒഴിച്ചുനിർത്തിയിരുന്നതു വേണ്ടെന്നു വെച്ചു. പേറ്റന്റ് കാലാവധി 7 മുതൽ 14 വർഷംവരെ എന്നതിൽനിന്നും 20 വർഷമായി ഉയർത്തി. നിർബന്ധിതലൈസൻസിംഗ് സമ്പ്രദായം ഒഴിവാക്കി. തദ്ദേശീയ പേറ്റന്റ് മുൻഗണന ഇല്ലാതാക്കി. ഇഫക്ടീവ് സ്യൂജനറീസ് വ്യവസ്ഥകൾ ദുർബലപ്പെടുത്തി. 1883–നും 1971–നും ഇടയിൽ നടന്ന തുടർച്ചയായ സംവാദത്തിന്റെയും സ്വാംശീകരണത്തിന്റെയും ഫലമായാണ് പേറ്റന്റ് അവകാശം സംബന്ധിച്ച പാരീസ് ഉടമ്പടി പ്രഖ്യാപനം ഉണ്ടായത്. ഇക്കാലയളവിലെ മറ്റൊരു സംഭവവികാസം ലോകബൗദ്ധിക,സ്വത്തവകാശ സംഘടനയുടെ ആവിർഭാവമാണ്. അന്തർദ്ദേശീയ പേറ്റന്റ് അപേക്ഷകർക്ക് നിയാമക വിപണനാവകാശം (ഇ എം ആർ) ഉറപ്പാക്കാനും മുൻകൂർ പേറ്റന്റ് അനുവാദത്തിനും കാലഹരണബാധിതമായ പേറ്റന്റുകളുടെ പുനഃസ്ഥാപനത്തിനും നിലവിലുള്ള പേറ്റന്റുകളുടെ നിരാസം, നിരുപാധികകയ്യൊഴിക്കൽ എന്നിവയ്ക്കും ഈ നിയമം വ്യവസ്ഥപ്പെടുത്തുന്നു. ഈ പരിഷ്കരണത്തിന്റെ പ്രത്യക്ഷഫലം ഉണ്ടായത് ഔഷധവ്യാപാരമേഖലയിലാണ്. അനിയന്ത്രിതവിലക്കയറ്റവും കടുത്ത ഔഷധക്ഷാമവും ഇതിന്റെ പ്രത്യാഘാതം തന്നെയാണ്.

സർഗാത്മകസൃഷ്ടിയായ ഏതൊന്നിനെയും അതിന്റെ രൂപത്തിലും ഭാവത്തിലും ആകൃതിയിലും പ്രകൃതിയിലും കൽപ്പനയിലും കാഴ്ചയിലും സംരക്ഷിക്കുന്നതിനെയാണ് പകർപ്പവകാശം എന്ന് പറയുക. ആശയങ്ങൾ, സിദ്ധാന്തങ്ങൾ, കാൽപ്പനികസാഹിത്യരൂപങ്ങൾ, ശിൽപ്പചിത്രരചനകൾ, സംഗീതശകലങ്ങൾ എന്നിങ്ങനെ അക്ഷരവും അച്ചടിയും തുടങ്ങി ഇലക്ട്രോണിക് ഫ്ളോപ്പിയും കോംപാക്ട് ഡിസ്കുകളും ഉൾപ്പെടെയുള്ളവ പകർപ്പവകാശം വഴി പരിരക്ഷിക്കപ്പെടുന്നു. ഒരു ഉൽപ്പന്നത്തിന്റെ പകർപ്പ് എടുക്കുന്നതിനെയാണ് ഇവിടെ നിയന്ത്രിക്കുക. പുനരുപയോഗത്തെയോ കൈമാറ്റത്തെയോ നിയന്ത്രിക്കുന്നില്ല.

ഭാഷാസാഹിത്യസൃഷ്ടികൾ, ചിത്ര–ശില്പരചനകൾ, ഭാവാത്മക പ്രകടനരൂപങ്ങൾ, സംഗീത–രാഗാവിഷ്കാരരൂപങ്ങൾ, മുദ്രണരൂപങ്ങൾ, ഛായാഗ്രഹണ–ഗ്രാഫിക്സ് രചനകൾ, മിനിയേച്ചർ പതിപ്പുകൾ, സാങ്കേതിക–യാന്ത്രികരൂപകൽപ്പനകൾ എന്നിവയുടെ മേഖലയിലാണ് പകർപ്പകാശപരിരക്ഷ ബാധകമാക്കിയിട്ടുള്ളത്. പകർപ്പവകാശരജിസ്ട്രേഷൻ വഴി നിർദ്ദിഷ്ട കാലയളവിൽ സ്വത്ത് ഉടമസ്ഥതയും കൈമാറ്റവും നിയന്ത്രിക്കുകയാണ് ചെയ്യപ്പെടുക.

രചയിതാവ്, മൂലധനനിക്ഷേപകർ, തൊഴിലുടമ, പ്രസാധകർ,

പ്രായോജകർ, സർക്കാർ-സർക്കാരിതര സ്ഥാപനങ്ങൾ എന്നിവയ്ക്കാണ് മൗലികപകർപ്പവകാശ ഉടമസ്ഥത അനുവദിച്ചുകിട്ടുക. മൗലികഉടമസ്ഥരുടെ രേഖാമൂലമുള്ള അനുമതി പ്രകാരം നിയുക്ത ഉപയോക്താവിനോ സംപ്രേഷകനോ പ്രക്ഷേപകനോ പ്രസാധകനോ പകർപ്പവകാശം കയ്യാളാനാകും. പകർപ്പകാശ രജിസ്ട്രേഷനും അനുവാദത്തിനും ചുമതലപ്പെടുത്തപ്പെട്ടത് രജിസ്ട്രാറായിരിക്കും. നിലവിലുള്ള പകർപ്പവകാശം രജിസ്ട്രാർക്ക് മുൻകൂർ നോട്ടീസ് നൽകിക്കൊണ്ട് മൗലികഉടമസ്ഥർക്ക് റദ്ദാക്കാനാകും. രേഖാമൂലമുള്ള സമ്മതപത്രമനുസരിച്ച് ഉടമയ്ക്കോ പകർപ്പവകാശിക്കോ നിയമാനുസൃതം തങ്ങളുടെ അവകാശം ഭാവിയിൽ മറ്റൊരാളിൽ നിക്ഷിപ്തമാക്കും വിധം ലൈസൻസ് നൽകാവുന്നതാണ്. ഇത്തരത്തിലുള്ള സൃഷ്ടികൾ അനുവാദം കൂടാതെ പുനരവതരിപ്പിക്കുകയോ പ്രദർശിപ്പിക്കുകയോ പ്രസിദ്ധം ചെയ്യുകയോ ചെയ്യുന്നത് കുറ്റകരമായ പ്രവൃത്തിയായിത്തീരും. രചയിതാവിന്റെ അഥവാ മൗലികഉടമയുടെ ജീവിതകാലവും അവരുടെ മരണശേഷം 50 കലണ്ടർ വർഷവും ആയിരിക്കും മുദ്രണഉൽപ്പന്നങ്ങളുടെ പകർപ്പകാശ സംരക്ഷണകാലം. മരണാനന്തരം പ്രകാശിതമാകുന്ന കൃതിക്ക് തുടർന്നുള്ള 50 വർഷമായിരിക്കും സംരക്ഷണാവകാശം. പ്രകടനാത്മകസൃഷ്ടികൾക്ക് ഈ പരിരക്ഷാകാലം 25 വർഷമായിരിക്കും. നിയമലംഘനത്തിന് പരിഹാരം തടസ്സം, നഷ്ടപരിഹാരം എന്നിവയായിരിക്കും. എന്നാൽ പഠന-ഗവേഷണാർത്ഥം ഇത്തരം ഉപാധികൾ ഉപയോഗപ്പെടുത്തുന്നതിന് പകർപ്പകാശവ്യവസ്ഥകൾ വിലക്ക് കൽപ്പിക്കുന്നില്ല. ഇന്ത്യയിൽ രജിസ്റ്റർ ചെയ്യപ്പെടുന്ന പകർപ്പവകാശത്തിന്റെ പരിരക്ഷ രാഷ്ട്രപരിധിക്കുള്ളിൽ എല്ലായിടവും ബാധകമായിരിക്കും. രചയിതാവ് - ഉപജ്ഞാതാവ് എന്നിവർക്കാണ് പരിരക്ഷ ബാധകമാകുക. ഒരു സർഗ്ഗാത്മകസൃഷ്ടിക്കുമേൽ സ്രഷ്ടാവിനുള്ളതും പുനരാവിഷ്കാരം, പ്രസിദ്ധീകരണം, രംഗാവതരണം, പ്രക്ഷേപണം, രൂപാന്തരണം, ആലേഖനം, മുദ്രണം, വ്യാപനം, ഭാഷാന്തരീകരണം എന്നിവയ്ക്കുള്ള മൗലികാവകാശമാണ് പകർപ്പവകാശം വഴി പരിരക്ഷിക്കപ്പെടുക.

സമൂഹത്തിന്റെ സാംസ്കാരികമുദ്രയാണ് കല-സാഹിത്യസൃഷ്ട്യുന്മുഖത. അത് സമൂഹത്തെ സ്വയം സമ്പൂർണ്ണമാക്കുന്നതിനും ഉതകുന്നു. ഭൗതിക-സാമ്പത്തിക നേട്ടത്തിലും അധികം സ്രഷ്ടാവിന്റെയോ രചയിതാവിന്റെയോ സാമൂഹ്യസ്ഥിതിയുടെ പാലനമാണ് പകർപ്പവകാശത്തിൽ മുഖ്യം. തന്മൂലം സാർവദേശീയ തലത്തിലും പകർപ്പവകാശം പ്രസക്തമായി തുടരുന്നു. ബർലിൻ, റോം, ബ്രസൽസ്, ജനീവ എന്നിവിടങ്ങളിൽ കഴിഞ്ഞ നൂറ്റാണ്ടിൽ സംഘടിപ്പിക്കപ്പെട്ട സാർവദേശീയ സമ്മേളനങ്ങൾ പകർപ്പവകാശം സംബന്ധിച്ച പ്രഖ്യാപനങ്ങൾക്ക് രൂപം നൽകിയതിന്റെ കാരണവും ഇതുതന്നെ. പരിരക്ഷയും തർക്കപരിഹാരവും ഉൾപ്പെടെ ഇവയിൽ പരാമർശിച്ചിരിക്കുന്നതായും കാണാം.

വിപണന-വ്യാപാരമുദ്രകൾ, സേവനമുദ്രകൾ, രൂപകൽപ്പനമുദ്രകൾ,

സൽപ്പേര് അവകാശം തുടങ്ങിയവയാണ് പരിരക്ഷാർഹമായ മറ്റു ചില ബൗദ്ധിക സ്വത്തുക്കൾ. വ്യവസായ-വാണിജ്യ സമ്പദ്ഘടനയിലും മത്സരാധിഷ്ഠിത വിപണിസമ്പ്രദായത്തിലും ഈ ബൗദ്ധികസ്വത്തുക്കൾക്ക് ഏറെ സ്ഥാനമുണ്ട്. വ്യാപാര-വിനിമയ-സേവന പ്രദാനവസ്തുക്കളിന്മേൽ പതിക്കുന്ന വിശ്വസനീയ മുദ്രകളുടെ രജിസ്ട്രേഷനും പരിരക്ഷയും ഉദ്ദേശിച്ചുള്ള നിയമം ഇന്ത്യയിൽ 1958-ൽ നിലവിൽ വന്നു. ബ്രാൻഡുകൾ, തലവാചകങ്ങൾ, ലേബലുകൾ, പേരുകൾ, ഒപ്പുകൾ, ചിത്രങ്ങൾ, വാക്ക്, വാക്യം, അക്ഷരം, അക്കം എന്നിവയുടെ കൂട്ടായ്മകൾ, മാതൃകകൾ എന്നിവയെല്ലാം മുദ്രകളായി രജിസ്റ്ററാക്കപ്പെടുന്നുണ്ട്. പേറ്റന്റ് - രൂപകൽപ്പന രജിസ്ട്രാർതന്നെയായിരിക്കും ഈ നിയമത്തിന്റെയും ഉത്തരവാദപ്പെട്ട അധികാരി. കണ്ടെത്തൽ, ഉൽപ്പന്നം, ഉപാധി, സേവനം എന്നിവയെപ്പറ്റിയുള്ള വിശദാംശം, ഉപജ്ഞാതാവ്/പ്രയോക്താവ് എന്നയാളിന്റെ വിവരങ്ങൾ ഇവ ഉൾപ്പെടുത്തി അപേക്ഷിക്കണം. അവ്യക്തമോ നിയമവിരുദ്ധമോ ആവർത്തനമോ അനുകരണമോ ആയ മുദ്രകൾ രജിസ്ടറാക്കാൻ വിലക്കുണ്ട്. ഇപ്രകാരം സാദൃശ്യം പ്രയോജനപ്പെടുത്തുന്നത് അവിഹിതവും നിയമവിരുദ്ധവും ശിക്ഷാർഹവുമായിത്തീരും. മറ്റേതൊരു സ്വത്തുമെന്നതുപോലെ മുദ്രാവകാശവും നിയമപിൻബലത്തോടെ കൈമാറ്റം ചെയ്യാൻ കഴിയും. കുറ്റം തെളിയിക്കപ്പെട്ടാൽ രണ്ടു വർഷം വരെ തടവോ പിഴയോ രണ്ടും ചേർത്തോ ശിക്ഷ വിധിക്കാനാകും.

ഈ ഗണത്തിൽപ്പെടുത്താവുന്നതായ മറ്റൊരു പ്രധാനനിയമമാണ് വിവരസാങ്കേതികതാ നിയമം (2000). സൈബർ യുഗത്തിലാണല്ലോ നാം ഇപ്പോൾ പുലരുന്നത്. നാനോടെക് ഉൾപ്പെടെയുള്ള മേഖലകളിൽ കുതിച്ചു ചാട്ടം ഉണ്ടായേക്കാം. ജനിതക-വൈജ്ഞാനികസങ്കേതങ്ങൾ ഇഴചേർത്തുള്ള സങ്കരസമ്പ്രദായങ്ങളും രൂപപ്പെട്ടേക്കാം. ഈ പശ്ചാത്തലത്തിൽ ഇലക്ട്രോണിക് ഗവേർണൻസും ജനിതകഗവേർണൻസും സുപ്രധാന പരിഗണന നേടിയെടുക്കും. അതുകൊണ്ടുതന്നെ ഐ ടി ആക്ടിന്റെ പരാമർശം ഇവിടെ ഒഴിവാക്കാനാവില്ല. പേറ്റന്റ്, ജൈവവൈവിധ്യം തുടങ്ങിയവയ്ക്കു പുറമെ ബദൽ തർക്കപരിഹാര രംഗത്തും ആഗോളീകരണത്തിന്റെ പ്രത്യാഘാതങ്ങളും അതിനനുയോജ്യമായ നിയമപരിഷ്കരണങ്ങളും ദൃശ്യമായി. ഐക്യരാഷ്ട്രാന്തര വാണിജ്യകമ്മീഷനാണ് ഇത്തരം നിയമപരിഷ്കരണ മാതൃകകൾ രൂപപ്പെടുത്തുന്നതിൽ മുമ്പിൽ. 'യു എൻ സിട്രാൽ' തയ്യാറാക്കിയ മാതൃകാ നിയമത്തിന്റെ ചുവടുപിടിച്ചാണ് ഇന്ത്യൻ സൈബർ മേഖലയെ നിയന്ത്രിക്കുന്നതിനായുള്ള നിയമവും നിർദ്ദേശിക്കപ്പെട്ടത്.

കമ്പ്യൂട്ടർ, കമ്പ്യൂട്ടർ സാമഗ്രികൾ, ശൃംഖല-സംവിധാനങ്ങൾ എന്നിവയിലേക്കുള്ള പ്രവേശനം, അവയിലൂടെയുള്ള വിവരകൈമാറ്റം, വിവരലഭ്യത, വിവരവിനിയോഗം എന്നിവ നിയന്ത്രിക്കാനാണ് ഈ നിയമം ലക്ഷ്യമിടുന്നത്. ഇലക്ട്രോണിക രൂപത്തിലുള്ള ബൗദ്ധികസ്വത്തുക്ക

ളുടെ സുരക്ഷ, പരിപാലനം, പ്രാപ്യത, ദുരുപയോഗം തടയൽ, വിശ്വാസ്യതയും ശരിവയ്പും ഉറപ്പാക്കൽ, പ്രക്രിയകൾ സജീവമായി നിലനിർത്തൽ, അന്യായകടന്നുകയറ്റവും വിനാശകരമായ പ്രവൃത്തികളും പ്രതിരോധിക്കൽ എന്നിവ സാധ്യമാക്കുകയും ഈ നിയമം ലക്ഷ്യമിടുന്നു. ഉപജ്ഞാതാവ്, പ്രായോജർ, പ്രയോക്താവ്, ഉപഭോക്താവ് എന്നിവർക്കിടയിൽ രഹസ്യാത്മക മുദ്ര, നമ്പർ, മറ്റ് ഉപാധികൾ എന്നിവയിലൂടെ ഇത്തരം സുരക്ഷിതത്വം നിയമം നിർദ്ദേശിക്കുന്നു. ഇലക്ട്രോണിക് ഉപാധികളുടെയും സാമഗ്രികളുടെയും ഉപകരണങ്ങളുടെയും ആധികാരികത, ക്രയവിക്രയം, കൈമാറ്റവും സൂക്ഷിപ്പും കയ്യേൽക്കലും വിവരവിനിമയവും വിവരശേഖരണവും വിവരസ്രോതസ്സുകളും എന്നിവ ഉൾപ്പെടെയുള്ള ഘടകങ്ങൾ സംബന്ധിച്ച് ഈ നിയമം വ്യവസ്ഥപ്പെടുത്തുന്നു.

വിവരസാങ്കേതികതയിൽ സുപ്രധാനമായ സ്രോതസ്സ് (പ്രേഷിതർ) സ്വീകർത്താവ് (ഉപയോക്താവ്) എന്നിവരുടെ വ്യക്തിത്വവും പദവിയും കടമയും ബാധ്യതയും പാലിക്കപ്പെടും വിധം ഡിജിറ്റൽ മുദ്രണം ഉൾപ്പെടെയുള്ള നടപടികൾ പരാമർശിക്കുന്നു. ഇക്കാര്യങ്ങളുടെ നിയന്ത്രണകർതൃത്വം സെർട്ടിഫൈയിംഗ് അതോറിറ്റിയെ ഭാരമേൽപ്പിക്കുന്നു. സാക്ഷ്യപ്പെടുത്തലുകൾ, പൊതുവിവരലഭ്യതയ്ക്കുള്ള താക്കോൽ സൂക്ഷിപ്പ്, മാനദണ്ഡനിർണ്ണയം, അതിനാവശ്യമായ നിബന്ധനകളുടെ നിർണ്ണയം, തർക്കപരിഹാരം എന്നിവ ഇത്തരം അധികാരസ്ഥരുടെ കർത്തവ്യമാണ്. വൈദേശികവിവരവിജ്ഞാനീയ ഘടകങ്ങളുടെ അംഗീകരണം, സ്വീകരണം, വിനിയോഗനിയന്ത്രണം തുടങ്ങിയവയും ഇവയിൽ നിക്ഷിപ്തമാണ്. ലൈസൻസ് അനുവാദവ്യവസ്ഥ, ലൈസൻസ് പുതുക്കൽ, ലൈസൻസ് റദ്ദാക്കൽ, നിർത്തൽ ചെയ്യൽ എന്നിവ തുടങ്ങി സ്വതന്ത്ര സോഫ്റ്റ്‌വേർ സമ്പ്രദായത്തിലെ വിവര വിനിമയരീതികൾവരെ ഈ അതോറിറ്റിയുടെ പരിധിയിൽ വരുന്നു.

അനധികൃതവും നിയമവിരുദ്ധവുമായ വിവരസാങ്കേതികതാ പ്രവൃത്തികൾക്ക് ശിക്ഷാനടപടികളും സൈബർനിയമം അനുശാസിക്കുന്നു. സർവസാധാരണ പ്രയോഗമായ കമ്പ്യൂട്ടർ വൈറസ് ഉൾപ്പെടെയുള്ളവ ശിക്ഷാർഹപ്രവർത്തന വിഭാഗത്തിൽപ്പെടുത്തപ്പെട്ടിരിക്കുന്നു. സർട്ടിഫൈയിംഗ് അതോറിറ്റിയെ ബോധ്യപ്പെടുത്താനാകാത്ത ഘട്ടത്തിൽ 1.5 ലക്ഷം രൂപവരെയും രേഖകൾ സമർപ്പിക്കാനാകാത്ത ഘട്ടത്തിൽ 5000 രൂപവരെ പിഴയീടാക്കാനും രേഖകൾ സൂക്ഷിക്കാത്തപക്ഷം 10000 രൂപവരെയും പിഴയീടാക്കാൻ നിയമം അനുശാസിക്കുന്നു. നിയമവ്യവസ്ഥകളോ ചട്ടവ്യവസ്ഥകളോ ലംഘിച്ചാൽ നഷ്ടപരിഹാരമായി 25000 രൂപവരെ ഈടാക്കി നൽകാവുന്നതാണ്.

വിവരസാങ്കേതികരംഗത്തെ തർക്കങ്ങൾക്ക് സത്വരപരിഹാരം ഉറപ്പാക്കാനായി കേന്ദ്രസൈബർ അപ്പലേറ്റ് അതോറിറ്റിക്ക് രൂപം നൽകാനും നിയമം അനുശാസിക്കുന്നു. കേന്ദ്രസർക്കാർ വിജ്ഞാപനം വഴി നിയമി

ക്കുന്ന ഏകാംഗഅതോറിറ്റിയായിരിക്കും ഇത്. 5 വർഷമോ 65 വയസ്സുവരെയോ ആയിരിക്കും ഇന്ത്യൻ നീതിന്യായസേവനതുറയിൽ നിന്നും നിയോഗിക്കപ്പെടുന്ന അപ്പീൽ അധികാരിയുടെ കാലാവധി. സിവിൽ കോടതിയുടെ അവകാശാധികാരങ്ങൾ അതോറിറ്റിക്കുണ്ടായിരിക്കും. ഇതിന്റെ തീർപ്പിനുമേലുള്ള പ്രാഥമിക അപ്പീൽ ബന്ധപ്പെട്ട ഹൈക്കോടതിയിലും പുനരപ്പീൽ സുപ്രിംകോടതിയിലും സമർപ്പിക്കപ്പെടാം.

കമ്പ്യൂട്ടർ രേഖകളുടെ കേടുവരുത്തൽ, ദുരുപയോഗപ്പെടുത്തൽ, അശ്ലീലദൃശ്യമോ വിവരമോ ഉൾപ്പെടുത്തലും പ്രസിദ്ധം ചെയ്യലും, വിവരങ്ങളുടെ കവർച്ച, രഹസ്യാത്മകതയുടെ ധ്വംസനം, ആൾമാറാട്ടം, ബോധപൂർവം കൃത്രിമവിവരം/തെറ്റായ വിവരം നൽകൽ, അന്യായമായകടന്നുകയറ്റം എന്നിവയെല്ലാം സൈബർ കുറ്റകൃത്യങ്ങളായിക്കണ്ട് ഈ നിയമം ശിക്ഷ വ്യവസ്ഥ ചെയ്യുന്നു.

1973–ലെ ക്രിമിനൽ നടപടിക്രമനിയമപ്രകാരമായിരിക്കും ഇത്തരം കുറ്റകൃത്യങ്ങൾ സംബന്ധിച്ച അന്വേഷണവും പരിശോധനയും വിചാരണയും നടപ്പാക്കുക. ഇതുപ്രകാരം പോലീസ് ഡപ്യൂട്ടി സൂപ്രണ്ടിൽ കുറയാത്ത അധികാരിയാണ് അന്വേഷണം നടത്തേണ്ടത്. എന്നാൽ സദുദ്ദേശപരമായോ പഠനഗവേഷണത്തിനുവേണ്ടിയോ സേവനപ്രദാനത്തിന്റെ ഭാഗമായോ സംഭവിക്കുന്ന പിഴവുകൾ ഒഴിവുകഴിവാക്കാനും നിയമം നിർദ്ദേശിക്കുന്നു. കമ്പനികൾ ഉൾപ്പെടെയുള്ള സ്ഥാപനങ്ങൾ ചെയ്യുന്ന കൃത്യങ്ങളും കുറ്റവിചാരണാവിധേയമാക്കാനും ഉത്തരവാദപ്പെട്ടവർക്ക് ശിക്ഷ വിധിക്കാനും നിയമം അനുശാസിക്കുന്നു. നിയമനടത്തിപ്പിനാവശ്യമായ ചട്ട–വ്യവസ്ഥകളുടെ രൂപീകരണാധികാരം കേന്ദ്ര–സംസ്ഥാന സർക്കാരുകളിൽ നിക്ഷിപ്തമാണ്.

26

വിദ്യാഭ്യാസ അവകാശ നിയമം

രണ്ടായിരത്തി ഒൻപത് ആഗസ്റ്റ് 26ന് രാഷ്ട്രപതിയുടെ അംഗീകാരം നേടി വിജ്ഞാപനം ചെയ്യപ്പെട്ടതാണ് വിദ്യാഭ്യാസ അവകാശനിയമം. ശരിയായ പേര് നിർബന്ധിതവും സൗജന്യവുമായ വിദ്യാഭ്യാസത്തിന് കുട്ടികൾക്കുള്ള അവകാശനിയമം എന്നാണ്. ജമ്മുകാശ്മീർ ഒഴികെ ഇന്ത്യയിൽ എല്ലായിടത്തും ഈ നിയമത്തിന് പ്രാബല്യം ഉണ്ടായിരിക്കും. ഇന്ത്യാഗവൺമെന്റ് ഗസറ്റിൽ വിജ്ഞാവ്യതമാകുന്ന തീയതി മുതൽ ഈ നിയമം നിലവിൽവന്നിരിക്കുന്നു.

പ്രധാനനിർവചനങ്ങൾ

ബന്ധപ്പെട്ട ഗവൺമെന്റ്:

കേന്ദ്രസർക്കാർ സ്ഥാപിതമോ നിയന്ത്രിതമോ ആയ സ്കൂളുകൾ, നിയമസഭകൾ നിലവിലില്ലാത്ത കേന്ദ്രഭരണപ്രദേശങ്ങളിലെ സ്കൂളുകൾ എന്നിവയുടെ കാര്യത്തിൽ കേന്ദ്രസർക്കാരും, മറ്റു സ്കൂളുകളുടെ കാര്യത്തിൽ അതത് സംസ്ഥാനസർക്കാരുകളോ കേന്ദ്രഭരണസ്ഥാപനമോ ആയിരിക്കും ബന്ധപ്പെട്ട ഗവൺമെന്റ്.

പകിടിപ്പണം:

(ക്യാപ്പിറ്റേഷൻ ഫീ) സ്കൂളിന്റെ പ്രഖ്യാപിതഫീസ് ഒഴികെ മറ്റേതൊരു ഫീസും തുകയും പകിടിപ്പണം എന്ന് ഗണിക്കപ്പെടും.

കുട്ടികൾ :

പൊതുവിൽ 6 വയസിനും 14 വയസിനും ഇടയിലുള്ള എല്ലാ ആൺകുട്ടികളും പെൺകുട്ടികളുമാണ് ഈ നിയമത്തിൽ കുട്ടികളെന്ന

തിനാൽ അർഥമാക്കുക. അതിൽത്തന്നെ പട്ടികജാതി, പട്ടികവർഗം, സാമൂഹ്യമായും വിദ്യാഭ്യാസപരമായും പിന്നോക്കം നിൽക്കുന്ന വിഭാഗം സാമൂഹ്യ, സാംസ്കാരിക, സാമ്പത്തിക, ഭൂമിശാസ്ത്ര, ഭാഷാപദവി, ലിംഗപദവി ഘടകങ്ങൾ ഉൾപ്പെടെ കാരണത്താൽ പിന്നോക്കം നിൽക്കുന്ന ഇതരവിഭാഗങ്ങൾ ഉൾപ്പെടെ ബന്ധപ്പെട്ട ഗവൺമെന്റുകൾ വിജ്ഞാപനം ചെയ്യുന്ന വിഭാഗങ്ങളിലെ കുട്ടികളെ പിന്നോക്ക വിഭാഗങ്ങളിലെ കുട്ടികളായി പരിഗണിക്കുന്നു. ബന്ധപ്പെട്ട ഗവൺമെന്റ് നിശ്ചയിക്കുന്ന നിരക്കിൽ താഴെ വാർഷികവരുമാനമുള്ള രക്ഷിതാക്കളുടെ കുട്ടികളെ ദുർബലവിഭാഗം കുട്ടികൾ എന്ന് കണക്കാക്കുന്നു.

പ്രാഥമിക വിദ്യാഭ്യാസം :

ഒന്നു മുതൽ എട്ടു വരെ തരത്തിൽപ്പെടുന്ന ക്ലാസ് ഉൾപ്പെടുന്നതാണ് പ്രാഥമിക വിദ്യാഭ്യാസം (എലിമെന്ററിഘട്ടം)

രക്ഷിതാവ്:

കുട്ടികളുമായി ബന്ധപ്പെട്ടുള്ള സ്വാഭാവിക രക്ഷിതാവ് അഥവാ കുട്ടിയുടെ രക്ഷാകർതൃത്വവും പരിപാലനവും മുൻനിർത്തി സർക്കാരോ കോടതിയോ നിയോഗിച്ചിട്ടുള്ള രക്ഷിതാവ് ആയിരിക്കും കുട്ടിയുടെ രക്ഷിതാവ് എന്നർഥം.

മാതാപിതാക്കൾ :

കുട്ടിയുടെ സ്വാഭാവിക മാതാപിതാക്കളോ, ദത്തെടുക്കപ്പെടുന്ന കുട്ടിയുടെ കാര്യത്തിൽ ദത്ത് സ്വീകരിക്കുന്ന മാതാപിതാക്കളും ആയിരിക്കും ഒരു കുട്ടിയുടെ മാതാപിതാക്കൾ.

പ്രാദേശിക അധികാരസ്ഥർ:

ഗ്രാമപഞ്ചായത്ത്, ബ്ലോക്ക് പഞ്ചായത്ത്, ജില്ലാ പഞ്ചായത്ത് അല്ലെങ്കിൽ നഗരസഭയോ മുനിസിപ്പാലിറ്റിയോ ഉൾപ്പെടെ തദ്ദേശഭരണസ്ഥാപനങ്ങൾ അഥവാ യഥാവസരം സ്കൂളിന്റെ ഭരണചുമതല ഏൽപ്പിക്കപ്പെട്ടിട്ടുള്ളതും നിലവിലുള്ള നിയമപ്രകാരമുള്ളതുമായ നഗര-പട്ടണ-ഗ്രാമഭരണസ്ഥാപനം എന്നതായിരിക്കും പ്രാദേശിക അധികാരസ്ഥർ.

സ്കൂൾ (വിദ്യാലയം):

പ്രാഥമിക വിദ്യാഭ്യാസം (എലിമെന്ററി ഘട്ടം) ലഭ്യമാകുന്നതും ബന്ധപ്പെട്ട ഗവൺമെന്റോ പ്രാദേശിക ഭരണാധികാരസ്ഥരോ സ്ഥാപിച്ചതോ ഗവൺമെന്റിന്റെയോ പ്രാദേശിക ഭരണാധികാരസ്ഥാപനത്തിന്റെയോ ധനസഹായത്തോടെ നടത്തപ്പെടുന്നതോ പ്രത്യേകവിഭാഗത്തിൽപ്പെടുന്നതോ, ഗവൺമെന്റ്-പ്രാദേശികഭരണസ്ഥാപന ഗ്രാന്റോ സഹായമോ ഇല്ലാത്തതോ ആയ സ്കൂൾ (വിദ്യാലയം) ആയിരിക്കും

ഈ നിയമം അർഥമാക്കുക. ഇതിൽ പ്രത്യേകവിഭാഗം സ്കൂളുകൾ എന്നതുകൊണ്ട് കേന്ദ്രീയവിദ്യാലയം, നവോദയ വിദ്യാലയം, സൈനിക സ്കൂളുകൾ, വിജ്ഞാവ്യതമായ മറ്റ് സ്കൂളുകൾ തുടങ്ങിയവയാണ് പരാമർശിക്കപ്പെടുക.

സംശോധനാക്രമം:

വിദ്യാലയ പ്രവേശനം മുൻനിർത്തി, സ്വാഭാവികക്രമം വിട്ടുള്ള മുൻഗണനയോ പരിഗണനയോ ലഭിക്കുന്നതിനുതക്കവിധം നടത്തുന്ന തെരഞ്ഞെടുപ്പ് രീതി എന്നതാണ് സംശോധനാക്രമം (സ്ക്രീനിംഗ് നടപടി) എന്നത് അർഥമാക്കുക.

ബാല്യാവകാശ കമീഷൻ:

കേന്ദ്ര-സംസ്ഥാനതലങ്ങളിൽ ബാല്യാവകാശസംരക്ഷണത്തിനും പാലനത്തിനുമായി രൂപീകൃതമായിട്ടുള്ളതും ബാല്യാവകാശസംരക്ഷണ കമീഷൻ നിയമം 2005 പ്രകാരം പ്രവർത്തിക്കുന്നതുമായ കമീഷൻ എന്ന് അർഥമാക്കുന്നു.

നിർബന്ധിത-സൗജന്യ വിദ്യാഭ്യാസാവകാശം.

6 മുതൽ 14 വയസ് പരിധിയിലുള്ള എല്ലാ കുട്ടികൾക്കും ഏറ്റവും അടുത്തുള്ള അയൽപക്ക വിദ്യാലയത്തിൽ നിർബന്ധിതവും സൗജന്യവുമായ പ്രാഥമികവിദ്യാഭ്യാസം ലഭിക്കുന്നതിനും പൂർത്തിയാക്കുന്നതിനുമുള്ള അവകാശം ഉണ്ടായിരിക്കും. ഏതെങ്കിലും ഫീസോ നിരക്കോ ഒടുക്കാൻ ബാധ്യതപ്പെടുമെന്നതിനാൽ ഒരു കുട്ടിയും പ്രാഥമിക വിദ്യാഭ്യാസം നേടുന്നതിൽ നിന്നും തടയപ്പെടാൻ പാടില്ല. എന്നാൽ 1975ലെ ദുർബല വ്യക്തികൾക്കും തുല്യാവസര-സംരക്ഷണ-പങ്കാളിത്ത പാലന നിയമത്തിന്റെ പരിധിയിൽ വരുന്ന കുട്ടികൾക്ക് അപ്രകാരം ദൗർബല്യം അനുഭവിക്കുന്നപക്ഷം ആ നിയമത്തിന്റെ അധ്യായം V അനുശാസിക്കുന്ന വിധമുള്ള പ്രത്യേക വിദ്യാഭ്യാസം ലഭിക്കാൻ അവകാശമുണ്ടായിരിക്കും.

സ്കൂളിൽ ചേരുകയും ഏതെങ്കിലും സാഹചര്യത്താലോ കാരണത്താലോ വിദ്യാഭ്യാസം തുടരാനാകാതിരിക്കുകയും ചെയ്ത കുട്ടികൾക്ക് അവരുടെ പ്രായത്തിന് അനുയോജ്യമായ ക്ലാസിൽ പുനപ്രവേശനം തുടരാനും, പ്രാഥമിക വിദ്യാഭ്യാസം തുടരാനും പൂർത്തീകരിക്കാനും അതിനാവശ്യമായ പ്രത്യേകപരിശീലനവും ബോധനവും ലഭിക്കാനും അർഹതയുണ്ടായിരിക്കും. അത്തരം കുട്ടികൾക്ക് 14 വയസിനുശേഷവും പ്രാഥമികവിദ്യാഭ്യാസം പൂർത്തീകരിക്കാൻ അവകാശമുണ്ടായിരിക്കുന്നതാണ്. ഇതിനായി സംസ്ഥാനത്തിന് അകത്തോ പുറത്തോ ഉള്ള ഏതൊരു സ്കൂളിലും പ്രവേശനം തേടുന്നതിനും സ്ഥലംമാറ്റം ലഭിക്കുന്നതിനും ഓരോ കുട്ടിക്കും അവകാശവും അവസരവും ഉണ്ടായിരിക്കും.

രാഷ്ട്രത്തിന്റെയും രക്ഷിതാക്കളുടെയും ഉത്തരവാദിത്വം.

പ്രാഥമിക വിദ്യാഭ്യാസം ഓരോ കുട്ടിക്കും ഉറപ്പാക്കുന്നതിനായി കേന്ദ്ര സംസ്ഥാനസർക്കാരുകൾ തദ്ദേശഭരണസ്ഥാപനങ്ങൾ എന്നിവയ്ക്കും രക്ഷിതാക്കൾക്കുമുള്ള ഉത്തരവാദിത്വവും കടമകളും ഈ നിയമം അധ്യായം 3 ൽ വ്യക്തമാക്കുന്നുണ്ട്.

- നിർദിഷ്ട ദൂരപരിധിക്കുള്ളിൽ അഥവാ അയൽപക്കമാതൃകയിൽ നിർണയിക്കപ്പെടുന്ന സ്ഥലങ്ങളിൽ പരമാവധി മൂന്ന് വർഷത്തിനുള്ളിൽ പ്രാഥമിക വിദ്യാലയങ്ങൾ സ്ഥാപിക്കുന്നതിന് കേന്ദ്ര-സംസ്ഥാന-തദ്ദേശഭരണസ്ഥാപനങ്ങൾക്ക് ഉത്തരവാദിത്വമുണ്ടായിരിക്കും.
- ഈ നിയമത്തിന്റെ വ്യവസ്ഥകളുടെ നടത്തിപ്പിനാവശ്യമായ വിഭവം നിർണയിക്കപ്പെടുന്ന രീതിയിലും നിരക്കിലും ലഭ്യമാക്കാനും മൂലധനച്ചെലവ്, ആവർത്തനച്ചെലവ് തുടർച്ചച്ചെലവ് എന്നിവ ഉൾപ്പെടെയുള്ളവയ്ക്കാവശ്യമായ പദ്ധതിയും എസ്റ്റിമേറ്റും തയാറാക്കാനും വിഭവലഭ്യതയ്ക്കുമുള്ള ചുമതല കേന്ദ്രസർക്കാറിനുണ്ടായിരിക്കും.
- കാലാകാലം സംസ്ഥാനസർക്കാരുകളുമായി ആശയവിനിമയം നടത്തി നിശ്ചയിക്കുന്ന നിരക്കിൽ ഈ നിയമ നിർവഹണത്തിനായുള്ള ധനസഹായം (ഗ്രാന്റ് ഇൻ എയ്ഡ്) സംസ്ഥാനത്തിന് അനുവദിക്കാനുള്ള ഉത്തരവാദിത്വം കേന്ദ്രസർക്കാരിന് ഉണ്ടായിരിക്കും.
- ഏതെങ്കിലും സംസ്ഥാനങ്ങൾക്ക് അധികവിഭവം ആവശ്യമെങ്കിൽ അത് അനുവദിക്കാൻ ദേശീയ ധനകാര്യ കമീഷനോട് അഭ്യർഥിക്കാൻ രാഷ്ട്രപതിയോടാവശ്യപ്പെടാനും കേന്ദ്രസർക്കാരിന് ഉത്തരവാദിത്വം ഉണ്ട്.
- ഇതിനുപുറമേ യുക്തമായ അക്കാദമിക് പിന്തുണ ഉറപ്പാക്കിക്കൊണ്ട് ദേശീയ വിദ്യഭ്യാസനയവും ഉള്ളടക്കവും പാഠ്യപദ്ധതിയും തയാറാക്കുക, നിർദിഷ്ടഗുണ നിലവാര മാനദണ്ഡങ്ങൾ രൂപപ്പെടുത്തുകയും അത് നേടുന്നതിലേക്കായി അധ്യാപകപരിശീലനം സാധ്യമാക്കുകയും ചെയ്യുക, വിദ്യാഭ്യാസ ഗവേഷണം, ആസൂത്രണം, ശാക്തീകരണം, മികവ് എന്നിവയ്ക്ക് ഉതകുന്ന സാങ്കേതികവും വിഭവാധിഷ്ടിതവുമായ പിന്തുണ നൽകുക എന്നീ ഉത്തരവാദിത്വങ്ങളും കേന്ദ്രസർക്കാരിനുണ്ട്.
- കേന്ദ്രസർക്കാർ അനുവദിക്കുന്ന തുകയ്ക്ക് ആനുപാതികമോ അനുയോജ്യമോ ആയ വിഭവം പ്രാഥമികവിദ്യാഭ്യാസത്തിനായി നീക്കിവയ്ക്കാൻ സംസ്ഥാന സർക്കാരുകൾക്കും ഉത്തരവാദിത്വമുണ്ട്.
- എല്ലാ കുട്ടികൾക്കും സൗജന്യവും നിർബന്ധിതവുമായ പ്രാഥമിക വിദ്യാഭ്യാസം ഉറപ്പാക്കാനുള്ള ഉത്തരവാദിത്വം കേന്ദ്ര-സംസ്ഥാന-തദ്ദേശ സർക്കാരുകൾക്കുണ്ട്. എന്നാൽ ഇത്തരത്തിൽ കേന്ദ്ര-സംസ്ഥാന-തദ്ദേശ ഭരണസ്ഥാപനങ്ങളാൽ സ്ഥാപിതമോ നടത്തപ്പെടുന്നതോ ധനസഹായം അനുവദിക്കപ്പെടുന്നതോ ആയ സ്കൂളു

കൾ ഒഴികെ മറ്റേതെങ്കിലും സ്കൂളിൽ ഒരു കുട്ടിയെ പ്രവേശിപ്പിക്കുകയോ പഠിപ്പിക്കുകയോ ചെയ്യുന്ന രക്ഷിതാക്കൾക്ക് ആയതിനുള്ള ചെലവുകൾ ബന്ധപ്പെട്ട സർക്കാരിൽ നിന്ന് ആവശ്യപ്പെടാനോ പ്രതീക്ഷിക്കാനോ പാടുള്ളതല്ല.

നിർബന്ധിത വിദ്യാഭ്യാസം എന്നതുകൊണ്ട് 6–14 വയസ്സ് പരിധിയിലുള്ള എല്ലാ കുട്ടികൾക്കും സൗജന്യവും നിർബന്ധിതവുമായ പ്രാഥമിക വിദ്യാഭ്യാസം ഉറപ്പാക്കുക, എല്ലാ കുട്ടികൾക്കും സ്കൂൾ പ്രവേശം, ഹാജർ, പ്രാഥമിക വിദ്യാഭ്യാസംപൂർത്തീകരണം എന്നിവ നിർബന്ധിതമായി ഉറപ്പാക്കുക, ദുർബല–പിന്നോക്ക–പ്രത്യേക വിഭാഗം കുട്ടികൾക്ക് പ്രാഥമിക വിദ്യാഭ്യാസാവകാശത്തിൽ ഏതെങ്കിലും വിവേചനം അനുഭവിക്കാൻ ഇടവരാതെ പാലിക്കുക, ആകുന്നത്ര അയൽപക്ക വിദ്യാലയസാധ്യത ഉറപ്പാക്കുക, വിദ്യാലയത്തിനാവശ്യമായ പശ്ചാത്തല–പഠനസൗകര്യങ്ങൾ–അധ്യാപകർ–പാഠ്യോപകരണങ്ങൾ മുതലായവ ഉറപ്പാക്കുക അനിവാര്യമായ പ്രത്യേക പരിശീലന ഉപാധികൾ തരപ്പെടുത്തുക, വിദ്യാർഥിപ്രവേശനം–ഹാജർ–പഠന പൂർത്തീകരണം എന്നിവ നിരീക്ഷിക്കുക, ഉന്നതഗുണനിലവാരമാനദണ്ഡങ്ങൾ പാലിക്കുക, യഥാസമയം യുക്തമായ പാഠ്യപദ്ധതിയും ഉള്ളടക്കവും ബോധനരീതിയും നിശ്ചയിക്കുക, അധ്യാപക പരിശീലനം സാധ്യമാക്കുക എന്നീ ഉത്തരവാദിത്വങ്ങൾ ആണ് നിർദേശിക്കപ്പെട്ടിരിക്കുന്നത്.

ഇവയ്ക്കുപുറമേ ദേശാടന കുടുംബങ്ങളിലെ കുട്ടികൾക്ക് അതതിടങ്ങളിൽ പ്രാഥമിക വിദ്യാഭ്യാസാവസരം തരപ്പെടുത്തുക, തങ്ങളുടെ പരിധിയിലുള്ള വിദ്യാലയ പ്രവർത്തനം നിരീക്ഷിക്കുകയും അവലോകനം നടത്തുകയും ചെയ്യുക. അക്കാദമിക് കലണ്ടർ തീരുമാനിക്കുക– ഈ ഉത്തരവാദിത്വങ്ങൾ അതത് തദ്ദേശഭരണസ്ഥാപനങ്ങളിൽ നിയമം നിക്ഷിപ്തമാക്കിയിട്ടുണ്ട്.

തന്റെ കുട്ടിയെ അഥവാ തന്റെ രക്ഷാകർതൃത്വത്തിലുള്ള കുട്ടിയെ പ്രാഥമിക വിദ്യാഭ്യാസം പൂർത്തീകരണം മുൻനിർത്തി അയൽപക്ക വിദ്യാലയത്തിൽ പ്രവേശിപ്പിക്കുന്നതിനും വിദ്യാഭ്യാസാവസരം ഒരുക്കാനും പഠനം പൂർത്തീകരിക്കാൻ സാഹചര്യമൊരുക്കാനും ഓരോ രക്ഷിതാവിനും ഉത്തരവാദിത്വമുണ്ടായിരിക്കും. ഇതിനപുറമേ 3 വയസ്സു മുതൽ 6 വയസ്സ് വരെയുള്ള കുഞ്ഞുങ്ങൾക്ക് അനിവാര്യമായ ശിശുപരിചരണവും വിദ്യാലയപൂർവ ബോധനവും ഉറപ്പാക്കാനും ആവശ്യമായ പ്രീസ്കൂൾ പരിശീലനം സാധ്യമാക്കാനും രക്ഷിതാവിന് കടമയുണ്ട്. അതിനവസരം ഉണ്ടാക്കാൻ ബന്ധപ്പെട്ട സർക്കാരുകൾക്കും ഉത്തരവാദിത്വമുണ്ടെന്നും നിയമം അനുശാസിക്കുന്നു.

അധ്യാപകരുടെ കടമകൾ

ഈ നിയമത്തിന്റെ അധ്യായം iv, പ്രാഥമിക വിദ്യാഭ്യാസ അവകാശം സംബന്ധിച്ച് വിദ്യാലയത്തിനും അധ്യാപകർക്കുമുള്ള കടമകൾ വ്യവ

സ്ഥപ്പെടുത്തുന്നു.

- എല്ലാ കുട്ടികൾക്കും സൗജന്യവും നിർബന്ധിതവും ആയ പ്രാഥമിക വിദ്യാഭ്യാസ അവസരവും ഗുണനിലവാരം ഉള്ള വിദ്യാഭ്യാസവും ഉറപ്പാക്കുക, എയ്ഡഡ് സ്കൂളുകൾ പ്രവേശനം നേടുന്നവരിൽ അർഹതപ്പെടുന്ന ധനസഹായത്തിന് ആനുപാതികമായി 25 ശതമാനം കുട്ടികൾക്കും അംഗീകൃത അൺഎയ്ഡഡ് സ്കൂളുകളിൽ ചുരുങ്ങിയത് 25 ശതമാനമെങ്കിലും ദുർബല–പിന്നോക്ക വിഭാഗം കുട്ടികൾക്കും സൗജന്യ നിർബന്ധിത വിദ്യാഭ്യാസ അവസരം ഉറപ്പാക്കണം. വിദ്യാലയ പൂർവ ബോധനം (പ്രീസ്കൂൾ വിദ്യാഭ്യാസം) തേടിപ്രവേശിപ്പിക്കപ്പെടുന്ന 3–6 വയസ് പരിധിയിലുള്ള കുഞ്ഞുങ്ങൾക്കും മേൽകൊടുത്ത അവസരം ബാധകമായിരിക്കണം. ഇതിലേക്ക് വിദ്യാലയത്തിനുണ്ടാകുന്ന യഥാർഥ ചെലവ് അഥവാ ബന്ധപ്പെട്ട സർക്കാർ നിർണയിക്കുന്ന പ്രതിശീർഷ ചെലവ് ഇതിലേതാണോ കുറവ് ആയത് ഓരോ കുട്ടിയുടെയും പേരിൽ വിദ്യാലയത്തിന് ബന്ധപ്പെട്ട സർക്കാരിൽ നിന്ന് തിരികെലഭിക്കാൻ സ്കൂളിന് അവസരം ഉണ്ടായിരിക്കുന്നതാണ്. എന്നാൽ പ്രസ്തുതസ്കൂൾ സർക്കാരിൽ നിന്ന് സ്ഥലമോ കെട്ടിടമോ, ഉപകരണങ്ങളോ, ഇതര സൗകര്യങ്ങളോ സൗജന്യമായോ ഉപാധിരഹിതമായോ ഉള്ള നിരക്കിൽ നേടിയിട്ടുണ്ടെങ്കിൽ ഇങ്ങനെ പുനർസഹായഉപാധിക്ക് അർഹമായിരിക്കുന്നതല്ല. വിദ്യാലയ നടത്തിപ്പുമായി ബന്ധപ്പെട്ട വിവരങ്ങൾ ബന്ധപ്പെട്ട സർക്കാരുകൾക്കും തദ്ദേശഭരണസ്ഥാപനങ്ങൾക്കും ലഭ്യമാക്കാൻ നടത്തിപ്പുകാർക്ക് ഉത്തരവാദിത്വം ഉണ്ടായിരിക്കും.

ഒരു സ്കൂളോ അതിനോട് ബന്ധപ്പെട്ട വ്യക്തികളോ ഒരു വിദ്യാർഥിയിൽ നിന്നോ രക്ഷിതാവിൽ നിന്നോ ബന്ധപ്പെട്ടവരിൽ നിന്നോ മുൻകൂർ നിശ്ചയിച്ചു അംഗീകരിച്ച് പരസ്യപ്പെടുത്തുന്ന ഫീസ് നിരക്കിന് പുറമേ പകിടിയോ കോഴയോ സ്വീകരിക്കാനോ ആവശ്യപ്പെടാനോ ഏതെങ്കിലും കുട്ടിയെയോ രക്ഷിതാവിനെയോ പ്രവേശനാർഥമുള്ള സംശോധനാക്രമത്തിന് വിധേയരാക്കാനോ പാടുള്ളതല്ല. ഇതിന് വിരുദ്ധമായി കോഴപ്പണമോ പകിടിപ്പണമോ സ്വീകരിച്ചതോ ആവശ്യപ്പെട്ടതോ തെളിയിക്കപ്പെട്ടാൽ ബന്ധപ്പെട്ടവർക്ക് കോഴത്തുകയുടെയോ പകിടിപ്പണത്തിന്റെയോ 10 ഇരട്ടിവരെ പിഴശിക്ഷവിധിക്കാവുന്നതാണ്. വിദ്യാർഥിപ്രവേശനാർഥമുള്ള സംശോധനാ ക്രമത്തിന് വിധേയമാക്കുന്നപക്ഷം ബന്ധപ്പെട്ടവർക്ക് പ്രാഥമിക കുറ്റസ്ഥാപനത്തിൽ 25,000 രൂപവരെയും ആവർത്തിതകുറ്റസ്ഥാപനത്തിൽ ഓരോരിക്കലും 50,000 രൂപവരെയും പിഴശിക്ഷനൽകാവുന്നതാണ്.

വിദ്യാർഥി പ്രവേശനത്തിന് വയസ്സ് പരിധി തെളിയിക്കാനായി 1886ലെ ജനന–മരണ–വിവാഹ രജിസ്ട്രേഷൻ നിയമപ്രകാരമുള്ള സാക്ഷ്യപത്രമോ നിശ്ചയിക്കപ്പെടുന്ന മറ്റ് തെളിവുകളോ അടിസ്ഥാനമാക്കാവുന്നതാണ്. എന്നാൽ വയസ്സ് തെളിയിക്കപ്പെടാത്ത ഒറ്റക്കാരണത്താൽ ഒരു കുട്ടിക്കും വിദ്യാലയ പ്രവേശനം നിഷേധിക്കാൻ പാടില്ല. വിദ്യാഭ്യാസ

വർഷാരംഭത്തിലോ യഥാവസരം ബന്ധപ്പെട്ട സർക്കാർ അനുവദിക്കുന്നത്ര സമയത്തിനുള്ളിലോ വിദ്യാർഥി പ്രവേശനം നടത്താവുന്നതാണ്. കാലതാമസം വരുത്തിയെന്ന ഒറ്റക്കാരണത്താൽ ഒരു കുട്ടിക്കും വിദ്യാലയപ്രവേശനം നിഷേധിക്കാൻ പാടില്ല. സ്കൂളിൽ പ്രവേശിക്കപ്പെടുന്ന ഒരു കുട്ടിയും പ്രാഥമിക വിദ്യാഭ്യാസം പൂർത്തിയാക്കും മുമ്പ് പുറത്താക്കപ്പെടാനോ പിന്മാറ്റപ്പെടാനോ പാടുള്ളതല്ല.

നിർണായകമായ മറ്റൊരു വ്യവസ്ഥ ഒരു കുട്ടിയെയും കായിക ശിക്ഷാമുറകൾക്കോ മാനസികപീഡനത്തിനോ വിധേയമാക്കാൻ പാടില്ലെന്നതാണ്. ഇതിന് വിരുദ്ധമായി പെരുമാറുന്ന ഏതൊരാളെയും സർവീസ് ചട്ടപ്രകാരമുള്ള നടപടിപാലിച്ച് അച്ചടക്കവ്യവസ്ഥയ്ക്ക് വിധേയമാക്കാവുന്നതും ബാലനീതി നിയമവ്യവസ്ഥയ്ക്ക് വിധേയമായി ശിക്ഷിക്കപ്പെടാവുന്നതുമാണ്.

വിദ്യാലയ നടത്തിപ്പ് മാനദണ്ഡങ്ങൾ

ബന്ധപ്പെട്ട സർക്കാരിൽ നിന്നോ അധികാരസ്ഥരിൽ നിന്നോ അംഗീകാരപത്രം നേടിക്കൊണ്ടല്ലാതെ ഒരു വിദ്യാലയവും സ്ഥാപിക്കാനോ ആരംഭിക്കാനോ പ്രവർത്തിക്കാനോ പാടുള്ളതല്ല. നിലവിൽ അംഗീകാരമില്ലാതെ പ്രവർത്തിക്കുന്ന വിദ്യാലയങ്ങൾ നിശ്ചിതകാലപരിധിക്കുള്ളിൽ നിർണയിക്കപ്പെടുന്ന മാനദണ്ഡങ്ങൾക്കനുസരിച്ച് അംഗീകാരപത്രം നേടിയിരിക്കണം. മാനദണ്ഡത്തിന് വിരുദ്ധമായി പ്രവർത്തിക്കുന്ന സ്കൂളുകളുടെ അംഗീകാരം നിയമനടപടിക്രമം പാലിച്ചുകൊണ്ട് അധികൃതർക്ക് പിൻവലിക്കാവുന്നതാണ്. ഈ വ്യവസ്ഥകൾക്ക് വിരുദ്ധമായി പ്രവർത്തിക്കുന്നവർക്ക് പ്രഥമ കുറ്റസ്ഥാപനത്തിൽ 1 ലക്ഷം രൂപവരെയും ആവർത്തിതകുറ്റസ്ഥാപനത്തിൽ 10,000 രൂപ വീതവും പിഴ ചുമത്താവുന്നതാണ്. ഇത്തരം ചട്ടവ്യവസ്ഥകളിൽ മാറ്റംവരുത്താൻ യഥാക്രമം കേന്ദ്രസർക്കാരിന് കഴിയുന്നതാണ്.

വിദ്യാലയ മാനേജ്മെന്റ് കമ്മിറ്റി

ഈ നിയമത്തിൻ കീഴിലുള്ള ഓരോ വിദ്യാലയത്തിനും സുഗമമായ നടത്തിപ്പിലേക്കായി തദ്ദേശഭരണ ജനപ്രതിനിധികൾ രക്ഷിതാക്കൾ, അധ്യാപകർ എന്നിവരുടെ പ്രതിനിധികൾ തുടങ്ങിയവരെ ഉൾപ്പെടുത്തി വിദ്യാലയ മാനേജ്മെന്റ് കമ്മിറ്റി രൂപീകരിക്കേണ്ടതാണ്. ഇതിൽ ചുരങ്ങിയത് $\frac{3}{4}$ അംഗങ്ങൾ രക്ഷിതാക്കളുടെ പ്രതിനിധികൾ ആയിരിക്കണം. അതിൽത്തന്നെ പിന്നോക്ക-ദുർബല വിഭാഗം കുട്ടികളുടെ രക്ഷിതാക്കൾക്ക് ആനുപാതികപ്രാതിനിധ്യം ഉറപ്പാക്കിയിരിക്കണം.

വിദ്യാലയനടത്തിപ്പിന് മേൽനോട്ടം വഹിക്കുക, വിദ്യാലയ വികസന പദ്ധതി രൂപപ്പെടുത്തുക, വിഭവവിനിയോഗം നിരീക്ഷിക്കുക, തുടങ്ങിയവ ഉൾപ്പെടെ ഉത്തരവാദിത്വങ്ങൾ വിദ്യാലയമാനേജ്മെന്റ് സമിതികൾ നിർവഹിക്കണം.

അധ്യാപക നിയമനം

കേന്ദ്ര-സംസ്ഥാന സർക്കാരുകൾ നിർണയിച്ച് പ്രസിദ്ധം ചെയ്യുന്ന യോഗ്യതകൾ ഉള്ളവർക്കുമാത്രമായിരിക്കും അധ്യാപകരായി തെരഞ്ഞെടുക്കപ്പെടാനും നിയോഗിക്കപ്പെടാനും അർഹത ഉണ്ടായിരിക്കുക. അധ്യാപക യോഗ്യത നേടിയവരുടെ അഭാവത്തിൽ അനിവാര്യഘട്ടത്തിൽ മാത്രം യോഗ്യതാമാനദണ്ഡങ്ങളിൽ ഇളവനുവദിക്കാൻ കേന്ദ്രസർക്കാരിന് അധികാരമുണ്ടായിരിക്കും. നിലവിൽ നിശ്ചിത യോഗ്യത ഇല്ലാതെ അധ്യാപകരായി തുടരുന്നവർ 5 വർഷത്തിനുള്ളിൽ നിർദിഷ്ടയോഗ്യത നേടിയിരിക്കണം. അധ്യാപകരുടെ സേവന-വേതന വ്യവസ്ഥകൾ കാലാകാലം ബന്ധപ്പെട്ട സർക്കാരുകൾ തീരുമാനിക്കുന്നവിധമായിരിക്കും.

ഓരോ അധ്യാപകരും ക്രമപ്രകാരവും കൃത്യനിഷ്ഠയോടെയും വിദ്യാലയത്തിൽ ഹാജരുണ്ടായിരിക്കണം, പാഠ്യഭാഗങ്ങൾ വ്യവസ്ഥപ്രകാരം പൂർത്തീകരിച്ചിരിക്കണം, നിശ്ചിതസമയത്തിനുള്ളിൽ പാഠ്യ-ബോധന പ്രക്രിയ പൂർത്തിയാക്കണം, ഓരോ കുട്ടിയുടെയും മൂല്യനിർണയം നടത്തണം. ക്രമപ്രകാരം രക്ഷാകർതൃയോഗം വിളിച്ചുചേർക്കണം, കുട്ടിയെ സംബന്ധിച്ച വിവരം രക്ഷിതാക്കൾക്ക് നൽകണം, തുടങ്ങിയവ ഉൾപ്പെടെയുള്ള കടമകളും അധ്യാപകരിൽ നിക്ഷിപ്തമാണ്. ഇത് ലംഘിക്കുന്ന അധ്യാപകർക്കെതിരെ നിയമനടപടിക്രമം പാലിച്ച് അച്ചടക്കനടപടി സ്വീകരിക്കാവുന്നതാണ്. ഇതിൽ ആവലാതിയുള്ളപക്ഷം നിർണയിക്കപ്പെടുന്ന നടപടിക്രമം അനുസരിച്ച് പരിഹാരം തേടാവുന്നതാണ്.

ഈ നിയമത്തിന്റെ പട്ടികയിൽ വ്യവസ്ഥപ്പെടുന്ന അനുപാതത്തിൽ വിദ്യാർഥി-അധ്യാപക അനുപാതം നിലനിർത്തേണ്ടതാണ്. കാലാകാലം പ്രസ്തുത അനുപാതം കേന്ദ്രസർക്കാരിന് പുതുക്കിനിർണയിക്കാവുന്നതാണ്. ഇതു പ്രകാരമുള്ള അധ്യാപക തസ്തികകളിലേക്ക് യോഗ്യതയുള്ളവരെ നിയമിക്കാവുന്നതുമാണ്. അധ്യാപകരെ ജനസംഖ്യാ കണക്കെടുപ്പ് (കാനേഷുമാരി) ദുരന്തനിവാരണ പ്രവൃത്തികൾ, തിരഞ്ഞെടുപ്പ് പ്രക്രിയ എന്നിവയ്ക്കൊഴികെ മറ്റ് അധ്യാപനേതര ജോലികൾക്ക് നിയോഗിക്കുന്നത് ഈ നിയമം വിലക്കുന്നു.

പാഠ്യപദ്ധതിയും മൂല്യനിർണയവും

പ്രാഥമിക വിദ്യാഭ്യാസപാഠ്യപദ്ധതിയും മൂല്യനിർണയ രീതികളും യഥാക്രമം ബന്ധപ്പെട്ട സർക്കാരുകൾ നിയോഗിക്കുന്ന അക്കാദമിക് അധികാര സമിതികൾ നിർദേശിക്കുന്ന വിധമായിരിക്കും. ഭരണഘടനാമൂല്യങ്ങൾ, കുട്ടികളുടെ സമഗ്രവികാസവും ഉത്തമതാൽപ്പര്യവും, കുട്ടികളുടെ ശേഷി, നൈപുണി, അറിവ് എന്നിവയ്ക്ക് അനുകൂലവും കുട്ടികളുടെ സമ്പൂർണ കായിക-മാനസികശേഷി വികസനം മുൻനിർത്തിയും ക്രിയാത്മക-സൃഷ്ടിന്മുഖ-അന്വേഷണാത്മക-ശിശുകേന്ദ്രീകൃത വിദ്യാർഥിയുടെ രീതിയും, മാതൃഭാഷാ ബോധനം അടിസ്ഥാനമാക്കിയും ഭയാശാങ്കകൾ-ആകുലതകൾ-പരിഭ്രമം എന്നിവയിൽ നിന്ന് കുട്ടിയെ മോചിപ്പി

ക്കാനും സ്വപ്രകാശന ശേഷി വർധിപ്പിക്കാനുതകുന്നതും, തുടർമൂല്യ നിർണയത്തിനും ശേഷി നിർണയത്തിനും അവസരമൊരുക്കുന്നതും ഉൾപ്പെടെ ഘടകങ്ങൾ ഉൾച്ചേർത്തായിരിക്കണം പ്രാഥമിക വിദ്യാഭ്യാസ പാഠ്യപദ്ധതിയും ഉള്ളടക്കവും പാഠ്യക്രമവും മൂല്യനിർണയവും എല്ലാം. പ്രാഥമിക വിദ്യാഭ്യാസം വിജയകരമായി പൂർത്തീകരിക്കുന്ന കുട്ടികൾക്ക് യുക്തമായസാക്ഷ്യപത്രം ലഭ്യമാക്കിയിരിക്കണം.

ബാല്യാവകാശകമീഷൻ അധികാരം

ഈ നിയമം ഓരോ കുട്ടിക്കും ഉറപ്പുനൽകുന്ന വിദ്യാഭ്യാസാവകാശം പാലിക്കപ്പെടുന്നുണ്ടോ എന്നതും അതിന് അനുബന്ധമായ പരിരക്ഷാ വ്യവസ്ഥകളുടെ നിർമാണവും ഈ നിയമത്തിന്റെ കാര്യക്ഷമമായ നടത്തിപ്പും ഉൾപ്പെടെ കാര്യങ്ങൾ നിരീക്ഷിക്കാനും അവലോകന വിധേയമാക്കാനും പരിഹാര നടപടികൾ നിർദേശിക്കാനും കേന്ദ്ര-സംസ്ഥാന ബാല്യാവകാശ കമീഷനുകൾക്ക് അധികാരമുണ്ടായിരിക്കും.

ഏതെങ്കിലും സംസ്ഥാനത്ത് ബാല്യാവകാശ കമീഷൻ നിയമിക്കപ്പെട്ടിട്ടില്ലാത്തപക്ഷം നിയുക്ത അധികാരസ്ഥർക്ക് പ്രസ്തുതനിരീക്ഷണ അവലോകന ഉത്തരവാദിത്വം നിർവഹിക്കാവുന്നതാണ്. നിയമ നടത്തിപ്പിൽ ആവലാതി ഉള്ളവർക്ക് പരിഹാരലഭ്യതയ്ക്കായി ബന്ധപ്പെട്ട തദ്ദേശഭരണസ്ഥാപനത്തിന് മുമ്പാകെ രേഖാമൂലം പരാതിപ്പെടാവുന്നതും പരിഹാരം തേടാവുന്നതുമാണ്.

ഇതിനുപുറമേ വിദ്യാഭ്യാസ വിദഗ്ദ്ധരെയും ശിശുവികസന വിദഗ്ദ്ധരെയും ഉൾപ്പെടുത്തി 15 പേരിൽ കവിയാതെ അംഗങ്ങൾ അടങ്ങുന്ന കേന്ദ്ര-സംസ്ഥാന വിദ്യാഭ്യാസ ഉപദേശകസമിതികൾ രൂപീകരിക്കാനും സാധ്യമാണ്.

നിയമനടത്തിപ്പിന് ഉതകുന്ന വിശദാംശങ്ങൾ ഉൾക്കൊള്ളുന്ന പട്ടികയും ഈ നിയമത്തിൽ ഇപ്പോൾ ഉൾക്കൊള്ളിച്ചിട്ടുണ്ട്. എന്നാൽ സംയുക്തപ്പട്ടികയിൽ ഉൾപ്പെട്ട വിഷയമാകയാൽ ഒട്ടേറെ ഭരണഘടനാ പ്രശ്നങ്ങളും, കേവലചട്ടക്കൂട് മാത്രമാകയാൽ പ്രായോഗിക നിർവഹണ സംബന്ധിയായ ചട്ട വ്യവസ്ഥകൾ സംബന്ധിച്ചുള്ള പ്രശ്നങ്ങളും ധനവിഭവ-അധികാരസംബന്ധിയായ പ്രശ്നങ്ങളും ഈ ദേശീയ നിയമത്തിന്റെ നടത്തിപ്പുമായി ബന്ധപ്പെട്ട് നാം അഭിമുഖീകരിക്കേണ്ടതായിവരും.

www.ingramcontent.com/pod-product-compliance
Lightning Source LLC
LaVergne TN
LVHW090356051026
849518LV00006B/2150